D1763793

இசை: மிகச் சுருக்கமான அறிமுகம்

உயிரோட்டமான, துலக்கமான நூல். இசைபற்றிய சமகால மறுசிந்தனைக்கு ஒரு சுருக்கமான வழிகாட்டி என்ற முறையில், இதனைவிட இன்னும் சிறப்பாக எழுத இயலாது.

பிபிசி

குறைந்த அளவுள்ள, தனக்கெனத் தனித்த கருத்துள்ள, மரபுவழிசாராத நூல்

ஐரிஷ் டைம்ஸ்

இசை தொடர்பான பல துறைகளில் எழுதப்பட்ட அண்மைக்கால எழுத்துகளால் பாதிக்கப்பட்ட ஒரு பார்வைக் கோணத்தை நிகோலஸ் கூக் அளிக்கிறார். நூல் உறுதியாக மையத்தைப் பற்றி நிற்கவும், தனது மைய வாதப்பொருளை முன்வைக்கவும் செய்கிறது. இசையைப்பற்றிய ரசனையில் ஒரு நிலைத்த அடையாளமாக நிற்கும்... இதைவிடச் சிறப்பாக ஒரு நூலை எண்ணிப்பார்க்க இயலாது.

ரோஜர் பார்க்கர், ஆக்ஸ்ஃபோர்டு பல்கலைக்கழகம்

சர் ஹாரிசனைவிட சர் எல்டனுக்கு இந்நூல் மகிழ்ச்சியளிக்கும்; ஆனால், விரும்பினாலும் விரும்பாவிட்டாலும், கல்விசார் இசை ஆய்வுகள் இதுபோலத்தான் செல்கின்றன. பேராசிரியர் கூக் அதன் உயிரோட்டமான, துல்லியமான அறிக்கையாளர்.

ரிச்சர்ட் டாருஸ்கின், பெர்க்லியில் உள்ள கலிஃபோர்னியா பல்கலைக்கழகம்

மக்கள் இசை ஆய்வாளரின் இன்னொரு நூல், மிகச் சிறப்பாகப் படிக்கக்கூடிய நூல்.

அந்தோனி கிரிட்டன், ஈஸ்ட் ஆங்லியா பல்கலைக்கழகம்

சுருக்கமான அறிமுகங்கள், புதிய துறைகளை அறிந்திட ஆர்வத்தைத் தூண்டும் எளிய வழி; முன்னணி அறிவுத்துறைகளைக் கற்க விரும்பும் எல்லோருக்கும் தேவைப்படும் அடிப்படையான நூல்கள்; துறை வல்லுநர்களால் எழுதப்பட்டு, உலகம் முழுவதும் இருபத்தைந்துக்கும் மேற்பட்ட மொழிகளில் வெளியிடப்படுகின்றன.

தமிழில் 2005இல் தொடங்கிய இத்தொடரில் வரலாறு, தத்துவம், சமயம், அறிவியல் போன்ற பல்வேறு துறைகளின் பரந்த வகைகளிலான தலைப்புகளில் நூல்கள் வெளிவருகின்றன. பழங்கால கிரேக்கம், இந்தியத் தத்துவத்திலிருந்து கருத்தாக்கக் கலை, அண்டவியல் வரையிலான எல்லாவற்றுக்குமான இச்சுருக்கமான அறிமுகம் அடுத்த சில ஆண்டு களில் 200 தொகுதிகளைக் கொண்ட ஒரு நூலகமாக வளரும்.

இப்போது தமிழில் கிடைக்கும் மிகச் சுருக்கமான அறிமுகங்கள்:

சமூக-பண்பாட்டு மானிடவியல்
ஜான் மோனகன், பீட்டர் ஜஸ்ட்
தமிழில்: பக்தவத்சல பாரதி

இந்துமதம் கிம் நாட்
தமிழில்: டி.கே. ரகுநாதன்

பௌத்தம் தாமியென் கோவ்ன்
தமிழில்: சி. மணி

புத்தர் மைக்கேல் கேரிதர்ஸ்
தமிழில்: சி. மணி

பாசிசம் கெவின் பாஸ்மோர்
தமிழில்: அ. மங்கை

ஃப்ராய்ட் அந்தோனி ஸ்டோர்
தமிழில்: சி. மணி

வரலாறு ஜான் எச். அர்னால்டு
தமிழில்: பிரேம்

தத்துவம் எட்வர்டு கிரெய்க்
தமிழில்: சே. கோச்சடை

இலக்கியக் கோட்பாடு
ஜானதன் கல்லர்
தமிழில்: ஆர். சிவகுமார்

கலைக் கோட்பாடு ஃப்ரிலேண்ட்
தமிழில்: செ. பாபு ராஜேந்திரன்

அரசியல் கென்னத் மினோக்
தமிழில்: ஆனந்தராஜ்

இறையியல் டேவிட் எஃப். ஃபோர்டு
தமிழில்: க. பூரணச்சந்திரன்,
அ. சூசை மாணிக்கம்

உலகமயமாக்கல் பி.ஸ்டெகர்
தமிழில்: க. பூரணச்சந்திரன்

உளவியல் பட்லர், மெக்மெனஸ்
தமிழில்: தி.கு. இரவிச்சந்திரன்

இஸ்லாம் மலிஸ் ரூத்வென்
தமிழில்: சிங்கராயர்

தொல்லியல் பவுல் பான்
தமிழில்: கோ. சுந்தர்

பின்காலனியம் ராபர்ட் யங்
தமிழில்: அ. மங்கை

நீட்சே மைக்கேல் டேனர்
தமிழில்: க. பூரணச்சந்திரன்

பின் அமைப்பியல் கேதரின் பெல்ஸி
தமிழில்: அழகரசன்

பயங்கரவாதம் சார்லஸ் டவுன்ஷென்ட்
தமிழில்: க. பூரணச்சந்திரன்

பின் நவீனத்துவம் கிறிஸ்தோஃபர் பட்லர்
தமிழில்: பிரேம்

ஜனநாயகம் பேனட் க்ரிக்
தமிழில்: த. ஜெயராமன்

சமூகவியல் ஸ்டீவ் புரூஸ்
தமிழில்: க. பூரணச்சந்திரன்

உணர்வெழுச்சி டிலான் இவான்ஸ்
தமிழில்: தி.கு. இரவிச்சந்திரன்

இசை நிகோலஸ் கூக்
தமிழில்: க. பூரணச்சந்திரன்

நிகோலஸ் கூக்

இசை

மிகச் சுருக்கமான அறிமுகம்

தமிழில்

க. பூரணச்சந்திரன்

அடையாளம்

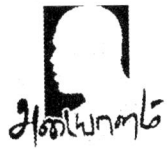

isai: mikach churukkamaana arimukam (Tamil) • Music: A Very Short Introduction in English by Nicholas Cook • Translated by G. Pooranachandran • © Nicholas Cook, © Tamil Translation: Adaiyaalam • First Published in Tamil 2013, Reprint 2015

isai was originally published in English in 1998. This translation is published by arrangement with Oxford University Press., UK

Published by Adaiyaalam, 1205/1 Karupur Salai, Puthanatham 621310, Tel: +91 4332 273444 email: info@adaiyaalam.net

Book Design: The Papyrus, Printed at Adaiyaalam Press, India

ISBN: 978 81 7720 072 0

Price: ₹ 120

முன்னுரை

1997 ஆகஸ்டு *31* அன்று மெர்க்குரி இசைப் பரிசுகள் தொலைக்காட்சியில் காட்டப்பட்டன. பரிசுபெறுவோர் பட்டியலில் சுவீடு, மார்க் அந்தனி டர்னேஜ், தி கெமிகல் பிரதர்ஸ், ஜான் டேவனர் போன்ற பெயர்கள் இருந்தன. இதைச் சொல்வதில் அப்படிக் குறிப்பிடத் தக்கது என்ன இருக்கிறது? சில ஆண்டுகள் முன்னால் என்றால், செவ்வியல் இசையமைப்பாளர்களான டர்னேஜ், டேவனர் போன்றவர்களும் பாப் இசைக் குழுவினரான சுவீடு, தி கெமிகல் பிரதர்ஸ் போன்றவர் களும் ஒரே மேடையில் தோன்றுவது அசாதாரண மானது; ஒருவருக்கொருவர் எதிராக வைத்து மதிப்பிடப் படுவதையோ நினைத்துப் பார்க்கவே முடியாது (இறுதியில் வெற்றிபெற்றவர்கள் வேறு - ரோனி சைஸ், ரெப்ரசான்ட் கலெக்டிவ் ஆகியோர். *பிரிஸ்டல் ஜங்கிள்* காட்சியினால் நன்கறிய வந்தவர்கள்).

ஆனால், ஒருவாரம் கழித்து, டேவனரின் *சாங் ஃபார் அதீன்*, எல்டன் (இப்போது சர் எல்டன்) ஜானின் *கேண்டில் இன் தி விண்ட்*-உடன்சேர்ந்து இளவரசி டயானாவின் இறுதிச்சடங்கில் நிகழ்த்தப்பட்டது. அடுத்த மாதம், (சர்) பால் மெக் கார்ட்னியின்

குழுப்பாடல், குழுவிசைக்கான பாட்டு ஸ்டாண்டிங் ஸ்டோன் அதன் பொது அரங்கேற்றத்தை லண்டன் ராயல் ஆல்பர்ட் அரங்கத்தில் நிகழ்த்தியது. இடையில், அட்லாண்டிக் கடலின் எதிர்ப் புறம், ஃபிராங்க் ஜாப்பாவின் பணி பற்றி ஆய்வேடுகள் எழுதிக் கொண்டிருந்தார்கள். அவை ஆசிட் ராக் முதல் செவ்வியல் கச்சேரி இசை வரை பலவிதமானவை. ஒரு காலத்தில் வெவ்வேறு இசைப்பாணிகளையும் இசை மரபுகளையும் திடமாக வேறுபடுத்தி வைத்திருந்த தடைகள் எங்கு பார்த்தாலும் நொறுங்கிக்கொண்டிருந்தன.

உலகத்தில் பலவகையான இசைகள் காணப்படுகின்றன என்பது எல்லோருக்கும் தெரிந்தது. மரபியல், நாட்டாரியல், செவ்வியல், ஜாஸ், ராக், பாப் என்பவை அவற்றில் சில. எப்போதுமே இப்படித்தான் இருந்து வருகிறது. ஆனால் நவீனத் தொடர்புமுறையும், ஒலித் தொழில்நுட்பமும் இசையின் வேறுபட்ட பன்முகத் தன்மையை தினசரி வாழ்க்கையின் ஒரு பகுதியாக்கி விட்டன (இதனை ஒரு பேரங்காடியில் ஒவ்வொரு முறை நீங்கள் நடந்துசெல்லும்போதும் கேட்டுணர முடியும்). இருந்தாலும் நாம் இசையைப் பற்றிச் சிந்திப்பது இந்த வேறுபட்ட நிலையைப் பிரதிபலிக்க வில்லை. ஒவ்வொரு வகையான இசையும் 'அதுதான் இசையைப் பற்றிச் சிந்திக்கும் ஒரேவித முறை' என்பது போல (சிந்திப்பதற்கு அது ஒன்று மட்டுமே இசை என்பது போலவும்) அதைப் பற்றிய தனித்த சிந்தனை முறையையும் கொண்டுவருகிறது. குறிப்பாக, எங்கிருந்தாலும் சரி, பள்ளிக்கூடங்களிலும் கல்லூரிகளிலும் கட்டியமைக்கப்பட்டுள்ள இசை பற்றிச் சிந்திக்கும் முறை, பத்தொன்பதாம் நூற்றாண்டின் ஐரோப்பாவில் இசை எப்படி இருந்தது என்பதைச் சொல்லும் விதமாக அமைந்திருக்கிறதே ஒழிய, இன்று எப்படி இருக்கிறது என்பதைச் சொல்லவில்லை. இசையைப் பற்றிய

பெரும்பாலான புத்தகங்களிலும் அப்படித்தான். இதன் விளைவாக, நாம் எப்படி இசையைப் பற்றிச் சிந்திக் கிறோம் என்பதற்கும், இசைக்கும் இடையில் ஒரு நம்பிக்கை(யின்மை)ப் பிளவு உள்ளது.

இந்த மிகச் சுருக்கமான அறிமுகத்தில் நான் எல்லா வித இசையையும் பற்றிச் சொல்ல நினைக்கிறேன். இது ஒரு மிகச் சுருக்கமான அறிமுகம் என்பதால், போதிய இடம் மட்டும் இருந்தால், கோட்பாட்டளவில் எல்லா வித இசையும் அதனதன் இடத்தைப் பெறுகின்ற முறையில் நான் ஒரு வரைபடத்தை இங்குப் பரப்ப நினைக்கிறேன். இங்கே, இந்தப் புத்தகம் எதைப் பற்றியது அல்ல என்பது பற்றித் தெளிவாகச் சொல்ல முடியும். இந்தப் புத்தகம் இசையின் அரிச்சுவடியைக் கற்றுத் தருவது அல்ல. ஸ்டேவ், கிளெஃப், ஸ்கேல், கார்டு, இன்னும் பிற இசைக் கலைச்சொற்கள் பற்றி விளக்குவது அல்ல. தொடர்ந்து இசைக் களஞ்சியத்தில் கிடைத்த வெற்றிகளைப் பற்றிச் சொல்வதும் அல்ல. அப்படிச் செய்தால் அது இசையின் ஏபிசியை மட்டு மல்ல, அ ஆ இ – ஆல்பா, பீட்டா, காமா – அனைத்தை யும் கற்றுத்தருவதாக மாறவேண்டிவரும். இசைக்கு ஓர் அரிச்சுவடி இருப்பதாக நீங்கள் அர்த்தபூர்வமாக நினைத்துப் பேசமுற்பட்டால், ஒவ்வோர் இசைக்கும் தனித்தனி அரிச்சுவடிகள் உண்டு. அப்படிப் பார்த்தால், ஒவ்வொரு வகை இசைக்கும் தனித்தனியாக மிகச் சுருக்கமான அறிமுக நூல் எழுத வேண்டிவரும்.

ஒவ்வோர் இசையும் வேறுபட்டது, ஆனால் ஒவ்வோர் இசையும் இசைதான். நீங்கள் இசை பற்றிப் பேசுவதற்கு (நான் இந்த மிகச் சுருக்கமான அறிமுகத்தை எழுது வதற்கும்) ஒரு குறிப்பிட்ட தளம் உண்டு. ஆனால் அது அரிச்சுவடித் தளம் அல்ல. பொதுவாக இசை பற்றிப் பேசுவதானால், இசையின் அர்த்தம் என்ன என்பது பற்றிப் பேசவேண்டி வரும். அல்லது இன்னும்

அடிப்படையாக, இசை எப்படி ஓர் அர்த்தத்தை உருவாக்கும் பொருளாக இயங்குகிறது என்று பேச வேண்டும். ஏனென்றால், இசை என்பது கேட்பதற்கு இனிமையாக இருக்கின்ற ஒன்று மட்டுமல்ல. மாறாக, அது மானிடப் பண்பாட்டின் ஆழத்தில் இருப்பது. (மொழியற்ற ஒரு பண்பாடு என்பது எப்படி இல்லையோ, அதுபோல இசையற்ற ஒரு பண்பாடும் இல்லை.) இசை இயல்பானதாகத் தோன்றுகிறது, நமக்கு அப்பாலுள்ள ஒன்றாக. ஆனால் எது நல்லது – எது கெட்டது, எது சரி – எது தவறு என்ற நமது உணர்வு முதலாக, அதில் மனித மதிப்புகள் பரவியிருக்கின்றன. இசை தானாக நிகழ்வதில்லை. நாம் அதை உருவாக்கு கிறோம், அதிலிருந்து எதையோ அறிந்துகொள்ளவும் செய்கிறோம். மக்கள், இசையின் வழியாகச் சிந்திக் கிறார்கள், தாங்கள் யார் என்பதை அதன் வாயிலாக அறிகிறார்கள், அதன் வாயிலாகத் தங்களை வெளிப் படுத்திக் கொள்கிறார்கள்.

ஆக, இந்தப் புத்தகம் எந்த அளவு இசையைப் பற்றியதோ அந்த அளவு இசையைப் பற்றிச் சிந்திப்ப தையும் பற்றியது. மேலும், இசையைப் பற்றி நாம் சிந்திக்கும் முறையைக் கட்டமைக்கின்ற சமூக மற்றும் நிறுவன அமைப்புகளையும் பற்றியது. இந்தப் புத்தகம், இசைக்கு ஒரு தனிமனித, அல்லது குடும்ப எதிர் வினையை வைத்துத் தொடங்குகிறது. ஒரு தொலைக் காட்சி விளம்பரம் – அதற்கு அர்த்தத்தைத் தருகின்ற வெவ்வேறு சேர்க்கைகள், உட்பொருள்கள் பற்றிச் சொல்லி, எப்படி இன்று மக்கள் இசையைப் பற்றிச் சிந்திக்கிறார்கள், எழுதுகிறார்கள், கல்வியுலகில் இசை இன்று எவ்வாறிருக்கிறது என்பதைப் பற்றிய சிறு விளக்கத்துடன் முடிவடைகிறது. (ஆக்ஸ்ஃபோர்டு பிரஸ்ஸில் எனது பதிப்பாசிரியர் ஜார்ஜ் மில்லர் கூறியது போல, இந்த இடத்தில்தான் இசை ஆராய்ச்சியாளர்களின்

ஒரு குழுவினர் வந்து இசையை எடுத்துக் கொள் கிறார்கள்.) இறுதி இயலான *இசையும் பாலினமும்* என்பதில் உள்ள பிரச்சினைகளைப் பற்றிப் பேசும் போது, இசை ஆராய்ச்சியாளர்களின் மூளையில் பாலியல்தான் இருக்கிறது என்று நினைக்க வைக்க நான் விரும்பவில்லை. ஆனால் நம்மிடையில் ஒரு நீண்ட கல்விப் பாரம்பரியம் இருக்கிறது. அது இசையை வெறும் இசையாகக் காண்கிறது. 'இசை தன்னைப் பற்றியதே அன்றி வேறெதையும் பற்றியது கிடையாது. இதனால் இசை ஆராய்ச்சியாளர்களைத் தவிர வேறெவருக்கும் இசை பற்றி அக்கறையில்லை' என்ற பொதுவான எண்ணத்தை எல்லோரிடத்திலும் அது உருவாக்கி விட்டது. மற்ற எதையும்விட, இசை பற்றிய கல்வியும் ஆண்-பெண் என்ற பால்பாகுபாடும் தான் இசையின் உலகியலான அர்த்தத்தை இசை ஆராய்ச்சியின் வரைபடத்தில் மறுபதிவு செய்து, இசை ஆராய்ச்சியைத் தனியறையி லிருந்து வெளியே கொண்டுவந்திருக்கிறது.

ஆம், உண்மையில் நமக்கு இசை தேவைதான். அப்படி நான் நம்பாவிட்டால், இந்தப் புத்தகத்தை எழுதியிருக்கமாட்டேன்; நீங்கள் அப்படி நினைக்கா விட்டால், இந்த வாக்கியத்தைப் படித்துக்கொண்டிருக்க மாட்டீர்கள். நமக்கு அப்பால் உள்ள பொருளாக அல்ல, இசை எல்லாப் பொருள்களின் இடையிலும் இருக்கிறது. உண்மையில், உலகத்தை அறியும் வழியை விட, நாம் நாமாக இருப்பதைவிட, இது ஏதோ கொஞ்சம் குறைவு போலத் தோன்றுகிறது. ஆனால் நான் இயல் 4இல் விளக்குவது போல, இசை என்னும் உருவகம், அது பொருளின் ஒருவகையாக இருப்பதால் வரலாற்றில் மிக ஆழமாகக் கட்டப்பட்டுள்ளது. இசை என்பது ஏதோ ஒரு பொருளல்ல; ஆனால் அதைப் பற்றிச் சிந்திப்பதன் வாயிலாகவும், எழுதுவதன் வாயிலாகவும், அதை நாம்தான் ஒரு பொருளாக்குகிறோம். இது ஒரு

முரண்கூற்றாகத் தோன்றுவதற்குக் காரணம், அது முரண் கூற்றாகவே கொஞ்சம் இருக்கிறது என்பதுதான். ஒரு வேளை எல்விஸ் கேஸ்டெல்லோ (கூறியது மெய்யாக எல்விஸ் கேஸ்டெல்லோவாகவே இருந்தால்) கூறியது சரியாக இருக்கலாம் – 'இசையைப் பற்றி எழுதுவது என்பது கட்டடக் கலையைப் பற்றி நாட்டியமாடுவது போல' என்று அவர் கூறினார். ஆனால் எப்படியிருந் தாலும் இசையைக் குறித்து எதைச் சொல்ல இயலாதோ அதை விளக்க, இசை என்பதை நாம் எப்படிப் புரிந்து கொள்கிறோம் என்பதைக்கூற, நமக்கு அது எப்படி அர்த்தப்படுகிறது என்பதை விளக்க, நாம் அப்படிச் செய்துதான் வருகிறோம். இறுதியாக, இசை நமக்கு என்னவாக இருக்கிறது என்பதை நிர்ணயிக்கப் பெருமளவு வார்த்தைகள்தாம் தேவைப்படுகின்றன. இசை பற்றிய எதையும் எழுதுவதற்கு, அது ஒரு மிகச் சுருக்கமான அறிமுகமாக இருந்தாலும்கூட, இது ஒன்றுதான் ஒருவேளை நிஜமான நியாயம் ஆகலாம்.

ஆனால், மிகச் சிறியதாக இருப்பதால், நான் கொண்டது போலப் பரந்த அளவிலான ஒரு நோக்கம் கொண்ட நூல், எந்தத் தனிமனிதரின் திறனையும் தாண்டிச் செல்லக்கூடியதுதான். குறைந்தபட்சம், நான் விதித்துக்கொண்ட எல்லைகளை அது தாண்டிச் செல்கிறது. நூலில் எவ்விதத் தவறுகள் இருந்தாலும், மார்க் எவரிஸ்ட், மேத்யூ ஹெட், ரோஜர் பார்க்கர், ராபின் ஸ்டில்வெல், ஜானதன் ஸ்டாக் ஆகியோருக்கு என் நன்றிகள். இவர்கள் இல்லாதிருப்பின், இன்னும் பலரைச் சேர்க்க வேண்டி வந்திருக்கலாம்.

நிகோலஸ் கூக்

பொருளடக்கம்

விளக்கப்படங்களின் பட்டியல்   xii

1. இசை மதிப்புகள்   1
2. திரும்பவும் பீத்தோவனிடம்   29
3. நெருக்கடி நிலையா?   59
4. இசை - ஒரு கற்பனைப் பொருள்   79
5. மறுஆக்க விஷயம்   117
6. இசையும் கல்விநிறுவனங்களும்   137
7. இசையும் பாலினமும்   165

முடிவுரை   201

பார்வை நூல்கள்   209

சுட்டி   219

விளக்கப்படங்களின் பட்டியல்

1-3 *புரூடென்ஷியல் விளம்பரம் 'பெர்ஃபார்மன்ஸ்' (நிகழ்த்துதல்) என்பதிலிருந்து நிலைப்படங்கள்.* 2
ரிக் வேட்ஸ்வர்த், புரூடென்ஷியல் யுகே ஆகியோரின் அன்பு அனுமதியோடு வெளியிடப்படுகிறது.

4 *தி கோஸ்ட் ஆஃப் ஃபாஃப்னர் ஹால் என்பதிலிருந்து நிலைப்படம்.* 11
© தி ஜிம ஹென்சன் கம்பெனி

5 *1996இன் சம்பவம் தி ஸ்பைஸ் கேர்ல்ஸ்* 16
© பாப்பர்ஃபோட்டோ

6 *தி ஸ்பைஸ் கேர்ல்ஸுக்கு முதலில் அளிக்கப்பட்ட விளம்பரம் (தி ஸ்டேஜ்)* 17
சேஃப் மேனேஜ்மெண்ட்டின் அன்பு அனுமதியோடு வெளியிடப் படுகிறது

7 *வனெஸா-மே, ரெட் ஹாட்* 20
© நாசோ பினேடோ

8 *ஃபெர்னாண்ட் கோஃப், ஷூமனைக் கேட்டல், 1883, கேன்வாசில் எண்ணெய்ச் சித்திரம், பிரசல்ஸ், ம்யூசீ ரோயோ டெஸ் ப்யூ ஆர்ட்ஸ் டி பெல்ஜீக்* 31
© ம்யூசீ ரோயோ டெஸ் ப்யூ ஆர்ட்ஸ் டி பெல்ஜீக்

9. யூஜீன் லூயி லாமி, பீத்தோவன் சிம்ஃபனியைக் கேட்டபோது, 1840, நீர்வண்ணம், எங்கிருக்கிறது என்பது தெரியவில்லை. 32
கூர்த்து கலை நிறுவனத்தின் விட் நூலகத்தின் அனுமதியோடு வெளியிடப்படுகிறது.

10. சாலமன் பீத்தோவனின் எம்பரர் கச்சேரியைப் பதிவு செய்தபோது (எச்எம்வி ஏல்பி 1300) அதன் மேலுறை 38
© எச்எம்வி ரிகார்ட்ஸ்

11. பாட்-இன் 'பீத்தோவன் இறுதியை நெருங்குகிறார்' (ஆஸ்வால்ட் பாரட்) 43

12. ஒற்றை நரம்புபோலக் கற்பனை செய்யப்படும் உலகம் (ராபர்ட் ஃப்ளட்டிடம் இருந்து), உத்ரியுஸ்க்யூ காஸ்மி ஹிஸ்டோரியா (ஓப்பன்ஹீம், 1617) 51

13. மாலரின் தஸ் லீட் வான் டெர் எர்டியை (டெக்கா LXT 5576) காத்லீன் ஃபெரியர் பதிவுசெய்தபோது அதன் மேலுறை 52
© டெக்கா

14. தி ஆடிட்டோரியம்: சிகாகோ: ஆரம்ப இரவு (1889 டிசம்பர் 9) 56
© சிகாகோ வரலாற்றுக்கழகம்

15. ரொனால்டு சார்ள் வரைந்த கேலிச்சித்திரம் 80
© ரொனால்டு சார்ள்

16. செண்ட் காலின் கேண்டடோரியம், ப.31 83
© ஸ்டிஃப்ட்ஸ் பிப்லியோதெக், செண்ட் காலன்

17. ஜா ஃபுக்சி (1895-1976) அறிஞர், கின் இசைக் கருவியை வாசிப்பவர் 96

18. பீத்தோவனின் முடிக்கப்பெறாத பியானோ கான்சர்ட்டோ, ஹெஸ் 15, ப.18 106

ப்ரியூஸ்ஸிஸ்செர் குல்தூர்பெசிட்ஸ், ம்யூசிகாப்டெய்லுங் மிட், மென்டெல்சோன் ஆர்க்கிவ்.

19 'ஓட் டு ஜாய்'-ஷெங்கரின் பகுப்பாய்வு 149

20 'அவுட் கிளாசிக்ஸ்'-விளம்பரம் (இண்டிபென்டென்ட் ஆன் சன்டே) 182
© பிளம்ஜி

21 நிகழ்த்தும்போது கே டி லாங் 189
© ரெட்ஃபெர்ன்ஸ் மியூசிக் பிக்சர் லைப்ரரி, லண்டன்

22 ஜோசப் டெல்ட்ஷர், ஃபிரான்ஸ் ஷஉபர்ட், 1826, லிதோகிராப் 191

23 கஸ்பார் கிளெமென்ஸ் ஐம்புஷ், வியன்னா பீத்தோவன் நினைவுச்சின்னத்திற்கு பீத்தோவன் உருவம், 1878, வெண்கலம், வியன்னா 195
© ஆஸ்டர்ரெய்க் வெர்புங்

இயல் 1

இசை மதிப்புகள்

ஒரு தொலைக்காட்சி வணிக நிகழ்ச்சி

'நான் ஒரு... இசைக் கலைஞனாக விரும்புகிறேன்.' புருடென்ஷியல் ஓய்வூதியத் திட்டங்களுக்கென எடுக்கப் பட்ட, 1992இன் பிற்பகுதியில் ஒளிபரப்பப்பட்ட வணிக விளம்பரம் ஒன்றின் ஆரம்ப வார்த்தைகள் இவை. நாற்காலியில் சாய்ந்து, கனவுலகிலோ சிந்தனை யிலோ ஆழ்ந்த பாவனையில், கேட்கும் கருவியைத் தலையிலணிந்து இசை கேட்டுக்கொண்டிருக்கும் ஓர் இளைஞனுடன் அது தொடங்குகிறது (படம் 1). இசை யில் அவன் தோய்ந்திருக்கிறான்; அதற்கேற்ற லயத்தோடு அவன் கால் தாளம் போடுகிறது, தலையும் அசைகிறது. ஆனால் அவன் அதில் மூழ்கிவிடவும் இல்லை. ஏனெனில், தான் என்னவாக, யாராக வேண்டுமென்றும் அவன் சிந்தித்துக்கொண்டிருக்கிறான் (மேற்கண்ட வார்த்தை கள் எவராலும் உரக்கப் பேசப்படவில்லை; அவன் மூளையில் உள்ளவை அவை. இசைப் பின்னணியில் அவ்வார்த்தைகள் இயல்பாகவே தோன்றுகின்றன. ஏனெனில் இசையைக் கேட்கும்போது மக்களும் பொருள்களும் உள்ள யதார்த்த உலகை விட்டு நீங்கிச் சென்று, சிந்தனையும் உணர்ச்சியும் கொண்ட தனித்த

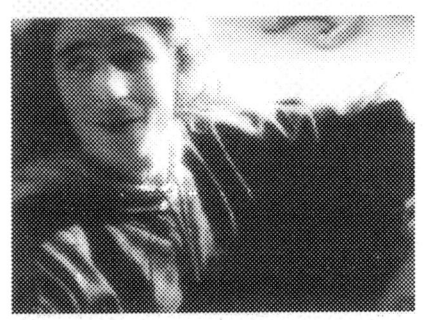

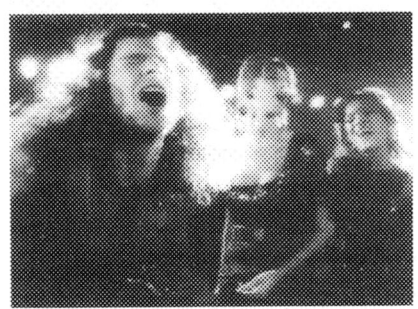

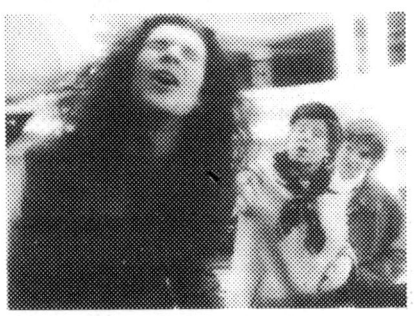

1-3. புரூடென்ஷியல் விளம்பரத்தின் மூன்று நிலைப்படங்கள்.

ஓர் உலகில் நாம் இருப்பது போலத் தோன்றுகிறது. அல்லது, குறைந்தபட்சம், இசை நமக்கு அளிக்கக்கூடிய பல அனுபவங்களில் இதுவும் ஒன்று).

பின்னால் அந்த விளம்பரத்தில் அந்த இளைஞன் ஓர் இசைக் கலைஞனாகத் தோன்றுகிறான். ஓர் இசை நிகழ்ச்சியில் அவன் பின்னால் கவர்ச்சிகரமான இரு இளம்பெண்கள் சேர்ந்து பாட, தனது இசைக் குழுவுடன் சேர்ந்து இசைக்கிறான் (படம் 2). எல்லாம் கவர்ச்சியாகவும் மின்னுகின்றவையாகவும் இருக்கின்றன. இதுதான் பகட்டு; இதுதான் நிஜமானது; இதுதான் ஒரு இசைக் கலைஞனின் வாழ்க்கை... ஆனால் இந்த விளம்பரம் முழுவதுமே அவனது மனத்தோற்றம் (இதை எளிதாகவே சொல்ல முடியும், ஏனென்றால், நிகழ்ச்சியின் பிற சம்பவங்கள் போலன்றி இது கறுப்பு - வெள்ளையில் எடுக்கப்பட்டிருக்கிறது). பிறகு இந்த விளம்பரம் ஒரு வணிகமையக் காட்சியாக – குறிப்பாகச் சொன்னால், பேஸ்வாடரிலுள்ள விட்லியின் வணிக மையமாகக் கரைகிறது (படம் 3). அந்த இளைஞன் அப்படியேதான் இருக்கிறான். ஆனால் அவனுடைய மின்னணு கீபோர்டு ஒரு பியானோவாக மாறிவிட்டிருக்கிறது – அந்த இளம் பெண்கள் மூதாட்டிகளாக மாறிவிட்டிருக்கின்றனர். ஒருத்தி 'நான் பாபியை விரும்புகின்றவளாக இருக்க விரும்புகிறேன் என்ற பாட்டு உனக்குத் தெரியுமா?' என்று கேட்கிறாள். அந்தப் பெண்மணி விரும்பிய பாட்டை இசைக்க முன்வருகின்ற, யதார்த்தத்திற்கு மீண்டுவிட்ட நமது கதாநாயகன் 'வேண்டாம், வேண்டாம்' என்று முணுமுணுக்கிறான்.

இம்மாதிரித் தொலைக்காட்சி விளம்பரங்களை இசையின் அர்த்தத்தைத் தேடுகின்ற மிகப்பெரிய சோதனை முயற்சியாக நினைத்துப் பார்க்கலாம். வார்த்தைகளில் வெளிப்படுத்த மிகவும் நீண்டநேரம்

எடுத்துக்கொள்கின்ற, அல்லது சொற்களால் நம்பிக்கை உண்டாக்க முடியாத விஷயங்களைக் கூற விளம்பரக் காரர்கள் இசையைப் பயன்படுத்துகிறார்கள். விழைவு, சுய தேவைப்பூர்த்தி, அக்காட்சியின் பின்னணிக்குரல் கூறுவது போல, 'நீ என்னவாக இருக்க விரும்புகிறாயோ அப்படி இரு' என்ற ஆசை ஆகியவற்றின் குறியீடாக புரூடென்ஷியல் வணிகத்தொடர், இசையைப் பயன் படுத்துகிறது... அதுமட்டுமல்ல, அது குறிப்பிட்ட ஒருவிதமான இசையை – ராக் இசையைச் – சமூகத்தின் ஒரு குறிப்பிட்ட பகுதியினரான இருபது முதல் முப்பது வயது உள்ளவர்களைக் கவர்வதற்குப் பயன்படுத்து கிறது. (நீங்கள் ஒரு வேலையை விட்டு இன்னொன் றிற்கு மாறும்போது பயன்படுத்தக்கூடிய ஓய்வூதியத் திட்டத்தை அந்த விளம்பரம் விளம்பரப்படுத்துகிறது. தெளிவாகவே தங்கள் வாழ்க்கையைத் தொடங்கும் இளைஞர்கள் இம்மாதிரி திட்டங்கள்மீது ஆர்வம் காட்டுவார்கள். 'நீ சரியான வேலையை அடைவதற்கு முன், பல வேலைகளை முயற்சிசெய்து பார்க்க வேண்டியிருக்கும், அப்போது ஒரு வேலையை விட்டு இன்னொன்றிற்குச் செல்லும்போது உனக்கு ஒரு ஓய்வூதியத் திட்டம் தேவைப்படும்' என்பது அந்த விளம்பரத்தின் கருத்து போலும்.)

ஆனால் இந்த விளம்பரத்தை அது செய்வதில் வழக்கத்திற்கு மாறான விஷயம் இருக்கிறது. உதாரண மாக, விளம்பர நிகழ்ச்சியில் நீங்கள் *பார்ப்பது ராக் இசை.* வாக்மனில் இசையைக் கேட்டு அந்த இளைஞனின் கால், இசைக்கேற்பத் தாளமிடுகிறது, ஆனால் ராக் பின்னணிக் குழுவின் இசையை நீங்கள் கேட்பதில்லை. உண்மையில் நீங்கள் கேட்பது, 'பொது நடைமுறை இசை' – அதாவது, பதினெட்டாம் நூற்றாண்டிலிருந்து இருபதாம் நூற்றாண்டின் தொடக்கம்வரை கையாளப் பட்ட மேற்கத்தியக் கலை இசை எனப்படுவதன் –

இசைத்தட்டுக் கடைகளில் செவ்வியல் இசை என்று தொகுத்து வைத்திருப்பதன் – அல்லது மரபாக (வேறெந்த வகையும் உலகில் இல்லாததுபோல) நூல்கள் 'இசை' என்று கூறுவனவற்றின் ஒரு நீர்த்தவடிவம்தான்.

இந்த விளம்பரத்தின் அர்த்தம் நீங்கள் (படத்தில்) காணும் இசைக்கும், கேட்கும் இசைக்குமான விசித்திரமான காட்சி இணைப்பினால் உருவாகிறது. இளமைக்கு, சுதந்திரத்திற்கு, 'உனக்கு நீ நிஜமாக இருப்பதற்கு' ஒரு வார்த்தையில் சொன்னால், நம்பகத் தன்மைக்கு, நேர்மைக்கு ராக் இசை எடுத்துக்காட்டாக இருக்கிறது.

செவ்வியல் இசை, இதற்கு முரண்நிலையில், முதிர்ச்சியை உள்ளடக்கியுள்ளது, அதன் நீட்சியாக, குடும்பத்திற்கும் சமூகத்திற்கும் உங்கள் பொறுப்பைக் காட்டுகிறது. இந்த விளம்பரம், இசையின் வாயிலாக, ஒரு மாயவித்தையைச் செய்கிறது. இரண்டுவிதமான மதிப்புகளை இணைத்து, அதன் மூலமாக, மரபு மதிப்புகளுக்கு எதிராக உருவாகக்கூடிய ஒரு சமூகத்திற்கு, விளம்பரக்காரரின் செய்தியைச் (இப்போதே உங்கள் வயதான காலத்திற்கு நீங்கள் திட்டமிடவேண்டும்) சேர்க்கிறது. (பலசொற்களில் இல்லையென்றாலும்) ஐயத்தை நீக்குகின்ற கம்பீரமான இசை, கட்டுப்படுத்தப்பட்ட நடை (நான்கு சம நிலையான, மெதுவான சொற்றொடர்கள், அவற்றில் இறுதித்தொடர் புரூடென்ஷியல் குழுமத்தின் வணிக முத்திரை திரையில் தோன்றும் நேரத்தில் முடிகின்றது) இவற்றின் வாயிலாக இந்த விளம்பரம் சொல்வது இதுதான்: 'உனது இளமை, சுதந்திரம், தன்னிச்சையான தன்மை ஆகியவற்றை விற்பனை செய்யாமலே (வீணாக்காமலே) பொறுப்பான நிதித் திட்டமிடுதலை நீ செய்யலாம்.' புரூடென்ஷியலில் சேமிப்பதன் வாயிலாக நீ பாதுகாப்பாக இருக்கலாம் என்று இதன் இசை உறுதி சொல்கிறது.

ஆனால் இந்தக் குறிப்பிட்ட விளம்பரம் குறிப்பிட்ட இசையின் வாயிலாக அர்த்தத்தையும் மதிப்புகளையும் எப்படித் தருகிறது என்பதைவிட, இம்மாதிரிப் பயன்படுவதற்கு இசையில் என்னதான் இருக்கிறது, அதாவது, இப்போது நாம் இசையைப் பொருட்படுத்தும் விதமாக, இசையில் இருப்பது என்ன என்பதைத்தான் நான் அழுத்திக் கேட்க விரும்புகிறேன்.

'தாங்கள் உணர்த்தும் அர்த்தத்திற்காக மட்டுமே அல்லாமல் கேட்பதற்குத் தாங்கள் இனிமையாக இருக்கின்ற காரணத்தால், மனிதனால் எழுப்பப்படும் ஒலிகள்' என்று இசையை வரையறுக்கலாம். 'மனிதனால் எழுப்பப்படுகின்ற' என்பது, காற்றின் கொஞ்சலையோ, பறவைகள் பாடுவதையோ இசை குறிப்பதில்லை என்று உணர்த்துகிறது. சில சமயங்களில் நாம் மேடைப் பேச்சு அல்லது கவிதையின் இசைத்தன்மை பற்றிக் குறிப்பிடுகிறோம் என்றாலும், வரையறையின் முதல் பகுதி, பேச்சொலி என்பதைத் தவிர்க்க உதவுகிறது. ஆனால் நல்ல விஷயங்களைக் கேட்பது என்பதற்கும் அப்பால் – இசை என்பதில் எவ்வளவு கூடுதலான சக்தி இருக்கிறது என்பதை புரூடென்ஷியல் விளம்பரம் காட்டிவிடுகிறது. ஒரு விளம்பரத்தை ஒன்றிரண்டு நொடிகள் கேட்டாலே போதும் – அதில் ஒலிக்கும் இசை என்ன, அதன் வகை (செவ்வியல், டிராட்ஜாஸ், ஹெவிமெட்டல், ஹவுஸ்) என்ன, தன்னுடன் அது என்ன விதமான அர்த்தத் தொடர்புகளையும் உள்ளர்த்தங்களையும் கொண்டுவருகிறது என்பது தெரியும். எல்லோருமே இசை வகைகளை அறிவார்களா என்பது தெரியாது – இருந்தாலும், தான் எடுத்துரைக்கும் பொருளுக்கு – அது துரித உணவு என்றாலும், நிதி நிறுவனங்கள் என்றாலும் – அந்த இசை எவ்வளவு பொருத்தமாக இருக்கிறது என்பதை, அல்லது அப்படியில்லை எனில், அது முரண் குறிப்பாகப் பயன்படுத்தப்

படுகிறது என்பதை – எப்படியோ நாம் உணர்கிறோம். ஆம், இதற்கு ஒரு குறிப்பிட்ட கலாச்சாரத்தினுள் வளர்வதால் ஏற்படும் பரிச்சயம்தான் காரணம். லண்டன் அல்லது நியூயார்க் தங்கும் விடுதியறையில் இம்மாதிரி விளம்பரத்தைப் பார்க்கும் ஒரு ஜப்பானியனுக்கோ, அல்லது டோக்கியோவில் பார்க்கும் பிரிட்டிஷ் அல்லது அமெரிக்காக்காரனுக்கோ, இவ்விளம்பரத்தின் சில உள்ளர்த்தங்களேனும் விட்டுப்போகும்தான். அவர்கள் இதே இசையைத்தான் விளம்பரத்தில் கேட்பார்கள். ஆனால் அவர்களுக்கு அதன் இனிமைக்குமேல் ஒன்றும் புரியாது; இது இசை என்பதன் ஒருபாதித் தன்மைதான்.

இடத்திற்கு இடம் (முற்காலத்தில் உடைகள் போல, அல்லது இப்போதும் உணவு வெளிப்படுத்துவது போல) இசையும் அதன் சேர்க்கைகளும் மிகவும் வேறுபடுவதால், தேசிய அல்லது பிரதேச அடையாளத்தின் குறியீடாக அது செயல்படுகிறது; நாட்டை விட்டு வெளியேறி வேறுநாட்டில் குடியேறிய இனங்கள், அயல்நாட்டில் தங்கள் அடையாளத்தைக் காப்பாற்றிக் கொள்வதற்காகச் சிலசமயங்களில் தங்கள் மரபான இசையை இறுகப் பிடித்துக்கொள்கிறார்கள். (எடுத்துக் காட்டாக, வட அமெரிக்காவில் உள்ள கிழக்கு ஐரோப்பிய, சீனச் சமுதாயங்களைச் சொல்லலாம்.) ஆனால் இசை கட்டமைக்க உதவுவது தேசிய அடையாளம் ஒன்றை மட்டுமல்ல. *ரிதம் அண் ப்ளூஸ், ராக் அண் ரோல்* ஆகிய வடிவங்களில் இசை 1960களின் இளைஞர்களின் கலாச்சாரத்தைக் கட்டியெழுப்புவதில் (இளமை பூகம்பம) மையப்பங்கு வகித்தது. அந்தச் சமயத்தில் ஐரோப்பிய, அமெரிக்க இளைஞர்கள் தங்கள் பெற்றோருக்கு எதிரான வாழ்க்கை விதத்தையும் மதிப்பொழுங்குகளையும் பிரக்ஞைபூர்வமாகக் கடைப்பிடிக்க முற்பட்டார்கள். அவர்கள், முதிய

தலைமுறையினரை ஒதுக்கிவைத்து, தங்களை 'இளைய தலைமுறையினர்' என்று சொல்லிக்கொண்டார்கள். அவர்கள் மத்தியில் இணைப்பை உருவாக்கும் வழியாக இசை இருந்தது. இதே விஷயம் இப்போதும் நடக்கிறது, ஆனால் முன்னைவிட நுட்பமான முறையில். ஜனரஞ்சக இசைப்பாணிகள் வேகமாகத் தலைகீழாகின்றன. இசைநிலையங்களைக் கேட்பவர்கள், அல்லது இசை இதழ்களை வாசிப்பவர்களுக்கு மட்டும்தான்; யார் இப்போது இருக்கிறார்கள், இல்லை என்ற விஷயங்கள் தெரியும். இதன் விளைவு, இப்போதைய இசையை, கேட்பவர்கள், கேட்காதவர்கள் என இரு பிரிவுகள். இன்றைய நிலையில் இசை, இளைய தலைமுறைக்கும் பிறருக்குமான ஒன்றாக மட்டுமல்ல, இன்றைய நகர்ப்புற, மேற்கத்திய அல்லது மேற்கத்திய மயமான, சமூக வேறுபாடுள்ள, ஒன்றையொன்று வெட்டிக்கொள்கின்ற, உபகலாச்சாரங்களாகப் பிளவுண்டு கிடக்கிறது. ஒவ்வொன்றிற்கும் தனித்த இசை அடையாளம் இருக்கிறது. இன்றைக்கு எந்தவித இசையைக் கேட்பது என்பது (புரூடென்ஷியல் விளம்பரம் காட்டியது போல) நீ என்னவாகப் போகிறாய் என்பதைவிட, நீ யாராக இருக்கிறாய் என்பதை முடிவுசெய்து பிறருக்கு அறிவிப்பதன் ஒரு முக்கியப் பகுதியாக உள்ளது.

உலகிலுள்ள கலாச்சார, உபகலாச்சார அடையாளங்களின் வடிவங்கள் ஒவ்வொன்றையும் உள்ளடக்கிய ஒன்றிற்கு இசை என்ற மிகச் சிறிய சொல் போதாதுதான். எல்லாச் சிறிய சொற்களையும் போலவே அதிலும் அபாயம் இருக்கிறது. நாம் இசை பற்றிப் பேசும்போது, அந்தச் சொல் குறிக்கின்ற பொருள் ஒன்று இருக்கிறது என்று எளிதில் நம்பிவிடுகிறோம். ஏதோ அது நமக்குப் புறத்திலுள்ள ஒன்று, நாம் இசை என்று பெயர் வைக்கக் காத்திருப்பதுபோல. ஆனால் இசையைப் பற்றிப் பேசும்போது நாம் உண்மையில் பலவிதமான செயற்பாடு

களையும் அனுபவங்களையும் பற்றிப் பேசுகிறோம்; அந்தச் செயற்பாடுகள் எல்லாவற்றையும் இசை என்று நாம் அழைப்பதனால்தான் அவை ஒரேவிதமானவை என்று நாம் நம்புகிறோம்.

(சில கலாச்சாரங்களில் ஆங்கிலத்திலிருப்பதுபோல இசை என்ற ஒரே சொல் கிடையாது. இசைக் கருவிகள் ஒவ்வொன்றின் இசையோடும் தொடர்புடைய ஒரு சொல் இருக்கிறது. எனவே நாம் நடனம், நாடகம் இவற்றை இசையிலிருந்து பிரித்துப் பார்ப்பது போல அக்கலாச்சாரத்தினர் செய்வதில்லை.) மேலும் சில அனுபவங்களையும், நடவடிக்கைகளையும் பிறவற்றை விட இசைத்தன்மை உடையவை என்று நாம் நினைக் கிறோம். புரூடென்ஷியல் விளம்பரம் பயன்படுத்துப வற்றில் இதுவும் ஒன்று. அந்த இளைஞன், தொடக்கத்தில் இசையைக் கேட்டுக் கொண்டிருக்கிறான், ஆனால் அது போதாது. அவன் ஓர் *இசைக் கலைஞனாக* விரும்பு கிறான். (பிரேசிலில் வாழும் ஷியா இந்தியர்கள் போன்ற சில சமூகங்களில் இந்த வேறுபாடு கிடையாது. ஆனால் நவீன மேற்கத்திய சமூகத்தில் இசைக் கலைஞனாக இருப்பது, வெறுமனே இசையை இரசிக்கின்ற ஒருவனாக இருப்பதிலிருந்து வேறுபட்டது.) அந்த விளம்பரம் வேதனை தரும் விதமாகத் தெளிவுபடுத்துவது, எத்தனையோ விதமான இசைக்கலைஞர்கள் இருக் கிறார்கள் என்பதையும்தான். ஏனென்றால் அந்த இளைஞன் ஏதோ ஓர் அங்காடித் தெருவில் பியானோ வாசிப்பவனாக விரும்பவில்லை; அவன் நிஜமான ஒரு கலைஞனாக விரும்புகிறான். வெறுமனே ஏதோ ஒரு வயதான பெண்மணி வாசிக்கச் சொல்வதை வாசிப்ப வனாக மட்டுமல்ல, தன்னைப் பாராட்டுகின்ற, போற்று கின்ற பொதுமக்கள் முன்னால் வாசிப்பவனாக மட்டு மல்ல, தான் விரும்பிய, தனது சொந்த இசையை வாசிப்பவன் ஆகவும் விரும்புகிறான்.

இசையில் நேர்மை

இவையெல்லாம் இசை என்பதன் பல அடுக்கு அர்த்தங் களைக் காண்பதாகும். புரூடென்ஷியல் விளம்பரம் நேர்மை பற்றியது என்று கூறினேன் – வளரும்போதும், வளர்ந்து சமூகத்தில் உங்களுக்கான இடத்தை நிரப்பும் போதும் உங்களுக்கு நீங்கள் உண்மையாக இருத்தல் (ஆம், புரூடென்ஷியல் ஓய்வூதியத் திட்டம் ஒன்றை வாங்குதலும் கூடத்தான்). அதனால்தான் அது ராக் இசையை அடித்தளமாக வைக்கிறது. ஏனென்றால் ராக் இசை நேர்மையானது, நம்பகமானது என்ற சிந்தனை நமக்குள், நம் இசை பற்றிய கருத்தில் ஆழமாகப் பதிந் திருக்கிறது. இச்சிந்தனை, *ப்ளூஸ்* முதலாக ராக் இசை தொடங்கிய போதிலிருந்து – குறிப்பாக, தென்கோடி யில் கறுப்பு அமெரிக்கர்கள் பாடியும் வாசித்தும் காட்டிய ப்ளூஸ் இசையிலிருந்து. ஒடுக்கப்பட்ட ஓர் இனத்தின் நேர்மையான வெளிப்பாடாக ப்ளூஸ் காணப்பட்டது. அது இதயத்திலிருந்து (பின்னால், *சோல்* என்ற இசை குறிப்பிடுவது போல ஆன்மாவிலிருந்து) வருவதாக, எதிர்நிலையில் கஞ்சி போட்டு மடித்த, ஐரோப்பாவி லிருந்து இறக்குமதி செய்த செவ்வியல் கலைமரபுக்கு (கச்சேரி இசை, இசை நாடகம்) முரணாக நோக்கப்பட்டது.

ஆனால் ஏதோ ஓர் இசை இயற்கையானது, மற்றது செயற்கையானது என்ற சிந்தனை பழமையானது. இது ழான் ழாக் ரூசோவுடன் குறிப்பாகத் தொடர் புடையது (தமது எழுத்துகளை பிரெஞ்சுப் புரட்சியின் முன்வரலாற்றின் ஒரு பகுதியாகக் கொண்ட அதே ரூசோதான்). தமது கால பிரெஞ்சுச் சமூகத்தில் காணப்பட்ட இசையின் செயற்கையான, திட்டமிட்டு உருவாக்கப்பட்ட தன்மையை விமர்சனம் செய்தார் அவர். அதனுடன் ஒப்பிடும்போது இத்தாலிய இசை சுதந்திரமானது, இயற்கையானது, உணர்வு, உணர்ச்சி இவற்றின் நேரடி வெளிப்பாடாக அமைவது என்றார்.

இசை

அமெரிக்க ஜனரஞ்சகக் கலாச்சாரத்தில் இந்தச் சிந்தனை பல்வேறு வடிவங்கள் எடுத்துள்ளது. ஒரு சிறந்த உதாரணம், ரூஸோவை அடியொற்றி வந்தது என்று நீங்கள் கருதக்கூடியது, *தி கோஸ்ட் ஆஃப் தி ஃபாஃப்னர் ஹால்* (ஜிம் ஹென்சனின் *தி மப்பெட் ஷோ* என்பதிலிருந்து எடுத்த முழுநீளப்படம்) என்பதன் ஒரு சிறு பகுதி. இதில் ரை கூடர், பிகினினி இவர்களின் ஓர் எதிர்கொள்ளலும் இருந்தது. ரை கூடர், பிரபலமான ப்ளூஸ்-ராக் கிடாரிஸ்ட், பாடகர். பிகினினி, ஐரோப்பிய மரபில் வந்த ஒரு சிறந்த வயலின் கலைஞர் (படம் 4). அசாதாரணமான அவரது தொழில் நேர்த்தி ஒருபக்கம் இருந்தாலும், பன்றி வேடமணிந்த அந்தப் பிரபல மனிதருக்கு ஓர் அபாயமான குறைபாடு இருக்கிறது – அவரால் ஸ்கேல்கள் மட்டும்தான் வாசிக்க முடியும், அதுவும் எதிரில் ஒரு குறிப்புப்பலகை இருந்தால்தான் இயலும். ஆச்சரியகரமாக, இவை எதுவுமே அவருக்குத்

4. ரை கூடர், பிகினினி நடித்த *தி கோஸ்ட் ஆஃப் ஃபாஃப்னர் ஹால்* என்பதிலிருந்து நிலைப்படம்.

தன்னம்பிக்கையில் ஒரு திடீர் நெருக்கடியைக் கொண்டு வந்துவிடவில்லை. இந்தச் சமயத்தில்தான் ரை கூடர், ஒரு வாயிற்காவலன் பாத்திரத்தில், பிகினினி ஒரு விளக்கு மாற்று அலமாரியில் பதுங்கிக் கொண்டிருப்பதைப் பார்க்கிறார். 'நான் எப்படி என் இரசிகர்களைத் திருப்திப்படுத்த முடியும்' என்று பிகினினி கேட்கிறார்.

இரசிகர்கள், அவர் ஸ்கேல்களுக்குப் பதிலாகச் சிறிய கறுப்புக்கட்டைகளின் ஸ்வரங்களை மட்டுமே வெவ்வேறு வரிசைகளில் வாசிக்க வேண்டுமென்று கேட்கிறார்கள். எல்லாம் தாறுமாறாக என்று சொல்கிறார் அவர். சுருக்கமாக, யார் *இசையை* வேண்டுகிறார்கள்? எனவே ரை கூடர், அவருக்கு இதயத்திலிருந்து வாசிப்பதைப் பற்றி ஒரு பாடம் கற்றுத் தருகிறார். இசை இயல்பாக வருவது பற்றி. நிஜமான இசை, வெறும் செயற்கையான இசைப் பயிற்சியிலிருந்து வருவது அல்ல. (நிஜமான இசை, பின்னால் தெரிகிறது, ப்ளூஸ் போலவே குறிப்பாக ஒலிக்கிறது.)

இப்படிப்பட்ட பின்னணியில், ஜனரஞ்சக இசை பற்றிய விமர்சன விளக்கவுரை – குறிப்பாக *ஹெவிமெட்டல்* பற்றி நான் சிந்திக்கிறேன் – அது உடலின் உள்ளுறுப்புகளைப் பாதிப்பதாகவும் எதிர்கலாச்சாரத் தன்மை கொண்டதாகவும் இருக்க வேண்டும் – செவ்வியல் கலைமரபிலிருந்து எவ்வளவு தூரம் கடன்வாங்கியிருக்கிறது என்பதை வைத்து மதிப்பிடுவதில் ஆச்சரியமில்லை. (ஹெவிமெட்டல் கிட்டார்க்காரர்களான எடீ வான் ஹேலன், ரேண்டி ரோட்ஸ் போன்றவர்கள் பரோக் இசையமைப்பாளர்களான விவால்டி, ஜொஹான் செபஸ்தியான் பாஹ் போன்றோரின் செல்வாக்குக்கு உட்பட்டிருந்தார்கள். அந்தச் செல்வாக்கு *டீப் பர்ப்பிள், எமர்சன், லேக், பாமர்* வரையிலேனும் செல்கின்றது – ப்ரோகுல் ஹரூமின் 'எ ஒயிட்டர் ஷேட் ஆஃப் பேல்' பற்றிச் சொல்ல வேண்டியதேயில்லை.) ஆனால்

ஜனரஞ்சக இசையின் நம்பகத்தன்மை பற்றிய சிந்தனை கலாபூர்வமான இசைக்கு எதிராக இருப்பது என்பதை மட்டும் சுற்றிச் சுழலவில்லை, அதற்கு நேரடியாகவே ஓர் ஒழுக்கப்பகுதி இருக்கிறது. அது ப்ளூஸ்களின் வணிகமயம் ஆக்கலிலிருந்து பெருமளவு எழுகிறது. இன்னும் குறிப்பாகச் சொன்னால், **1950, 1960**களில் அதன் நகர்ப்புறப் பகுதியான *ரிதம் அண் ப்ளூஸ்*-இல் இருந்து எழுகிறது. இந்த ஆண்டுகளில்தான் அமெரிக்க ரிகார்டிங், ப்ராட்காஸ்டிங் கம்பெனிகள், கறுப்பு இசையை வெள்ளையருக்குச் சந்தையில் விற்கும் சாத்தியத்தைப் பற்றி முதன்முதலாக அறிந்தன. கறுப்புக் கலைஞர்களுடைய இசைப் பதிவுகளை அப்படியே சந்தைக்கு அனுப்புவதன் முன்னால், வெள்ளைக் கலைஞர்கள் அந்த இசையை அப்படியே மறுபதிவுச் செய்தார்கள். உண்மையில், ரிதம் அண் ப்ளூஸ்-இன் வெள்ளைப் பதிப்புதான் ராக் அண் ரோல் (மிகப் பெரிய உதாரணம், 'ராக் இசையின் அரசன்', எல்விஸ் பிரெஸ்லி).

இந்தப் பாட்டுகளைக் 'கவரிங்' செய்ததால் – இசை மறுபதிவு அக்காலத்தில் அப்படித்தான் சொல்லப்பட்டது – பதிவு செய்யும், ஒலிபரப்பும் கம்பெனிகள் மூலக் கலைஞர்களுக்கு உரிமைத் தொகை *(ராயல்டி)* தராமல் தவிர்த்தன. கறுப்பின உரிமை இயக்கம் வேகம் பெற்ற போது, இதைப்பற்றி அவதூறு உண்டாயிற்று. அதனால் 'கவர்' பதிப்பு என்பதே அவமரியாதைக்குரியதாயிற்று. எனவே ராக் இசை உருவாக்கம், குறிப்பாக, முற்போக்கு ராக் இசை, உங்கள் சொந்தமல்லாத இசையை வாசிப்பதில் ஏமாற்று இருக்கிறது என்ற எண்ணத்தை ஏற்றுக் கொண்டது. இது உனது பதிப்புரிமை நிலுவை களைச் செலுத்தி விட்டாயா என்ற கேள்விக்கு அப்பால் சென்றது. குழுக்கள் தங்கள் சொந்த இசையை எழுத வேண்டும், தங்கள் சொந்தப் பாணியை அமைத்துக்

கொள்ளவேண்டும் என்று எதிர்பார்க்கப்பட்டனர். எல்லாவற்றுக்கும் மேலாக, இசைத் தொழிலின் முனைவோர்கள் ஆட்களைக் கொண்டுவந்து சேர்ப்பதைவிட, இயற்கையாகவே அவர்கள் ஒன்றுசேரவேண்டும் என்றும் எதிர்பார்க்கப்பட்டனர். 1960களின் ராக் இசை ஆர்வலர்கள் மங்கீஸ்களின் வெற்றியைக் கண்டு வெறுப்படைந்தனர். மங்கீஸ் என்பவர்கள், என்பிசி தொலைக்காட்சியால் திறம்படக் கண்டுபிடிக்கப்பட்டு அதனால் மிகவும் ஆதரிக்கப்பட்டவர்கள். (வெளிப்படையாகவே பீட்டில்ஸின் மாதிரியில் அமைந்தவர்கள்). அவர்கள் செயற்கையாகக் கட்டப்பட்ட ஒரு குழு என்பதால், நம்பகத்தன்மை என்ற கோட்பாட்டிற்கே விரோதமானவர்கள் என்று நோக்கப்பட்டனர்.

இதே மதிப்புகளின் ஒழுங்கமைவுதான் இன்றைக்கும் அழியாமல் நிலைத்திருக்கிறது. தங்களுக்கென ஒரு தனித்த பாணியை அமைத்துக்கொள்ளாமல், பழைய கால முக்கியமான குழுவினரின் இசையைப் போலி செய்துகாட்டுகின்ற 'அவர்கள் மாதிரி-தோற்றமளிக்கும்' இசைக் குழுக்களைப் பிரபலமான இசைவிமர்சகர்கள் புறக்கணித்து விடுகிறார்கள். குறிப்பாக, ஸ்பைஸ்-கேர்ல்ஸ் என்னும் குழுவினரைப் பற்றிச் சந்தேகப் படுகிறார்கள் (படம் 5). 1990களின் மத்தியில் அவர்கள் புகழ் திடீரென உச்சத்திற்குப் போயிற்று. உங்களிடம் சரியான ஃபார்முலா இருந்தால் மக்களுக்கான இசையில் நீங்கள் வெற்றியை உற்பத்தி செய்துகொள்ள முடியும் என்று அது காட்டியது. (படம் 6, ஸ்பைஸ் கேர்ல்ஸ் களை ஒன்றாக்கிச் சேர்த்த *தி ஸ்டேஜ்* என்பதற்கான விளம்பரத்தைக் காட்டுகிறது.) ஒரு புகழ்பெற்ற வழக்கில், மில்லி வானில்லி என்ற நிறுவனத்தினர், புதிய சிறந்த படைப்பு என்பதற்காக அவர்களுக்குத் தரப்பட்ட 1990 கிராமபோன் விருதினை இழந்தனர். அவர்கள் பதிவுத்தட்டுகளில் எதையுமே அவர்கள்

சொந்தமாக நிகழ்த்தவில்லை என்பது காரணம். நிகழ்த்துதல் என்ற சொல்லுக்குரிய மரபான அர்த்தத்தில், இன்றைய நவீன ஸ்டூடியோ தொழில்நுட்பம் எந்த அளவு அதைச் சிக்கல் வாய்ந்ததாக ஆக்கியுள்ளது என்பதை நாம் பார்க்கும்போது அக்காலத்தில் இது ஒரு முறைகேடான தீர்ப்பு. ஆனால், இசை இயற்கையாகவே உண்டாக்கப்பட வேண்டும், செயற்கையாக உருவாக்கப் படக்கூடாது – தனிப்பட்ட நேர்மையைவிட தொழில் வழித் திறமை மதிக்கப்படக்கூடாது என்னும் காலத்துக்கு ஒவ்வாத நம்பிக்கையைவிட இதில் வேறு ஏதோ மிகச் சிக்கலானது செயல்படுகிறது.

1980களின் பிற்பகுதியில் பெட்ஷாப் பாய்ஸ் சுற்றுப்பயணம் செய்தார்கள். அதற்கு முன்னரே அவர் களுடைய பதிவுகள் அவர்களுக்கு சர்வதேச வெற்றி யைத் தந்திருந்தன. அவர்கள் அவையில் நிகழ்த்தியவை, தங்கள் ஸ்டூடியோ பதிவுகளை அப்படியே மறுபடி நிகழ்த்திக்காட்ட முடியாது என்பதை உணர்த்தின. அவர்கள் நேரடியாகவே அதை ஒப்புக்கொண்டார்கள். அவர்களின் முக்கியப் பாடகரான நீல் டெனன்ட், ரோலிங் ஸ்டோன் பத்திரிகைக்குச் சொன்னார் – 'எங்களால் அதை அப்படியே நிஜத்தில் நடத்திக் காட்ட இயலாது என்பதை நிரூபிக்கவே விரும்புகிறேன்.' பிறகு சேர்த்தார் – 'நாங்கள் ஒரு பாப் குழுவினர்; ராக் அண் ரோல் குழுவினர் அல்ல.' அவருடைய கடைசிக் கருத்துரை பற்றிக் குறிப்பிட்டுச் சொல்ல வேண்டியது என்னவென்றால், ராக் குழுவினர்தான் தங்களையும் பாப் குழுவினரையும் வேறுபடுத்துபவர்கள், அதுவும் இழிவுபடுத்தும் முறையில். கொஞ்சம் முரட்டுத்தன மாகச் சொன்னால் – முரட்டுத் தனம்தான் அது – அந்தச் சிந்தனை இவ்வாறு செல்கிறது: ராக் கலைஞர்கள் நேரடி நிகழ்ச்சியை நடத்துகிறார்கள், தங்கள் இசை யைத் தாங்களே உருவாக்கிக் கொள்கிறார்கள்; தங்கள்

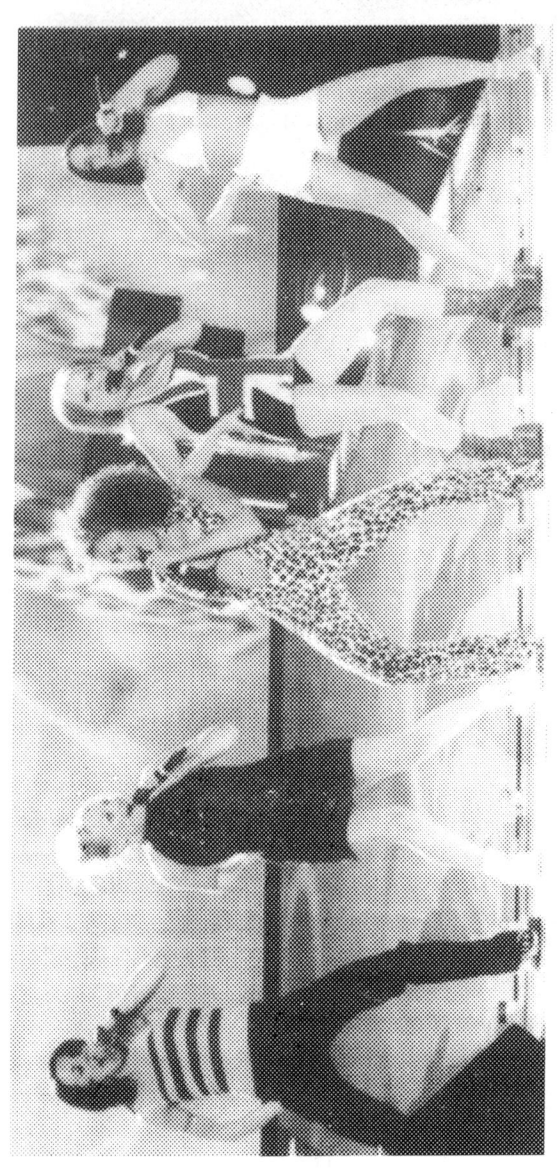

5. 1996இன் சம்பவம் – தி ஸ்பைஸ் கோ்ல்ஸ்.

6. தி ஸ்பைஸ் கேர்ல்ஸுக்கு அளிக்கப்பட்ட மூல விளம்பரம் *(தி ஸ்டேஜ்).*

அடையாளங்களைத் தாங்களே உருச் செய்கிறார்கள். சுருக்கமாகச் சொன்னால், அவர்கள் விதியை அவர்களே வகுத்துக்கொள்கிறார்கள். இதற்கு மாறாக, பாப் இசைக் குழுவினர், இசைத் தொழிலின் தோல்பொம்மைகள். அவர்கள் குறைகூறும் முறையிலோ நேராகவோ ஜனரஞ்சக ரசனைக்கு ஏற்பச் செய்பவர்கள். பிறர் உருவாக்கி அமைத்த இசையைப் பயன்படுத்திக் கொள் பவர்கள். அவர்களுக்கு நம்பகத்தன்மை இல்லை, எனவே அவர்கள் இசைக் கலைஞர்கள் என்ற வரிசைப் படியில் கீழ்ப்படியில் இருக்கிறார்கள். இதை வேறு விதமாகச் சொன்னால், இசைக் கலையின் வரிசைப் படிநிலை, மறுஆக்கம் செய்பவர்களைவிட, அதாவது, நிகழ்த்துபவர்களைவிட அசலாக இசையை உருவாக்கு பவர்களை – ஆசிரியர்கள் என்று அவர்களைக் கூறலாம் – உயர்த்துகிறது.

1980களிலும் 1990களிலும் குறுவட்டு(சிடி)களில் ராக் தலைமைப்படைப்புகள் மறுபதிப்புச் செய்யப்

பட்ட பிறகு, (இவை ஏறத்தாழ முப்பது நாற்பது இருக்கலாம் – அவற்றின் இசைத் தட்டுப்பதிவுகள் வெகுகாலத்திற்கு முன்பே அழிந்து விட்டன) ஒரு புதிய விமர்சன எழுத்துமுறை உருவாயிற்று. பழைய செவ்வியல் ராக் குழுவினரின் இசைத்தொகுப்புகளின் தலைமைத்தன்மையை உறுதிப்படுத்துவதாக அது இருந்தது. இந்தக் குழுக்கள் இருக்கும் இசையை அப்படியே மறுஆக்கம் செய்யவில்லை, மாறாக, குழு உறுபபினர்களின் பொதுவான பகிர்வுப் பார்வைக்கு ஏறப, புதிய பாணிகளையும் புதிய படைப்புகளையும் உருவாக்கின என்பதைக் காட்டி இவ்விமர்சனங்கள் நிறுவின. அந்த இசை, இந்த தரிசனத்தைக் காட்டியது. இரசிகர்களின் இரசனைக்கேற்பவோ, தொழிலின் ‘டிமாண்டிற்’கேற்பவோ அந்த இசை செய்யப்பட வில்லை. வேறுவகையில் சொன்னால், இந்தக் குழுக்கள் நேர்மையான ஆசிரியர்கள்.

ஆனால் இந்த மாதிரியான விமர்சன விளக்கம், மெய்ம்மைகளுக்குப் பெருமளவு வன்முறை இழைத்து விடுகிறது. செவ்வியல் குழுக்களுக்கும் இசைத் தொழில் துறைக்குமான உறவுகள் பெருமளவு பிரச்சினைப்பாடு உடையனவாகவே இருந்தன. ஆனால் அவை நெருக்க மாகவும் இருந்தன. ஆசிரியத்தன்மைக்கும் மறுஆக்கத் திற்குமான வேறுபாடும் மிகவும் வழுக்கக்கூடியது. (மடோனா மாதிரியான ஒரு நிகழ்த்துபவர், *மெடீரியல் கேர்ல்* என்ற பாட்டில் தனது முத்திரையைப் பதித்து – அதை எழுதியவர் யாராக இருந்தாலும் – தனது சொந்த மாக ஆக்கிக்கொள்ளவில்லையா? ஆசிரியத்தன்மை யுள்ள – நம்பகத்தன்மையான ராக் இசைக்கும், அது அற்ற பாப் இசைக்கும் உள்ள வேறுபாட்டை நிலையாக நிறுத்துவதுதான் மிகவும் நமக்கு வெளிச்சமளிப்பதாக இருக்கிறது. உறுதியான விமர்சகர்கள், இயலாமைக்கு இடையிலும் எப்படி இந்தக் கோட்டை வரைவதில்

மிகவும் உறுதியாக இருக்கிறார்கள் என்பதை இது காட்டு கிறது. ஆனால் ஜனரஞ்சக இசைக்கு இப்படிப்பட்ட விளக்கத்தை யார் தூண்டிவிட்டது? ஒரு பயனுள்ள தற்காலச் சொல்லை ஏற்றுக்கொள்வது, அது சாதிக்க நினைக்கும் கலாச்சாரப் பணியை ஏற்றுக்கொள்வதாகுமா?

அடுத்த இயலில், இம்மாதிரிச் சிந்தனைப் போக்கிற்கு ஒரு வரலாற்றுப் பின்னணியை வழங்க இருக்கிறேன். அதற்குமுன், நாம் செவ்வியல் இசையைப் பற்றி நினைக்கும் விதத்துடன் அது எப்படி இணைகிறது என்பதைக் காட்ட விழைகிறேன். உங்கள் அருகிலுள்ள பத்திரிகைக் கடையில், இசை பற்றிய பத்திரிகைகளை வெறுமனே பார்த்தால் போதும். பெரிய இசையமைப் பாளர் என்ற கருத்தை உருவாக்குவதில் செவ்வியல் இசை பற்றிய சிந்தனை எப்படி முன்னணியில் இருக் கிறது என்பதைத் தெரிந்துகொள்ளலாம். பெரிய இசைக் கலைஞனின் தொழில்திறன் உள்ளவாறே ஏற்றுக் கொள்ளப்படுகிறது; ஆனால் அவருடைய கலைத் தன்மை அவருடைய சொந்த தரிசனத்தை மைய மிட்டு அமைந்துள்ளது. பதிவுசெய்யும் கம்பெனிகளின் விளம்பரங்கள், பீத்தோவனையோ, மாலரையோ அப்படியே விளம்பரம் செய்வதில்லை; மோட்டார் கம்பெனிகளைப் போல (இவர்களின் உற்பத்திப் பொருட்கள் ஒரேமாதிரியாக இருப்பதால் அவர்கள் தனிப்பட்ட பாணியைப் பற்றிப் பேசுகிறார்கள்) இவர் களும் வணிகச் சின்ன விற்பனையில் ஈடுபடுகிறார்கள். எனவே அவர்கள் விதிவிலக்கான, கவர்ச்சி மிக்க நிகழ்த்துபவரின் விளக்க தரிசனத்தையே விற்கிறார்கள். பீத்தோவனுடைய இசையை – போலினியின் விளக்க முறையுடன், மாலரின் இசையை – ராட்டிலினுடைய விளக்கமுறையுடன். வேறு மொழியில் சொன்னால், நிகழ்த்துபவர்கள், பாப் இசையில் போல, நட்சத்திரங் களாகச் சந்தைப்படுத்தப்படுகிறார்கள். இதற்குச்

7. வனஸ்ஸா-மே (நிக்கல்சன்)யின் ரெட்ஹாட்டின் மேலுறை (1995 கேட்லாக் எண் டீஓசிபி 8625). தாய்லாந்து-சீனக் கலப்பினப் பதினாறு வயது பிரிட்டிஷ் வயலினிஸ்டு வனஸ்ஸா-மேயினுடைய செவ்வியல் இசைப்பட்டியலில், பீத்தோவன், சைக்காவ்ஸ்கி, விவால்டி, புரூச், இன்னும் பிறர் உள்ளனர். அவர்களுடைய அசலான படைப்பு களையும், பாஹின் *டொகாடா* மற்றும் *ஃப்யூகு*வின் வரிசைப் படுத்தலையும் அது கொண்டுள்ளது. (அதன் மறுகலப்புப் பதிப்பில், *டொகாடா* மற்றும் *ஃப்யூகு* அமெரிக்க ஐக்கியநாட்டு பில்போர்டு நடன வெளிப்பாட்டுப் பட்டியலில் முதலிடம் பிடித்தது. இப்படிச் செய்த முதல் செவ்வியல் இசைக் கலைஞர் இவர்தான்).

சிறப்பான உதாரணங்கள், ஜனரஞ்சகச் சந்தைக்குள் நுழைந்துவிட்ட செவ்வியல் கலைஞர்களே (படம் 7).

இப்படியாக, செவ்வியல் இசைத் தொழில், நல்ல விளக்க முறையாளர்களை, அசலான படைப்பாளர்கள் போல அல்லது ஆசிரியர்களைப் போல சந்தைப்படுத்து கிறது. எனவே ஜனரஞ்சக இசையில் காணப்படும் அதே ஆசிரிய மதிப்புகளை உயர்த்திப் பிடிக்கிறது.

ஆனால் மிகச் சரியான வடிவத்தில், ஆசிரியர்களுக்கும் மீளாக்கம் செய்பவர்களுக்குமான வேறுபாட்டை செவ்வியல் இசை தொடர்பான புத்தகங்களில்தான் காணமுடியும். பெருமளவு அவர்கள் இசை என்று குறிப்பிடுவது, இசையமைப்பாளர்களுடைய பணி களைத்தான். மிகப்பெரிய 'நியூ ஆக்ஸ்ஃபோர்டு கம்பேனியன் டு மியூசிக்'இன் பெரும் தொகுதிகளை நோக்கினால், அல்லது செவ்வியல் இசைக்கு 'தோராய மான வழிகாட்டி' என்ற புத்தகத்தில், மிகச்சிறிய இசையமைப்பாளர்களைப் பற்றிய தகவல்களையும் குவியல் குவியலாகப் பெறமுடியும். ஆனால் நிகழ்த்து வோர்களைப் பற்றிய ஒரு குறிப்பும் இவற்றில் இருப்ப தில்லை என்பது நமக்கு எடுப்பாகத் தெரியக்கூடியது. விக்டோரிய சமுதாயத்திலுள்ள பணியாளர்களைப் போன்றவர்கள் அவர்கள். அவர்கள் இல்லாமல் காரியம் நடக்காது, ஆனால் அவர்களைக் கண்டுகொள்ளத் தேவையில்லை. (அந்தப் புத்தகங்கள் எப்போதாவது மனம் வைத்து நிகழ்த்துவோரைப் பற்றிக் குறிப்பிட்டால், அது, மூல இசையமைப்பாளரின் இசைக் குறிப்பினை மிகை விளக்கம் செய்தோ அல்லது தாமாகவே தங்கள் இசையறிவைக் காட்டுமுகமாகவோ அவர்கள் தேவை யற்று எடுத்துக்கொண்ட உரிமையை, அல்லது வரம்பு மீறி ஈடுபட்ட விஷயத்தைக் கண்டிக்கும் முகமாகவே இருக்கும்.) இசையமைப்பாளரின் தேர்ந்தெடுத்த சிறிய உலகிற்குள்ளும் இதே அமைப்புதான் செயல்படுகிறது. ஒரு நிறுவப்பட்ட பாணியின் அடிப்படையில் எழுதும் மரபுசார் இசையமைப்பாளர்களை விட்டு, இசை பற்றிய கல்விசார் நூல்களும் புதிய கண்டுபிடிப்பாளர்களை, செவ்வியல் மரபை உருவாக்குவோரை, பீத்தோவன்களை, ஷோன்பெர்குகளையே தவறாமல் குறிப்பிடுகின்றன.

அவ்வாறாயின், நமது கலாச்சாரத்தில் மரபைவிடப் புதுமையாக்கத்தை மேலாக வைக்கின்ற, மீள்செய்தலை

விட படைப்புச் செயலை மதிக்கின்ற, சந்தையாக்கத்தை விடத் தனிப்பட்ட வெளிப்பாட்டைப் போற்றுகின்ற ஒரு மதிப்பொழுங்கு செயல்படுகிறது. சுருங்கச் சொன்னால், இசை, 'உண்மை'யானதாக இருக்க வேண்டும், இல்லையென்றால் அது இசையே இல்லை.

சொற்களும் இசையும்

இசை பற்றிய விமர்சன உரைகளால் சாதிக்கப்பட்ட 'கலாச்சாரப் பணி' பற்றி முன்னமே குறிப்பிட்டேன். நூல்களால், இதழ்களால், செய்தித்தாள் மதிப்புரை களால், தொலைக்காட்சியால், வானொலி நிகழ்ச்சி களால், கச்சேரிகளுக்கிடையில் நடைபெறும் உரை யாடல்களால். வார்த்தைகள் பணி செய்கின்றன, காரணம் அவை வெறுமனே பொருள்கள் எப்படி இருக் கின்றன என்பதைப் பிரதிபலிப்பதில்லை. கொஞ்சம் அருவப்படுத்திச் சொன்னால், மொழி வெறுமனே யதார்த்தத்தைப் பிரதிபலிப்பதைவிட, அதைக் கட்டமைக்கிறது. நாம் இசையைப் பற்றிப் பயன் படுத்தும் மொழிகள், அதைப் பற்றிச் சொல்லும் கதைகள் ஆகியவை இசை என்றால் என்ன, நாம் அதற்கு என்ன வாக இருக்கிறோம், அது நமக்கு என்னவாக இருக்கிறது என்பதை நிர்ணயிப்பதில் துணைபுரிகின்றன என்பது இதற்கு அர்த்தம். உதாரணமாக, 'உண்மை' என்று நாம் சொல்லும் சிந்தனையில் பொதிந்துள்ள கருத்துகள், இசையிலேயே அமைந்தவை அல்ல. நாம் அவற்றை அங்கே இட்டதால் அவை அங்கிருக்கின்றன. நாம் இசையைப் பற்றிச் சிந்திக்கும் விதமும் இசையை நாம் எப்படி உருவாக்குகிறோம் என்பதைப் பாதிக்கிறது. எனவே இது ஒரு வட்டப்பாதை. பொருள்களைப் பற்றி இப்படி நாம் சிந்திப்பதிலுள்ள தொடர்ச்சிதான் இசையாயினும் வேறெந்தத் துறையாயினும், 'மரபுகள்' என்பவற்றை உண்டாக்குகிறது.

இன்றைய உலகில் 'இசை' என்னும் சிறிய வார்த்தை குறிக்கின்ற வெவ்வேறுபட்ட நடைமுறைகளையும் அனுபவங்களையும் எடுத்துரைப்பதற்கு நாம் கடந்த காலத்திலிருந்து இசைபற்றி மரபுவழியாகப் பெற்றிருக்கின்ற சிந்திக்கும் முறை போதாது என்பதுதான் இந்த நூலின் முக்கியமான செய்தி. நூறாண்டுகளுக்கு முன்னால் ஆக்ஸ்ஃபோர்டு பல்கலைக்கழக அச்சகம் இசை பற்றி ஒரு நூலை வெளியிட்டது என்று வைத்துக் கொள்வோம். அப்போது இசை என்ற சொல்லுக்கிருந்த குறிப்பீட்டு நிலைத்தன்மை இப்போது இல்லை. இசை என்பது அப்போது ஐரோப்பியக் கலை மரபு கவனம் குவித்த வல்லுநர்களாகிய ஜே.எஸ். பாஹ், பீத்தோவன், ப்ராம்ஸ் ஆகியோரின் படைப்புகளைக் குறித்தது. ('B' என்ற எழுத்து இசை வரலாற்றில் கொண்ட முக்கியத்துவம் பற்றி இதுவரை திருப்திகரமாக ஆராயப்பட வில்லை.) இந்த மரபுக்கு வரலாற்று முன்னோடிகள் இருந்தனர். இதற்கு மாறான விந்தைக்கவர்ச்சியுள்ள, சிலசமயங்களில் எதிர்பாராத விதமான செயற்கை இசை நடைமுறைகள் உலகில் வேறிடங்களிலும் இருந்து வந்தன. ஆனால் 'இசை' என்ற கருத்து குறிப்பிட்ட இசைப்படைப்புகளின் தொகுதியில் உறுதியாக நிலை கொண்டுள்ளது. அதனால் குறிப்பிட்ட இடத்திலும் காலத்திலும் வேரூன்றியுள்ளது.

ஆனால் இந்த விசித்திரமான படைப்புகள் என்ற வார்த்தை, வெறுமனே முதல் உலகப்போருக்கு முந்திய நூற்றாண்டில் மேற்கத்திய நாகரிகத்தின் ஐரோப்பிய மையத் தன்மையை மட்டும் குறிக்காமல் அதைவிட ஆழமாக வேறெதையோ குறிக்கவும் செய்தது. அந்தக் கலாச்சாரத்தின் அடியில் புதைந்திருப்பதையும் அது பிரதிபலித்தது: *பொருட்கள் உற்பத்தியின்* அடிப்படையில் அமைந்த செவ்வியல் தொழில்சார் பொருளாதாரம், அவை பிறகு *விநியோகம்* செய்யப்பட்ட முறை,

இறுதிய[illegible] அவற்றை வாங்கிய பொதுமக்க[illegible]றகு அவற்றை *நுகர்ந்தவிதம்*. (இந்தப் பொருளாதாரம், இருபதாம் நூற்றாண்டின் இறுதிப்பகுதியின் சேவைப் பொருளாதாரத்திலிருந்து மிகவும் வேறுபட்ட பொருளாதாரம். சேவைப் பொருளாதாரம், உற்பத்தி செய்யப்பட்ட பொருட்களை அடிப்படையாகக் கொள்ளாமல், புரூடென்ஷியல் கமெர்ஷியலின் ஒய்வூதியத் திட்டங்கள் போன்ற 'விளைபொருட்' களைப் பற்றிக் கவலைப் படுகின்றது.)

இதேமாதிரி முறையில்தான், இசையும் இசையமைப்பு களை *உற்பத்தி செய்வது* பற்றியதாகக் கருதப்பட்டது. இந்த இசையமைப்புகள் பிறகு *நிகழ்த்தப்பட்டன*. அவை பிறகு கேட்கும் பொதுமக்களால் *அனுபவிக்கப்பட்டன* (அனுபவித்தல் என்பது கேட்டு சந்தோஷப்படுதல், இரசித்தல் ஆகியவற்றைக் குறிக்கிறது). சுருங்கச்சொன் னால், இசைக் கலாச்சாரம் என்பது, பத்தொன்பதாம் நூற்றாண்டில் இசைப் படைப்புகள் என்று கருதப் பட்டவற்றை உற்பத்தி செய்தலும், பிறகு அவற்றை (நிகழ்த்தல் வாயிலாக) விநியோகம் செய்தலும், நுகர்தலும் சேர்ந்த நடைமுறையாகக் கருதப்பட்டது.

இது பொருளாதார உலகுடன் நேரடியாகத் தொடர்பு படுவதால் நமக்கு வெளிச்சமூட்டுவதாக இருக்கிறது. உழைப்பைப் பண்டகசாலைச் சேமிப்புப்பொருளாக்க முடியும் என்பது முதலாளித்துவத்தின் அடிப்படைக் கொள்கைகளில் ஒன்று. இதனை நீங்கள் உழைப்பின் விளைபொருட்களைச் சேர்ப்பதனாலோ, வேறொரு மாற்றினைச் சேர்ப்பதனாலோ செய்யலாம் (மாற்று என்பது தெளிவாகவே பணம்தான். பின்னர் அதை உழைப்பாக மாற்றிக்கொள்ளலாம்). இதைப்போல, இசைப் பணியும் இசைக்கு ஒரு நிரந்தர வடிவம் அளித்தது; முன்னைப் போல் அது முடிந்தவுடனே கடந்த காலத்தில் உடனே மங்கி மறைந்துவிடும் செயலாகவோ

அனுபவமாகவோ இல்லை. ஏனெனில், நிகழ்த்துபவர்கள் காலப்படி அதனை நிகழ்த்தினாலும், அந்த இசை மட்டும் வாழ்கிறது. (ழான் பால் சார்த்தர் ஒரு முறை சொன்னதுபோல, பீத்தோவனின் *ஏழாம் சிம்ஃபனி* நிகழ்த்தப்படும் இசையரங்கம் எரிந்து போய்விட்டால், அது அந்த சிம்ஃபனியின் முடிவு அல்ல.) இந்த வகையில் இசை என்பது நீங்கள் சேர்த்து அல்லது சேமித்து வைக்கக்கூடிய இசைமூலதனத்தின், அல்லது அழகியல் மூலதனத்தின் வடிவம் ஆகிறது. நாம் அப்படிச் சொல்வதில்லை, அதற்கு பதிலாக, களஞ்சியம் அல்லது திரட்டு என்கிறோம். இதைப் பற்றி மேலும் செய்திகள் இரண்டாம் இயலில்.

நான் இப்போது கூறிய வகைமைகள் – உற்பத்தி, விநியோகம், நுகர்வு – பிரிட்டிஷ் தேசிய கல்வித் திட்டம் மற்றும் ஜிசிஎஸ்இ (இடைநிலைக் கல்வியின் பொதுச் சான்றிதழ்ப் படிப்பு) இவற்றின் பாடத்திட்டம் அமைந்துள்ள அடிப்படைகளுக்கு ஒத்ததாக இருக்கின்றன. இசையமைத்தல், நிகழ்த்தல், விமர்சனம் (விமர்சனம் என்பது கேட்டு அனுபவித்தலும் சிந்தித்தலும் உள்ளடங்கியது). இசையைக் கேட்பதிலேயே எப்போதும் ஓரளவு சிந்தனையும் மதிப்பீடும் அடங்கியிருப்பதால் விமர்சனம் என்ற சொல் சற்றே தேவையற்றதுதான்.

கல்வித்திட்ட அதிகாரிகள் எப்போதும் 'படைப்பு' என்று ஆக்கப் பெயரைப் பயன்படுத்துவதைவிடப் 'படைத்தல்' என்று தொழிற்பெயரையே பயன்படுத்துகிறார்கள். அதாவது மாணவர்கள் படிக்கும்போதே இந்தச் செயலில் ஈடுபட முடியும் என்பதை மறைமுகமாகக் கூறுகிறார்கள். சமகால இசைக் கல்வியில் பங்கேற்புச் சூழல் இது. இது சிறந்த இசையமைப்பாளர்களின் படைப்புகளைக் கேட்டு இரசிப்பதைவிட கல்வியின்போது தாங்களே இசையை உருவாக்க வேண்டும்

என அது கருதுகிறது. (ஒரு தலைமுறைக்கு முன்பு, மாணவர்கள் இசையமைப்பது என்பதை நாம் கேட்டிருக்க முடியாது. அதிகபட்சம், அங்கீகரிக்கப்பட்ட சில கலைஞர்களின் சிறு படைப்புகளை அவர்கள் போலி செய்திருக்கத்தான் முடியும்.) கல்வித்திட்டம், இசையமைத்தல், நிகழ்த்தல், விமர்சித்தல் என மூன்றாகப் பகுக்கப்பட்டிருக்கிறது. எல்லோருமே எழுதவும் படிக்கவும் எதிர்பார்க்கப்படுவது போல, மாணவர்களும் இந்த மூன்றையும் இன்று செய்யவேண்டுமென எதிர்பார்க்கப்படுகிறார்கள்.

ஆனால் மொழி பற்றிய அடிப்படை உண்மைகள், இந்த ஜனநாயக, ஒன்றிணைந்த விருப்பத்திற்கு முரணாகச் செயல்படுகின்றன. இம்மாதிரிப் பிரித்துப் பெயரிடுவது, எந்த வேறுபாடுகளை அழிக்கவேண்டுமென திட்டமிடப்பட்டதோ அவற்றையே நிலைநிறுத்தி வைக்கிறது. நான் கூறியதுபோல அழகியல் மூலதனமாக இசையை ஆக்குவது என்பதைவிட, இசையை ஒரு செயல்பாடாக மாற்றுவது என்பது, வெறுமனே படைப்பு என்பதற்குப் பதிலாகப் படைத்தல் என்று சொல்வதால் நிகழ்ந்து விடக்கூடியதல்ல. படைத்தல், நிகழ்த்துதல், மதிப்பிடுதல் என்பவை இயல்பாகவே காலவரிசைப்படி அமைந்துள்ளன. (படைப்பதற்கு முன்னால் ஒன்றை நிகழ்த்த முடியாது, நிகழ்த்துவதற்கு முன்னால் பெரும்பாலோரால் அதை மதிப்பிடமுடியாது.) இப்படிக் காலவரிசை என்று தொடங்குவது, எப்படியோ மதிப்புகளின் வரிசையாக மாறிவிடுகிறது. அதாவது, விமர்சனத்தைவிட நிகழ்த்துதல் மேலாகவும், நிகழ்த்துதலைவிடப் படைத்தல் மேலாகவும் மதிப்புப் பெறுகின்றன. அதே போல, வெவ்வேறு தனி மனிதர்கள் அல்லது சமூகக் குழுக்களின்மீது இந்த வேறுபாடுகள் வரைபடமாகப் பதிக்கப்படுகின்றன – இசையமைப்பாளர்கள், நிகழ்த்துபவர்கள், விமர்சகர்கள் என்ற படிநிலை. இங்கு

விமர்சகர் என்ற சொல் தொழில்நுட்ப ரீதியான திறனுடைய விமர்சகர்கள், கல்வியாளர்களிலிருந்து, சாதாரண இசை விரும்பிகள், இரசிகர்கள் வரை எவரையும் குறிக்கும். 'சாதாரண' என்பது அவர்கள் இசைத் தொழிலில் ஈடுபட்டவர்கள் அல்லர் என்பதைக் காட்டும். அதேசமயம், சில களஞ்சியங்களில் இச்சொற்களை அர்த்தபூர்வமாகப் பிரிக்கவும் இயலாது. (தொழிலகத்தில் உற்பத்திசெய்யப்பட்ட நடன-இசை நிகழ்ச்சியில், உதாரணமாக, படைத்தலையும் நிகழ்த்துதலையும் பிரிக்க இயலாது). இந்த வகையில், பழைய சிந்தனைக்கு தேசியக் கல்வித்திட்டம் அல்லது ஜிசிஎஸ்இ கல்வித்திட்டம் பயன்படுத்தும் சொற்கள் ஒரு புதிய விளக்கத்தை அளிக்கின்றன.

சுருங்கக்கூறினால், நாம் இசையைப் பற்றிப் பயன்படுத்தும் அடிப்படை மொழியிலேயே, பலவிதத் தொடர்புள்ள யூகங்களின் இணைப்பு உள்ளது. ஏற்புடைய விதமாகக் கல்வித் தகுதிபெற்ற திறனுடையவர்கள்தாம் இசைக்கலைஞர்கள் ஆகலாம். புதுமையாக்கம் (ஆராய்ச்சியும் வடிவமைப்பும்) இசைக் கலாச்சாரத்திற்கு மையமானது; இசைக் கலாச்சாரத்தின் ஆதாரமான மனிதர்கள், மையமான உற்பத்திப் பொருள் என்று சொல்லப்படுவதாக ஆக்கக்கூடிய ஒன்றைப் படைக்கக்கூடிய இசையமைப்பாளர்கள்; கௌரவ இசையமைப்பாளர்கள் என்னும் அந்தஸ்தை அடையக் கூடிய சிறப்பான திறனுடைய நிகழ்த்துவோர் மிகச் சிலரே. பிற நிகழ்த்துவோர் சாராம்சத்தில், இடை மனிதர்கள்தாம். இந்தக் கலாச்சார உற்பத்தி முறையில் செயலற்ற பங்கு வகிப்பவர்கள், நுகர்பவர்கள் அல்லது கேட்போர்தான். பொருளாதார உற்பத்திமுறையின் செயல்பாடு போலவே இது அமைந்திருக்கிறது.

ஆனால் இந்த யூகங்கள் நமது மொழியினுள் கட்டப்பட்டிருப்பதால் இவை பற்றி நாம் எளிதில் பேச

முடிவதில்லை; இன்னும் கேட்டால் இந்தவிதமாகப் புரிந்துகொள்ளக்கூட முடிவதில்லை. அதாவது அவை மொழியூடு பரவுபவையாக, நம் கண்ணுக்குப் புலப்படாதவையாக உள்ளன. ப்ளூஸ் இயல்பானவை என்பதுபோல, அல்லது சந்தைப் பொருளாதாரம் இயல்பானது என்பதுபோல, அல்லது நாம் சமைப்பது இயல்பானதாகத் தோற்றமளிப்பதுபோல, இவையும் இயல்பாகத் தோற்றம் அளிக்கின்றன. ஆனால் இவை எதுவுமே உண்மையில் இயல்பானவை அல்ல. இவை யெல்லாம் மானிடக் கட்டமைப்புகள், கலாச்சாரச் செய்பொருட்கள், அதன்படி அவை காலத்துக்குக் காலம், இடத்துக்கு இடம் வேறுபடவும் செய்கின்றன. இயற்கையில் தானாகத் தோன்றியதுபோலத் தோற்ற மளிப்பது இசையின் சிறப்பியல்புகளில் ஒன்று. பரவ லாகச் சொல்லப்படுவதுபோல, அது 'உலகளாவிய மொழி' எனத் தோற்றமளிக்கிறது. ஆனால் உண்மை யில், இந்தத் தோற்றம் வெறும் மாயையே. இயல் 2இல், நான் இதுவரை பேசிவந்த யூகங்கள் – அவை உருவாக்கு கின்ற இசை மதிப்புகள், எவ்வாற்றானும் உலகப் பொதுவானவை அல்ல; குறிப்பிட்ட காலம், இடம் சார்ந்து (நமது காலம்-இடம் அல்ல) உருவானவை என்பதைக் காட்டஇயலும்.

இயல் 2

திரும்பவும் பீத்தோவனிடம்

துன்பப்படுதலின் வாயிலாக இன்பம்

முன்இயலின் இறுதி வரிகளில் நான் குறிப்பிட்ட காலம், பத்தொன்பதாம் நூற்றாண்டின் முற்பகுதி; இடம் ஐரோப்பா. இன்னும் துல்லியமாகச் சொல்வதானால், வடக்கு மற்றும் மத்திய ஐரோப்பாவின் இசை மையங்கள் (குறிப்பாக, லண்டன், பாரிஸ், பெர்லின், வியன்னா). முதலாளித்துவ மாதிரியிலான உற்பத்தி, விநியோகம், நுகர்வு ஆகியவை முழுக்கவும் சமூகத்திற்குள் பதிந்தது இக்காலப் பகுதியில்தான். ஐரோப்பாவில் அது நகரமயமாக்கம் நிகழ்ந்த காலம். தொழில்துறையில் வேலை வாய்ப்பு தேடி நாட்டுப்புறத்திலிருந்து பெரும் அளவிலான மக்கள்தொகை நகர்ப்புறங்களுக்குக் குடிபெயர்ந்த காலம் இது. நகரங்களுக்குள், மத்தியதர வர்க்கங்கள் (பூர்ஷ்வா) பொருளாதார, அரசியல், கலாச்சாரத் துறைகளில் தொடர்ந்து அதிகரித்து வரும் பங்கினை மேற்கொண்டன.

கலைகள் - முக்கியமாக இலக்கியம், சித்திரம், இசை – இந்தச் சூழலில் பூர்ஷ்வா அகவயத்தன்மையைக் கட்டமைப்பதாக அமைந்தன. அதாவது கலைகள் அகவுலகமாகிய உணர்ச்சி, உணர்வு ஆகியவற்றினுள்

அமிழ்ந்து ஆராய்ந்து போற்றின. குறிப்பாக, இசை, புறவுலகத்திலிருந்து திரும்பி தனிப்பட்ட அனுபவ வெளிப்பாட்டுக்குத் தன்னை அர்ப்பணித்துக் கொண்டது. வார்த்தைகளால் விளக்குவதைவிடப் படம் 8 இதை நன்கு விளக்கும். வார்த்தைகளின் அல்லது வரையப் பட்ட பொருள்களின் உதவி இன்றி, இசையால் நேரடி யாக உணர்ச்சியையும் உணர்வையும் படைத்துக் காட்ட முடிவதால், அக்காலத்தில் கலைகளில் புதிய போக்காக எழுச்சிபெற்ற ரொமாண்டிசிசம் என்னும் இயக்கத்தில் இசைக்குத் தலைமையான இடம் கிடைத்தது.

ஜெர்மன் இசையாராய்ச்சியாளர் கார்ல் டால்ஹாஸ் என்பவரின் எழுத்துகள் 1980களில் மிகப்பெரிய செல்வாக்குச் செலுத்தின. பத்தொன்பதாம் நூற்றாண்டின் தொடக்கப் பகுதியை அவர் பீத்தோவன் மற்றும் ரோஸினியின் காலம் என்று மதிப்பீடு செய்தார். அந்தக் காலத்தில் இருந்தவர்களுக்கு வேறு பலரும் நிச்சயமாகத் தெரிந்திருப்பார்கள். ஆனால் அப்போதி லிருந்தே இசை பற்றிய சிந்தனையை ஆக்கிரமித்தது பீத்தோவனின் குரல்தான். பல தலைமுறைகளுக்கு, இசையமைப்பாளராக ஒருவர் தன் குரலை அறிவது என்பது பீத்தோவனை ஒப்பிட்டுத் தன்னை வரை யறுத்துக்கொள்வது தான். (ஐம்பதாண்டுகள் கழித்து, ப்ராம்ஸ், தமக்குப் பின்னால் ஒரு பேராற்றலாளரின் காலடியோசை கேட்கிறது என்றார்.) உலகத்தை மறுத்து உள்ஒதுங்குதல் என்று நான் முன்னர்கூறியதை, பீத்தோவன் ஒரு பாதுகாப்பான மாத வருமானம் கொண்ட பதவியை மறுத்த உதாரணத்திலிருந்து அறியலாம். (மாறாக, பாஹ், லீப்சிக் நகரின் புனித தோமையார் ஆலயத்தில் ஆர்கன் வாசிப்பவராக இருந்தார்; ஹேடன், இப்போது ஹங்கேரியாக இருக்கு மிடத்தில் ஒரு நிலவுடைமையாளருக்கு இசை ஆசிரிய ராக இருந்தார்.) தாம் விரும்பியபோதுதான் இசையை

8. ஷூமனை இரசித்தல். ஃபெர்னாண்ட் கோஃப் வரைந்த ஓவியம். கேன்வாஸ் மீது எண்ணெய்வண்ணம். ப்ரஸல்ஸ், ம்யூஸீ ரோயூ தெஸ் ப்யூ-ஆர்ட்ஸ் தெ பெல்ஜீக். (பெல்ஜியக் கலை அருங்காட்சியகம்).

எழுதமுடியும் என்று பீத்தோவன் வலியுறுத்தியதையும் சான்றாகக் கூறலாம். (ஆனால் பாஹ், தமது ஆலயத்தில், குறித்த நாட்களில் நிகழ்த்துவதற்காகக் *காண்டாடாக்களை* எழுத வேண்டி ஒப்பந்தம் செய்யப்பட்டார்; குறிப்பிட்ட சிறப்பு நிகழ்ச்சிகளுக்கு இசை படைக்குமாறு ஹேடன் கேட்டுக் கொள்ளப்பட்டார்.) எல்லாவற்றிற்கும் மேலாக பீத்தோவன் படைத்த இசையின் இயல்பிலேயே இதனைக் காணலாம்: மரபு சார்ந்த எதிர்பார்ப்புகளைத் தொடர்ந்து முறியடித்தல், ஒரு சாகச விளைவுக்கு அல்லது உணர்ச்சிமயமான அந்தரங்கத்துக்கு முயலுதல், கேட்போர் ஒவ்வொருவரிடமும் தனிப்பட்ட முறையில் நேராகப் பேசுவது போன்ற அனுபவம் தருதல். இப்படிப்பட்ட அனுப

வத்தை ஓரளவிலேனும் யூஜீன் லூயிஸ் லாமி வரைந்த 'பீத்தோவனின் சிம்ஃபனி ஒன்றைக் கேட்டபோது' (படம் 9) என்ற ஓவியத்தில் உணரமுடியும். கேட்போர் அனைவரும் ஒன்றாக ஓர் அறையில் இருக்கக்கூடும்; ஆனால் அவர்கள் தங்கள் தங்கள் வேறுபட்ட அந்தரங்க உலகங்களில் உள்ளனர். முன்பு நான் புரூடென்ஷியல் விளம்பரத்தில் ஈடுபட்ட இளைஞன் பற்றிக் கூறியது போல, மக்களும் பொருட்களும் உள்ள பௌதிகப் பொது உலகிலிருந்து இசை அவர்களை அப்பால் கொண்டுசென்றுவிட்டது. லாமியின் ஓவியத்தில் உள்ள மனிதர்கள், இன்றைய நடைமுறைநோக்கில், தலை கருவிகளைப் பயன்படுத்திக் கேட்பதாகவே நாம் கருதமுடியும்.

9. யூஜீன் லூயிஸ் லாமி, பீத்தோவன் சிம்ஃபனி ஒன்றைக் கேட்டபோது. 1840. நீர்வண்ணம். இப்போது எங்கிருக்கிறது என்று தெரியவில்லை.

பலகாலம் பின்னால்வந்த ஓர் இசையமைப்பாளர், ஆண்டன் வெபெர்ன், ஒருமுறை, தமது சொந்த இசையமைப்புகளில் ஒன்று நிகழ்த்தப்பட்ட முறையை 'உச்ச ஸ்தாயி ஒன்றின் பின் தாழ்ந்த ஸ்தாயி' என்று வருணித்தார் – 'பைத்தியக்காரனின் இசை' என்று துயரத்தோடு குறிப்பிட்டார். பீத்தோவனின் இசையின் பெரும்பகுதியும் ஆரம்பகால இரசிகர்களுக்கு – அவர்கள் வேறுவிதமாகச் சொன்னாலும் – அப்படித்தான் தோன்றி யிருக்கும் என்று தோன்றுகிறது. பீத்தோவனின் முதலிரண்டு சிம்ஃபனிகள் பற்றி கீசப்பெ காம்பினி என்பவர் பின்வருமாறு எழுதினார்:

இப்போது அவர் கம்பீரத்தோடு கழுகின் பாய்ச்சலில் பறக்கிறார்; பிறகு விசித்திரமான பாதைகளில் ஊர்கிறார். இனிய சோக இசையால் ஆன்மாவை ஊடுருவியபிறகு காட்டுமிராண்டித்தனமான சப்தங்களின் தொகுதியால் அதைக் கிழிக்கிறார். அவருக்குள் ஒரே இடத்தில் புறாக்களும் முதலை களும் இருப்பதுபோல் தோன்றுகிறது.

பீத்தோவன் இசையின் திடீர் எழுச்சி, தொடர்ச்சி யின்மை, ஒரு கணத்திலிருந்து அடுத்த கணத்திற்குள் நிகழும் மாறுபட்ட தன்மை ஆகியவற்றில் தமது முன்னோரிடமிருந்து (பெரும்பாலும் ஹேடன், மோஸார்ட்) அவருடைய இசை வேறுபட்ட விதத்தைக் காம்பினியின் சித்திர உரை எடுத்துக்காட்டுகிறது. கழுகின் பாய்ச்சலையும் விசித்திரப் பாதைகளில் ஊர்தலையும் பற்றிய காம்பினியின் உரை, வெபர்னின் சொற்களில் உச்ச ஸ்தாயியைத் தொடர்ந்து தாழ்ந்த ஸ்தாயியைக் குறிப்பதானால், ஒரு பைத்தியக்காரனின் இசையைக் கேட்கிறோம் என்று அவர் சென்ற முடிவுக் கேதான் பீத்தோவனின் இரசிகர்களில் கொஞ்சம் பேராவது வந்திருப்பார்கள். அல்லது, ஒரு பெரிய இசை யமைப்பாளரின் வருத்தத்திற்குரிய செவிட்டுத்தன்மை

அவரது இசைக் கற்பனையைச் சிதைத்துவிட்டது என்றோ, அவரது மனத்தின் சமநிலையைக் குலைத்து விட்டது என்றோ கருதியிருப்பார்கள்.

*1820*களின் வியன்னா நகர் மக்களுக்கு *ஒன்பதாம் சிம்ஃபனி* யையோ, *ஹேமர்க்ளேவியர் சொனாடா*வையோ இதுவரை கேள்விப்படாத ஒரு புதிய, இளைய இசை யமைப்பாளன் அளித்திருந்தால், அந்த மக்கள் அதை விபரீதமானது, திறனற்றது என்று புறக்கணித்திருப் பார்கள் (ஒன்பதாம் சிம்ஃபனி குரல்களைப் புகுத்தியதன் மூலம் மரபைத் தலைகீழாக்கியது; ஹேமர்க்ளேவியர் சொனாடாவோ சமகாலத் தரத்தின்படி வாசிக்க இயலாதது எனக் கருதப்பட்டது). ஆனால் இவற்றை இசையமைத்த காலத்தில் (இவற்றை அவர் கேட்டிருக்க இயலாது, அவரது காதுகேளாத்தன்மை அதற்குள் உச்ச நிலை எய்தியிருந்தது) ஐரோப்பிய இசை ரசிகர்களுடைய உணர்வுபூர்வ முதலீட்டாளராகியிருந்தார் அவர். ஐரோப்பா முழுவதும் தம் காலத்தின் – ஒருவேளை உலகிலேயே – மிகப்பெரிய இசையமைப்பாளர் என ஒப்புக்கொள்ளப்பட்டிருந்தார். அதுவரை இரசிகர்கள் இசையைப் புரிந்துகொள்ள முயற்சி மேற்கொள்ளாத விதத்தில், அவரது ஆராதனையாளர்கள் அவருடைய இசையைப் புரிந்துகொள்ள ஆராய்ச்சி மேற்கொண் டார்கள்.

இதன்விளைவாக அவர் இசைக்கு விமர்சன உரைகள் வெள்ளமெனப் பெருகின. அவற்றின் நோக்கம் அவர் இசையில் மேம்போக்காகக் கோமாளித்தனமான பண்பு வெளிப்பட்டபோதிலும் அதன் அடியில் ஒருவித அமைப்பு, அல்லது எடுத்துரைப்பு முறை உள்ளது என்றும், அவற்றின் அடிப்படையில் அதன் புறப் பண்புகள் தர்க்கரீதியானவை அல்லது புரிந்துகொள்ளப் படக்கூடியவை என்றும் நிலைநாட்டுவதாக இருந்தது. உதாரணமாக, ஃப்ரான்ஸ் ஜோசப் ஃப்ராலிக்,

ஒன்பதாம் சிம்ஃபனியின் முதல் அசைவை பீத்தோவனின் சுய சித்திரமாகக் கண்டார். அதில் அமைந்துள்ள முரண்பட்ட ஒலித்தன்மைகள் கொண்ட வண்ணஜால மான இசைத் தொடர் பீத்தோவனின் சிக்கலான ஆளுமையை உருவமைத்த முரண்பட்ட உணர்வுகளை எடுத்துரைப்பதாகக் கண்டார். அந்த சிம்ஃபனி முழுதுமே பீத்தோவனுக்கு விழுந்த பேரடியான செவிட்டுத் தன்மையைக் கடந்து வெற்றிபெற பீத்தோவன் மேற்கொண்ட போராட்டத்தைச் சித்திரிப்பதாகக் கண்டார். அதன் கடைசி இயக்கம், ஷில்லரின் 'இன்பத் திற்கு ஒரு பாடல்' (*ஓட் டு ஜாய்*) என்பதற்காக அமைக்கப் பட்டது. இது பீத்தோவன் தமது வேதனையை வெற்றி கொண்டதைக் காட்டுகிறது. மேலும் பொதுவாக, துன்பத்தைச் சமாளித்து வெற்றிபெறுவதில் இன்பத்தின் சக்தியை அது காட்டுகிறது என்று ஃப்ராலிக் கூறினார். இப்படியாக, பீத்தோவனின் செவிட்டுத்தன்மை அவருக்கு ஆதரவான விளக்கவுரைகளின் சாதகமாக முடிந்தது. வெறுமனே சாதாரணமாகக் கேட்பதனால் உண்டாகக்கூடிய புரிந்துகொள்ளலைவிட, கேட்போ ருக்கு இசையின் உட்பொதிந்துள்ள அர்த்தத்தை விளக்கி, இசையமைப்பாளரின் செய்தியைச் சேர்க்கும்போது அந்த இசையை ஆழமாகப் புரிந்துகொள்ள முடியும்.

துன்பத்தின் வாயிலாக இன்பம்: இந்தத் தொடர் இருபதாம் நூற்றாண்டின் முற்பாதியில் பிரெஞ்சு எழுத்தாளர் ரொமெய்ன் ரோலந்தினால் பீத்தோவன் பக்தி ஈடுபாட்டிற்கென உருவாக்கப்பட்டதாக இது அமைந்துவிட்டது. (இத்தொடர், பீத்தோவனின் கடிதம் ஒன்றிலிருந்து எடுக்கப்பட்டது. உண்மையில், ஒரு வசதியற்ற கோச் பயணத்தை அது குறித்தது.) சாகசத் தன்மை குறைந்த இருபதாம் நூற்றாண்டிற் கென, தனிப்பட்ட உண்மை, தன்னலமற்ற தன்மை, தன்னை மறுத்தல் – சுருக்கமாகச் சொன்னால், நேர்மை

என்பதற்கு பீத்தோவனை ஒரு பின்பற்றுமாதிரியாக முன்வைத்தார். ரோலந்து வாழ்நாள் முழுவதும் செய்த பணியின் பயனை, இன்றைய உலகிலும் பீத்தோவன் பற்றிய பொதுவான படிமத்தில் காணலாம். குறிப்பாக, ஐரோப்பிய யூனியனின் பன்னாட்டு தேசியகீதமாக 'இன்பத்திற்கு ஒரு பாடல்' அங்கீகரிக்கப்பட்டுள்ளது (பிரஸல்ஸில் அங்கீகரிக்கப்பட்டுள்ளது அதன் இசை மட்டும்தான் - வார்த்தைகள் அல்ல). என்றாலும், பெர்லின் சுவர் இடிக்கப்பட்ட சந்தர்ப்பத்தில் கிறிஸ்துமஸ் சிறப்புக் கச்சேரியில் ஏற்கப்பட்ட படைப்பு என்ற முறையிலும் (அதில் இன்பம் என்ற சொல்லுக்குப் பதிலாக சுதந்திரம் என்ற சொல் இடப்பட்டதால் அது 'சுதந்திரத்திற்கு ஒரு பாடல்' ஆகியது), ஜப்பானின் ஆண்டு இறுதியைக் குறிக்கும் படைப்பு என்ற முறையிலும், (அங்கு இந்த நிகழ்ச்சி விளையாட்டரங்குகளில், சிலசமயங்களில் ஆயிரக்கணக்கான இசைக்குழுக்கள் வாசிப்பதாக இருக்கும்) ஒன்பதாம் சிம்ஃபனிக்கு அளிக்கப்படும் மதிப்பைக் காணலாம். (ரோலந்தின் சிறிய புத்தகம் – பீத்தோவன் என்பது, பீத்தோவன் வழிபாட்டுக்குழுவின் வேதப் புத்தகம் – அது ஜப்பானிய மொழியில் 1920களில் பெயர்க்கப்பட்டது.) கிளாக்வொர்க் ஆரஞ்ச், டை ஹார்டு போன்ற படங்களின் வாயிலாகவும், 'இன்பத்திற்கு ஒரு பாட'லின் அட்டைப் பதிப்புகள் வாயிலாகவும், பொதுமக்கள் கலாச்சாரத்திலும் ஒன்பதாம் சிம்ஃபனி ஊடுருவி விட்டது.

தேவதைகளின் பக்கத்தில்

பத்தொன்பதாம் நூற்றாண்டில் தொடங்கிய பீத்தோவன் வழிபாடு, புதிய ஆயிரத்தில் நாம் அடியெடுத்து வைத்த பிறகும் குறைவதற்கான அறிகுறி தெரியவில்லை என்பது மட்டுமல்ல, செவ்வியல் இசைக் கலாச்சாரத்தின் மையத் தூணாகவும் அது உள்ளது. இன்றைக்கு இசை

பற்றி நமது சிந்தனைகளில் ஆழமாகப் பதிந்துள்ள எண்ணங்கள் பலவற்றை, பீத்தோவனின் இசைகேட்டு இரசிக்கப்பட்ட காலத்தில் உருவான சிந்தனைக்கு இட்டுச்செல்ல முடியும். இந்தப் பகுதியில் அப்படிப் பட்ட இரு சிந்தனைகள்மீது மட்டும் கவனத்தைக் குவிக்கிறேன்: இசைக் கலாச்சாரத்தினுள் ஊடுருவி யிருக்கும் ஆசிரியத்தன்மை என்பது ஒன்று; இன்னொன்று, காலம் இடம் ஆகியவற்றின் எல்லைகளைக் கடந்து செல்லும் இசையின் ஆற்றல்.

இசை ஒரு வணிகச் சரக்கு என்பது, அம்முக்கியப் பொருளை உற்பத்தி செய்பவர் என்ற முறையில் இசை யமைப்பாளருக்கு இயல்பாகவே ஒரு மைய இடத்தைத் தருகிறது. ஆனால் பீத்தோவனின் இசையை முதன் முதலாகக் கேட்டு ஏற்றவர்களிடம் உருவான சிந்தனை யாகிய 'ஏதோ ஒரு விதத்தில் இசையமைப்பாளருடன் நேரடியான உறவு கொள்ளல்' என்பது அதற்கு இன்னொரு பரிமாணத்தை அளித்தது. அதனை வேர்ச் சொல் அளவில் ஒன்றுபடக்கூடிய ஒரு சொற்றொகுதி வாயிலாக எளிதில் விளக்க முடியும். முதலில், இசை யமைப்பாளரின் பங்கு, அதன் ஆசிரியர் – அதன் 'மூல மாக' அமைபவர் என்ற விதத்தில் உள்ளது. இதுதான் இசையின் அதிகாரபூர்வம் என்பதற்கான ஆதாரம் – ஆசிரியரின் அதிகாரம் என்பது. உதாரணமாக, ரோஜர் நாரிங்டன் போன்ற நிகழ்த்துபவர்கள், தாங்கள் பீத்தோவனின் உண்மையான உள்நோக்கத்தை அறிந்த வர்கள் என்று உரிமை கொண்டாடும் போது, அல்லது செம்மையாக்கம் செய்பவர்கள் உண்மையான (அதிகார பூர்வமான) பதிப்பு என்று உரிமை கொண்டாடும் போது இதுதான் பொருள். வேறுசொற்களில் கூறினால், இசைநிகழ்ச்சியின் அல்லது நூற்பதிப்பின் அதிகார பூர்வத்தன்மை என்பது கடன்பெற்ற ஒன்று. இசையமைப்பாளரின் அதிகாரபூர்வத் தன்மையின்

37

10. பீத்தோவனின் எம்பரர் கான்சர்ட்டோவை சாலமன் பதிவு செய்யும் காட்சியைக் காட்டும் அட்டை.

பிரதிபலிப்பு. இது ஓர் இசையமைப்பாளர், தமது குறிப்பிட்டதொரு இசையை அதிகாரபூர்வமான ஒன்றாக அறிவிக்கும்போது, அல்லது மெய்யாக (இப்போது) நிறைவேற்றப்பட்டது என்று அறிவிக்கும் போது இந்த அதிகாரபூர்வத் தன்மை வெளிப்படுகிறது. இந்த அதிகாரபூர்வத்தன்மை அதிகாரத் தன்மையாக எளிதில் மாறிவிடலாம். பொதுவாக இசைநிகழ்ச்சி பற்றிய இந்தச் சிந்தனை நமது சிந்தனைக்குள் கட்டப் பட்டிருந்தாலும், இதனை நிகழ்ச்சி நடத்துவோர், இசைக் குழு உறுப்பினர் ஆகியோருக்கிடையிலுள்ள உறவில் நன்கு காணலாம்.

பத்தொன்பதாம் நூற்றாண்டில் ஹான்ஸ் வான் ப்யூலோ, பீத்தோவனின் பியானோ இசையை வாசிக்கும்போது நிகழ்த்துவோர் என்ற நிலையில் தம்மைக் கரைத்துக் கொள்வார் என்று கூறப்படுகிறது. நீங்கள் அந்த இசையைக் கேட்கும்போது பீத்தோவனின் இருப்பை உணர்வீர்களே அன்றி ப்யூலோவை அல்ல. (படம் 10இல் உள்ள இசைத்தட்டு மூடியின் அட்டை இதையே சொல்வதாகத்தான் தோன்றுகிறது; மீண்டும் பீத்தோவன் தொடர்புபடுவதைக் கவனிக்கவும்.) இது மிகவும் புகழ்ச்சியாகச் சொல்லப்பட்ட ஒன்று. சொல்லப் படுவது என்ன என்றால், சிறந்த நிகழ்த்துவோரை நீங்கள் தெரிந்துகொள்ள வேண்டிய அவசியமில்லை போலும்! சிறந்த உணவுவிடுதிகளின் உணவுப் பணி யாளர்கள் பற்றியும் இதையே கூறலாம். மேலும், நிகழ்த்துவோர் பாரம்பரியமாக, உணவுப் பணியாளர்கள் அணியும் உடையைத்தான் (டின்னர் ஜாக்கெட) அணிந்து வருகிறார்கள். இது ஓர் எளிய விளையாட்டுத் தனமான நோக்குதல் என்று சொல்லவில்லை. நான் சொல்லவரும் விஷயம், இசையைப் பற்றி நாம் சிந்திக்கும் விதம், நிகழ்த்துவோருக்கு நாம் தானாகவே கீழான இடத்தைத் தரும்வகையில் அமைந்து விடுகிறது. இது சந்தைப் பகுதியில் கவர்ச்சிமிக்க இசைநிகழ்ச்சி நிகழ்த்துபவர்கள் அடைகின்ற பாராட்டுடன் முற்றிலும் தொடர்பற்று இருக்கிறது. சமூகத்திற்குள் கீழான நிலை யில் மதிக்கப்படுவனவற்றுடன் அவற்றின் தொடர்புகள் இருப்பது இதனை உறுதிப்படுத்துகிறது.

வேறுவகையில் சொல்வதானால், நிகழ்த்துபவரின் பங்கு என்பது இசையமைப்பாளர் அமைத்த ஒன்றை மீளாக்கம் செய்வதுதான் என்பது இசைக் கலாசசாரத்தில் ஓர் அதிகார அமைப்பைக் கட்டிவிடுகிறது. அது இசை யமைப்பாளருக்கும் நிகழ்த்துபவருக்கும் உள்ள உறவா யினும்சரி, அல்லது நிகழ்த்துபவர்களுக்கு இடையிலே

உள்ள உறவுகளாயினும்சரி. ஏற்கனவே நான் சொன்னது போல, நடத்துநர், இசையமைப்பாளரின் பிரதிநிதியாக நடந்துகொள்கிறார். பிற வகைகளிலுள்ள இசைக் கலைஞர்கள் இவருக்குக் கீழ்ப்பட்டவர்களாக இருக் கிறார்கள். ஆகவே இசைக் கலாச்சாரத்திற்குள் நிகழ்த்துபவர், ஒரு முரண்பாட்டுக்குள்ளான, போதிய அளவு கோட்பாட்டுக்குள் கொண்டுவரப்பெறாத ஒரு பங்கினை ஆற்றுகின்றார். நான் திரும்பத்திரும்ப இதற்கு வரவேண்டியிருக்கிறது.

தேசியக் கல்வித் திட்டம் அல்லது ஜிசிஎஸ்இ கல்வித் திட்டத்தின் இசைத்துறைப் பெயரிடுதலில், முதலிரு சொற்களான இசையமைத்தல், நிகழ்த்துதல் என்பன வற்றைப் பற்றி உள்ள படிநிலை மதிப்புகளை இதுவரை பார்த்தோம். மூன்றாவது சொல்லான மதிப்பிடுதல் அல்லது விமர்சனம் என்பது பற்றி? இங்கே அதிகாரத் துவத்தின் பொறுப்பு இன்னும் மிக நன்றாகவே வெளிப் படுகிறது. ஃப்ராலிக்கின் தனிப்பட்ட, அவருடைய தனிரசனைகள் சார்ந்த விளக்கங்கள் கெட்டியாகி, விமர்சன மரபாக மாறும்போது, இசைக் கல்வி பள்ளிக் கூடங்கள், இசைப்பள்ளிகள், பல்கலைக்கழகங்களில் மையப்படுத்தப்படும்போது, இசையைச் சரியாகக் கேட்கும் விதம் என்பது மேலும் மேலும் குறுகலான விதமாக்கப்படுகிறது. இசைநலம் பாராட்டலுக்கென வகுக்கப்பட்டுள்ள பாடங்கள், மாணவர்களுக்கும் இசை ஆர்வலர்களுக்கும் இசையில் தாங்கள் கேட்ட வற்றை வாழ்க்கை வரலாற்று மெய்ம்மைகளுடனோ, இசைப்பாணியின் வரலாற்று முறையிலான வளர்ச்சி யுடனோ தொடர்புறுத்துமாறு அமைந்துள்ளன. அது இசையின் அமைப்பைக் கேட்கும்போதே உணரும் விதமாக அவர்களுக்குக் கற்றுத்தந்தது. உதாரணமாக, முதல் கருப்பொருள், இரண்டாம் கருப்பொருள், வளர்ச்சிப் பகுதி, செவ்வியல் சொனாடா வடிவத்தை

வரையறுக்க உதவும் மீள்நினைவுப்பகுதி ஆகியவற்றைப் பதிவு செய்ய வைக்கிறது. இசைப் பள்ளி அளவில் வகுப்பறையில் இசையை நடத்துவதற்கு அடிப்படை ஆகிவிட்ட இந்த மாதிரி போதனைகள் இன்றும் உள்ளன. வட அமெரிக்காவில் தாராளவாதக் கலைக் கல்விக்குள் மிக முக்கியமான பிரசன்னமாகவும் உள்ளன.

இந்த மாதிரி இசை போதனையின் குறித்த பகுதிகளை விட, ஒருவேளை மிக முக்கியமானது என்ன என்றால், அது வளர்த்து விடுகின்ற இசை கேட்கும்முறை பற்றிய பொதுவான மனப்பான்மை. இசையைக் கவனமாகவும், மரியாதையுடனும், சற்றே தொலைவுபடுத்திக் கொண்டு, அதைப்பற்றிய சரியான அறிவுடனும் கேட்கவேண்டும். (விட்டேற்றியான முறையில் – இசையின் உணர்ச்சிப் பெருக்கில் மிகவும் ஈடுபட்டுக் கலந்துவிடக்கூடாது.) இசைக்கல்வி போதிப்பவரின் அதிகாரத்திற்கு உட்பட்டு (இந்த அதிகாரமும் இசையமைப்பாளரிடமிருந்து கடன்பெற்றதுதான்) இசை கேட்பவர் – சாதாரண இரசிகர், இசைப் படிநிலையின் கடைசிப் படியில் இருத்தப்படுகிறார். இசை பற்றிய இப்படியான சிந்தனை, அதிகாரத்துவத்தின் அமைப்புகளோடு பிணைப்புக் கொண்டது. போருக்குப் பிந்திய காலம்வரை இதுவே கல்வியை ஆக்கிரமித்தது. தேசிய மற்றும் ஜிசிஎஸ்இ கல்வித்திட்டத்தின் இசைப்பாடத்தின் அடியிலுள்ள முக்கியமான நோக்கம், இசையில் இரசிகனுடைய பங்கு பற்றிய ஒரு வறுமையுற்ற நோக்கினை எதிர் நிலைப்படுத்தவேண்டும் என்பதுதான். பழங்காலப் பெரும் இசையைச் செயலற்ற நிலையில் இரசிப்பதை விட, மாணவர்கள் தங்கள் கைகளிலேயே இசையை எடுத்துக்கொள்ளவேண்டும் என்று ஊக்கப்படுத்தப் பட்டனர், படுகின்றனர். அதனால் விமர்சனம், மீண்டும் இசையமைப்புக்கும் நிகழ்த்துதலுக்கும் கொண்டு

செல்லப்படுகிறது. ஆனால், நான் சொன்னதுபோல, தனிமனிதருக்கு அங்கீகாரம் அளிக்கும் இந்த முயற்சி, பீத்தோவன் காலத்திலிருந்து நமக்குக் கிடைத்துள்ள இசை பற்றிய சிந்தனையினால் நன்கு ஏற்றுக்கொள்ளப் படவில்லை.

பீத்தோவனின் செவிட்டுத்தன்மை, நான் கூறிய இரண்டாவது சிந்தனைக்குத் தொடக்கப் புள்ளியாக அமைகிறது. காலம் - வெளி ஆகிய எல்லைகளைக் கடந்து செல்ல இசைக்கு இருக்கின்ற ஆற்றல் பற்றி. பீத்தோவனின் இறப்புக்குப் பிறகு கடந்த 170 ஆண்டு களாக வளர்ந்துவந்த கட்டுக்கதைகளில் அவருடைய செவிட்டுத்தன்மை அதற்கான வியப்புமதிப்பை விட, அதிகமான பங்கினை வகித்து வந்துள்ளது. இது குறைத்து மதிப்பிடக்கூடாத ஒரு மதிப்பு. இதனைத் தோற்கருவி வாசிப்பாளர் எவலின் கிளென்னீயின் உதாரணம் (இவருக்கும் காது கேட்காது) தெளிவாக்கும். ஏனென்றால் இந்தத் தன்மை பீத்தோவன் அவர் வசித்த சமூகத்திலிருந்து தனித்து வாழ்ந்த — அல்லது அந்நியப் பட்டு வாழ்ந்த தன்மைக்கு ஆற்றல்மிக்க குறியீடாக உள்ளது. பீத்தோவனின் வெளியுலகத் தொடர்பு 'உரையாடல் புத்தகம்' என்ற அளவில் இருந்தது. வருகையாளர்கள் அதில் தங்கள் பாதி உரையாடலை எழுதினார்கள். மீதி உரையாடலை பீத்தோவன் தமது வாய்வழிச் செய்தார். இப்படி உரையாடல் குறைக்கப் பட்டதால், அந்த மாபெரும் இசையமைப்பாளர் உலக அக்கறைகளிலிருந்து — சமூக அல்லது பொருளாதார வெற்றி போன்றவற்றிலிருந்து — விடுவித்துக் கொண் டார். தம்மை இசைத் தேவதைக்கே அர்ப்பணித்துக் கொண்டார். அல்லது பீத்தோவனைச் சுற்றியுள்ள இலக்கியம், கட்டுக்கதைகளை உருவாக்கும் பிம்ப வழிபாடு ஆகியவற்றைப் பார்த்தால் அப்படித்தான் நீங்கள் நினைப்பீர்கள். (படம் 11, தி ஆக்ஸ்ஃபோர்டு

பீத்தோவன் இறுதியை நெருங்குகிறார்

- பாட்டின்

பழைய ஸ்வார்ஸ்பேனியன் ஹவுஸில் தமது பணி மேசையில் காணப்படுகிறார். அவருக்குப் பின்னால் இருப்பது அவருடைய கிராஃபியானோ. தமது சொந்த வாசிப்பைக் கேட்க நினைத்த அவருடைய முயற்சிகளால் சிதிலமாகிப்போனது அது. மேசையிலுள்ள கூடையில் வெவ்வேறு விதமான காசுகள் சிதறிக்கிடக்கின்றன. அவருடைய காதுக்கான கருவிகள், உரையாடல் நோட்டுகள் உள்ளன. இவற்றில் எந்த வருகையாளரும் ஒரு தச்சன் பென்சிலால் தான் சொல்ல விரும்பியதை எழுதலாம். கடிதங்கள், இறகு பேனாக்கள், ஓர் உடைந்த காபி கப், உணவுத் துகள்கள், மெழுகுவத்திப்பீடம் ஆகியவை உள்ளன.

இந்த நாட்களில் அவருக்கு இந்த அழுக்கான ஒழுங்கற்ற தன்மையினால் ஒரு பாதிப்பும் இல்லை. 1824இல் இருந்து பிற எல்லாவற்றையும் விலக்குமாறு *ஸ்டிரிங் குவார்டெட்டு*கள் என்னும் 'மீடியம்' அவருடைய மனத்தை ஆக்கிரமித்துக்கொண்டிருந்தது. இப்போது, முழுச் செவிடாக, மிக நலிந்த நிலையில் ஆனால் வெல்ல இயலாதவராய், அவர் இதுவரை இல்லாத சிகரங்களைத் தொட்டார். அவருடைய புயல் மிக்க வாழ்க்கை கடைசி ஐந்து குவார்ட்டெட்டு களில், அவர் சாதனையின் உச்சமான புகழ் என்ற வெளிச்சத்தில் முடிவடைந்தது.

11. பீத்தோவன் இறுதியை நெருங்குகிறார் - பாட்டின் (ஆஸ்வால்டு பாரெட்) ஓவியம்.

கம்பேனியன் டு மியூசிக் 1938ஆம் ஆண்டின் அசலான பதிப்பிலிருந்து எடுக்கப்பட்ட இந்தப் படம், ஓர் எடுத்துக்காட்டான உதாரணம்.) ஆனால் உண்மை கொஞ்சம் வேறுவிதமானது. அந்த உண்மையை பீத்தோவனுடைய வெளியீட்டாளர்களும் அவருக்கு உதவியவர்களும் விலை கொடுத்து உணர்ந்தவர்கள். மேனார்டு சாலமன் எழுதிய பீத்தோவன் வாழ்க்கை

வரலாற்று நூல், சில சமயம் இவருடைய விசித்திரமான சமூக ஆர்வங்கள் ஆளுமையை உருவாக்கியதில் ஆற்றிய பங்குபற்றிக் குறிப்பிடுகிறது.

பீத்தோவனின் கட்டுக்கதையிலுள்ள திரித்துக் கூறல்கள், அவற்றின் அடியிலுள்ள உண்மையைப் போல முக்கியமானவை. ஏனென்றால் கட்டுக்கதையை உருவாக்கியவர்களுடைய மதிப்புகளையும் அக்கறை களையும் அவை காட்டுகின்றன. இவற்றில் முக்கியமான திரிபு என்னவென்றால், தமது காலத்தில் பீத்தோவனு டைய இசை மதிப்புப்பெறவில்லை; அவர் தவறாகப் புரிந்துகொள்ளப்பட்ட மேதை என்பது. ஒன்பதாம் *சிம்ஃபனியின்* அரங்கேற்றம் பற்றிய விமர்சன உரைகள், உதாரணமாக, அதன் கருதக்கூடிய வெற்றியைக் குறைத்துக் கூறுகின்றன. ஒரு குழப்பமிக்க நிகழ்த்துதலாக அது தோன்றினாலும், அதை விமர்சகர்கள் குறைத்தே கூறியுள்ளனர். இந்தத் திரிபு இரண்டு வகையான கலாச்சாரப் பணியை ஆற்றுகிறது. முதலாவது, ஆசிரியத் தன்மை அல்லது நம்பகத்தன்மை பற்றியது. ஜனரஞ்சக மான புகழை அவர் பெறாத நிலை, வெகுமக்களின் இரசனைக்கு அவர் ஈடுகொடுக்கவில்லை, அவர்கள் எதிர்பார்த்ததைத் தரவில்லை. (இதற்கு பீத்தோவனின் வாழ்க்கையிலேயே ஓர் இணைவரை உண்டு. பீத்தோவன் ரோஸினியை மோசமாக மதிப்பிட்டார். பொதுமக்கள் விரும்புகின்ற விஷயங்களையே தருபவர், அதற்குமேல் இல்லை என்றார்.) இரண்டாவது, பீத்தோவனுடைய அசலான இரசிகர்கள் பார்க்கமுடியாத ஒன்றை (அவருடைய இசையின் உள்ளார்ந்த தன்மை – அவர் இசையைத் தமது காலத்திற்காக மட்டும் படைக்க வில்லை, எல்லாக் காலத்திற்குமாகப் படைத்தார்) நாம் ஒரு சிறப்புமிக்க பார்வைக் கோணத்திலிருந்து காண்பது. பீத்தோவன் கட்டுக் கதையை உருவாக்கிய வர்களும் உயர்த்திப் பிடிப்பவர்களும் ஆகிய நமக்குக்

கடந்த கால இசையைக் காண இது ஒரு கவர்ச்சிகர மான வழி. ஏனென்றால் அது பீத்தோவனுடைய இசையைப் பற்றிய நமது புரிந்துகொள்ளல், அவர் சமகாலத்தவர்களின் புரிந்துகொள்ளலுக்கு மேலானது என்று ஆக்குகிறது. பின்னால் பெறும் பார்வையின் நன்மையுடன், நாம் தவிர்க்கவியலாமல், தேவதை களின் பக்கமே இருப்பதை உணர்கிறோம்.

பீத்தோவனின் கட்டுக்கதையுடன் சேர்ந்ததாக, அது முன்வைத்து உயர்த்திப்பிடிக்கும் இசையைப் பற்றிய சிந்தனையுடன் சேர்ந்ததாக, இருப்பது 'இசை ஓர் அழகியல் மூலதனம்' என்ற கருத்து. நல்லதொரு ஒயினைப்போல இசையை எதிர்கால மகிழ்ச்சிக்காக (வாங்கி) வைத்துக்கொள்ளலாம் என்ற கருத்து. தமது மறைவுக்குப் பின்னால் தமது இசை வகிக்கக்கூடிய பங்கினைப் பற்றிக் குறிப்பாக நினைத்த இசையமைப் பாளர்களில் பீத்தோவன் முக்கியமானவர். ஏற்கனவே உள்ள பதிப்புகளில் இருக்கும் குறைகளைக் களைந்து அவருடைய இறுதியான உள்நோக்கங்களை ஏற்கும் விதமாக அவருடைய படைப்புகளின் ஒரு முழுமை யான அதிகாரபூர்வமான பதிப்பைக் கொண்டுவர வேண்டுமெனப் பல பதிப்பாளர்களுக்கு ஆர்வமூட்டு வதற்கு அவருடைய வாழ்க்கையின் இறுதிப் பகுதி யில் அவர் வெற்றியின்றி முயற்சி மேற்கொண்டார். (அவருடைய மேலோட்டமான படைப்புகளைக் கவனமாகப் பார்த்துத் தேர்ந்தெடுத்தார்; முக்கியப் படைப்புகளுக்கு ஓபஸ் எண் என்ற எண்ணைக் கொடுத்தார்; உதாரணமாக, ஒன்பதாம் சிம்ஃபனி என்பது ஓபஸ் 125. கொஞ்ச காலமே இருக்குமென்று அவர் நினைத்த படைப்புகளை விட்டுவிட்டார்.) ஆனால் பீத்தோவன் இறந்தபிறகு சில ஆண்டுகள் கழித்துதான் இசையை ஓர் அழகியல் மூலதனமாகச் சிந்திப்பதற்கு ஆதரவாக ஒரு புதிய ஆற்றல்மிக்க

உருவகச்சொல் வந்தது. *இசைக்காட்சியகம்* என்ற பெயர்தான் அது.

உறுதியாகச் சொன்னால், பத்தொன்பதாம் நூற்றாண்டு இசைக்கலைஞர்களும் இசை விமர்சகர்களும் பயன் படுத்தக்கூடிய பொதுவான சொல்லாக இசைக் காட்சியகம் என்பது இல்லை. ஆனால் 1835இலேயே இசையார்வலரும் பியானிஸ்டும் இசையமைப்பாளரு மான ஃப்ரான்ஸ் லிஸ்ட், அப்படிப்பட்ட நிறுவனம் ஒன்று தேவை என்று கூறியிருந்தார். காட்சிக் கலை களில் அருங்காட்சியகம் என்ற சிந்தனை இன்றைய வடிவத்துடன் இணைந்தது அந்தக் காலப் பகுதியில் தான். (காட்சிக் கலைகள் பற்றிய சிந்தனைகள் பின்னர் இசைக்கும் பொருத்திப் பார்க்கப்பட்டன.) இந்த ஆண்டு களில் தான் பழங்காலப் பொருள்கள், சித்திரங்கள், அலங்காரக் கலைகள், இனவியல் பொருள்கள் யாவும் அடங்கிய பொதுச் சேகரிப்புகள் உருவாக்கப் பெற்றன. இம்மாதிரி சேகரிப்பகங்கள், பொதுமக்களின் மகிழ்ச்சிக் காகவும் மேம்பாட்டிற்காகவும் கிடைக்கவே செய்தன. எல்லாக் காலத்திலும் இடத்திலும் மிகச்சிறப்பான பொருள்களை ஒரே இடத்தில் கொண்டுவர முயற்சி செய்தன. அந்தப் பொருள்கள், தங்கள் அசலான நிலைமைகளின் பயன்படுதலிலிருந்து பயன் மிகுவிக்கப் பட்டு எடுத்துக்கொள்ளப்பட்டவை. அவற்றின் மூலப் பயன் எதுவாக இருந்தாலும், உள்ளார்ந்த அழகு என்னும் உலகளாவிய அடிப்படையில் மதிப்பிடவேண்டியவை. (இதற்கும் சமகாலக் காலனியாதிக்கத்திற்கும் இடை யில் வெளிப்படையான ஓர் இணைப்பு இருக்கிறது. இந்த மாதிரிப் பொருள்கள் பெரும்பாலும் காலனி களிலிருந்து வந்தவை. ஆனால் உலகளாவிய அழகிற் கான அடிப்படை எனக் கருதப்பட்டது காலனி ஆதிக்கக்காரர்களின் மனத்திலிருந்து வந்தது.) இவை யாவும் லிடியா கோயர் சொல்லுகிற மாதிரி, இசைப்

படைப்புகளின் கற்பனையான சேகரிப்பகம் என்பது தோன்றுவதற்குட் பின்னணியாக அமைந்தன. இவற்றில் பழங்கால இசை நிரந்தரமான (பார்வைக்குப் புலப்படாத) சேகரிப்பாக வைக்கப்பட்டது.

இசைக் காட்சியகம் உண்மையில் இருப்பதல்ல – அது கற்பனையானது என்பது அதன் முக்கியத்துவத்தைச் சற்றும் குறைப்பதல்ல. கலாச்சாரப் பாரம்பரியத்தில் இசை தனது இடத்தைப் பெறுவதற்கான கருத்தாக்கச் சட்டகத்தை அது அமைத்துத் தந்தது. செவ்வியல் இசைக் கலைஞர்கள் களஞ்சியம் அல்லது புனிதத் தொகுப்பு என்று கூறியது உண்மையில், இசைக் காட்சியகத்தில் வைக்கப்படுவதற்காகத் தேர்ந்தெடுத்தவற்றின் தொகுப்பு தான். பீத்தோவன் காலத்திலிருந்து, சிறந்த இசை, இசையமைப்பாளர் மறைந்த பிறகும் தொடர்ந்து நிகழ்த்தப்பட வேண்டும் என்பது இயல்பான எதிர் பார்ப்பாக இருந்தது. சிறந்த என்பதற்கு அதுதான் அர்த்தமும்கூட. ஆனால் அதற்கு முன்பு, இது பெருமளவு விதிவிலக்குதான். பாஹினுடைய இசைகூட அவருடைய மறைவுக்குப் பின் ஏறத்தாழ ஒரு நூற்றாண்டு அளவுக்கு நிகழ்த்தப்படவில்லை. பழைய ஸ்தாயி களுக்குப் புதிய உயிரூட்டி, அதை உயிர்ப்பிக்க வேண்டி யிருந்தது. (இந்த உயிர்ப்பூட்டல், பீத்தோவனின் மறைவுக்குப் பின் சில ஆண்டுகளுக்குள்ளாகத் தொடங்கி விட்டது என்பது தற்செயல் அல்ல.) இசைக் காட்சியகம் வந்தபிறகு, இசைப் படைப்புகள் பழையனவாதல் நின்று போயிற்று. இசைக்காலம் என்பது ஒருநிலைக்கு வந்துவிட்டது. எனவே செவ்வியல் இசை என்ற சொல் புழக்கத்திற்கு வந்தது. கிரேக்க, ரோமானியக் கலை களிலிருந்து கடன் பெற்றது இச்சொல். அழகின் உலகளாவிய தரத்தை வெளிப்படுத்துவது என்று நோக்கப்பட்டது. இந்தச் சொல், பழையவற்றைப் போன்ற அதே தரம் இன்று இசையில் எட்டப்பட்டு

47

விட்டது; இதை அடிப்படையாக வைத்துத்தான் பிற எல்லாக் காலங்களுடைய, இடங்களுடைய இசை அளக்கப்பட வேண்டும் என்பதைக் குறித்தது.

ஆன்மிகச் செயற்களம்

மோசார்ட்டின் *ஜி மைனர் சிம்ஃபனியைப்* பற்றிய கட்டுரையில், 'மேதைகளின் இசை தலைமுறைகளி லிருந்தும் ஏற்ற இறக்கங்களிலிருந்தும் விலக்கப்பட்டது' என்று ஹென்ரிக் ஷெங்கர் எழுதினார். இருபதாம் நூற்றாண்டின் முதல் மூன்று பத்தாண்டுகளில், ஷெங்கர் வியன்னாவில் ஒரு பியானிஸ்டாகவும், ஆசிரியராகவும் இருந்தார். ஆனால் கல்விசார் வட்டாரங்களில் அவரது தற்காலப் புகழ், இரண்டாம் உலகப் போருக்குப் பிந்திய காலத்திலிருந்து தொடங்குகிறது. அப்போது தான் அவர் உருவாக்கிய இசைப் பகுப்பாய்வுமுறை, அதிகம் அதிகமாக இசைப் பள்ளிகளிலும் பல்கலைக் கழக இசைத் துறைகளிலும் கையாளப்படலாயிற்று. (சுருக்கமாகச் சொல்வதானால், மிகப் பெரிதாகப் பின்னர் விரிவுபடுத்தக்கூடிய ஒற்றை இசைத் தொடரின் அடிப்படையிலான மாதிரியினால் செவ்வியல் பாரம் பரியத்தின் பல்வேறு படைப்புகள் எவ்விதம் புரிந்து கொள்ளப் படமுடியும் என்பதை ஷெங்கர் காட்டினார். அவருடைய பகுப்பாய்வுமுறை, இசையிலிருந்து விரிவு படுத்தல்களை ஒவ்வொன்றாகத் தறித்துக்கொண்டே போய்க் கடைசியாக அடிப்படை மாதிரியைத் தெரியப் படுத்துவதாக அமைந்தது.) பத்தொன்பதாம், இருபதாம் நூற்றாண்டின் இசை பற்றிய சிந்தனைகளின் பல இழைகள் அவருடைய எழுத்துகளில் வெட்டியோடு கின்றன. அதனால்தான் நான் அவற்றை இங்கே அறிமுகப்படுத்துகிறேன். ஷெங்கர் பார்வைக்கு எடுத்துக் கொள்ளும் மேதைகள் யாவரும் இசைக் காட்சியகத்தில் ஏற்கனவே இடம்பெற்றவர்கள்தாம். அவர்களுடைய

படைப்புகள், அவை எழுந்த காலம் – இடம் என்ற கட்டுப்பாடுகளைத் தாண்டி தனித்தியங்குகின்றன என்று அவர் கூறுகின்றார். ஒரு மாறாத, பௌதிக எல்லைக்குட்படாத இடத்தில் அப்படைப்புகள் உள்ளன.

மானிட உலகின் யதார்த்தத்தில் ஏதோ ஓர் உயர் வடிவத்திற்குள் செல்லுதலை இசை பதிவுசெய்கிறது என்பது முற்றிலும் நேரானது. இசை, ஒரு மேதையான இசையமைப்பாளரைத் தனக்கு ஊடகமாக்கிக் கொள் கிறது – முற்றிலும் தன்னிச்சையான நிலையில் என்கிறார். ஷெங்கருக்கு இதுதான் ஓர் இசை மேதையின் லட்சணம். சாதாரண இசையமைப்பாளர்கள் தாங்கள் விரும்பு வதை அப்படியே எழுதிவிடுகிறார்கள். ஆனால் மேதை யைப் பொறுத்தவரை, உண்மையின் அல்லது இயற்கை யின் மேலான ஆற்றல் அவருடைய பிரக்ஞைக்குப் பின் இரகசியமாக வேலை செய்கிறது. அவருடைய எழுது கோலை இயக்குகிறது. அந்த மகிழ்ச்சியான கலைஞன் சரியான விஷயத்தைத்தான் செய்தாரா இல்லையா என்பதைப் பற்றிச் சற்றும் அது கவலைப்படுவதில்லை. (இசையமைப்பாளரை ஆணாகக் குறிப்பது ஷெங்கரின் சிந்தனையில் இயல்பானது. பொதுவாக இசை பற்றிச் சிந்திப்பதிலும் அவ்வாறே என்பதை இயல் 7 தெளி வாக்கும்.) அப்படியானால், மேதை இசையமைப்பாளர் பேசுகிறார், ஆனால் தன்னுடைய குரலினால் அல்ல – அது இயற்கையின் குரல். ஷெங்கர் கருத்துப்படி, இசையமைப்பாளரின் அதிகாரம் – அது நடத்துநர், பதிப்பாளர், ஆசிரியர் ஆகியோருக்குப் பின்னர் அளிக்கப் படுகிறது – அது, அவருக்கு அப்பாற்பட்ட ஒரு பெரிய தலைமையின் அதிகாரம். ஏனென்றால், இசையின் மதிப்பு, ஆன்மாவை உயர்த்துவதில் – கடவுளிடமும், எந்த மேதையின் வாயிலாக அவர் இயங்குகிறாரோ அந்த மேதையிடமும் – உள்ளது... அந்த உயர்ச்சி, ஒரு மதப்பண்பைப் பெற்றிருக்கிறது.

ஓர் அந்தரங்கமான உலகத்திற்கு இசை என்பது ஒருவகை ஜன்னல்; அது சாதாரண அறிவுக்கு அப்பாற் பட்டது என்ற உள்ளுணர்வு கிறித்துவக் காலத்திற்கும் முற்பட்டது. உலகின் தூரதூர நாகரிகங்களிலும் இந்தக் கருத்து பதிவாகியுள்ளது. மேற்கில், இது கிறித்துவுக்கு ஐந்து நூற்றாண்டுகள் முற்பட்ட கிரேக்கத் தத்துவஞானி பிதாகரஸின் கண்டுபிடிப்பிலிருந்து தொடங்குகிறது. இசையின் ஒரு ஸ்தாயியிலுள்ள ஸ்வரங்கள் எளிய முழுஎண் விகிதங்களில் அமைந்துள்ளன என்று அவர் கண்டுபிடித்தார். (இரண்டு கம்பிகள் ஒரே இறுக்கத்தில் கட்டப்பட்டால், ஒரு கம்பியின் பாதி நீளம் உள்ள இன்னொன்று, ஒரு ஸ்வரக்கோவை அதிகமாக உள்ள ஸ்வரத்தை, அடுத்த ஸ்தாயியின் அதே ஸ்வரத்தை உண்டாக்கும்; அதில் மூன்றிலிரு பங்கு நீளமுள்ள கம்பி, பஞ்சமத்திலுள்ள அடுத்த ஸ்வரத்தை உண்டாக்கும்.) ஒருவேளை பிதாகரஸும் அவரது சீடர்களும் உலக முழுவதும் இதேமாதிரியான கணித அடிப்படைகளால் ஆக்கப்பட்டிருக்கலாம் என்று நினைத்தார்கள் போலும்.

எனவே புவியையும் சூரியனையும் நட்சத்திரங் களையும் பிணைக்கும் – நம்மால் காணமுடியாத, ஆனால் என்றும் நிறைந்திருக்கின்ற – பிரபஞ்ச இசை யின் கேட்கக்கூடிய பகுதிதான் நாம் பயன்படுத்தும் இசை என்று கருதினார் பிதாகரஸ். (படம் 12, இந்தச் சிந்தனையின் பதினேழாம் நூற்றாண்டின் பதிவு.) இதுபோன்ற நம்பிக்கைகள், பல நூற்றாண்டுகளாகச் சீனாவிலும் வழங்கின. தொடர்ச்சியான பூகம்பங்கள் அல்லது இயற்கை உற்பாதங்கள் நிகழ்ந்தால், ஒரு ஸ்தாயியின் பல்வேறு ஸ்வரங்களை மீட்டிப் பார்த்து ஆராய்வதில் ஈடுபடுவார்களாம். ஒருவேளை பூமியின் இசைக்கும் பிரபஞ்ச இசைக்குமான வரிசையொழுங்கு அற்றுப் போயிருப்பதுதான் காரணம் என்பது அவர்கள் எண்ணம்.

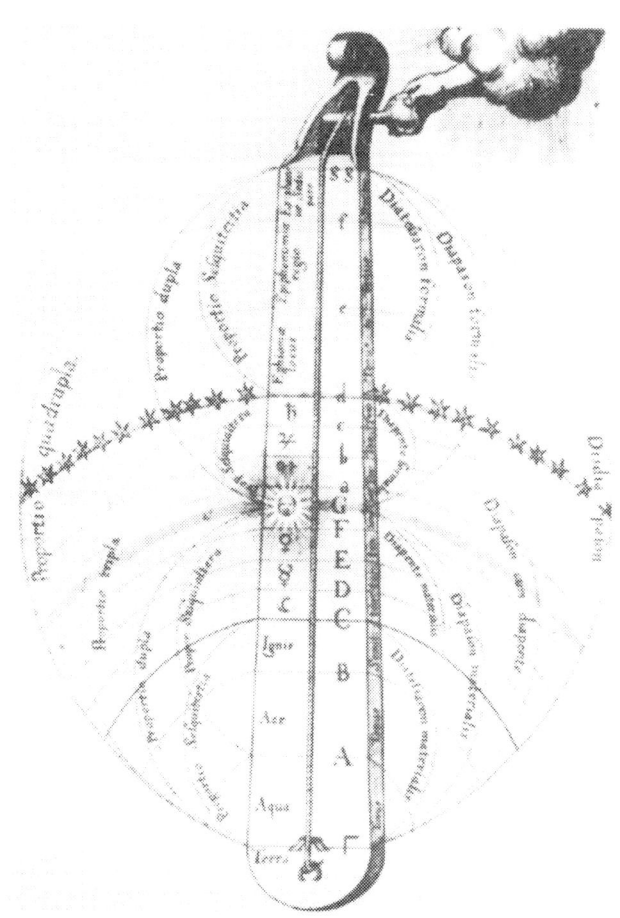

12. ஒற்றைநரம்பு இசைக்கருவியாகப் பிரபஞ்சத்தை நோக்குதல். (ராபர்ட் ஃப்ளட்டின் உத்ரியுஸ்க்யூ காஸ்மி ஹிஸ்டோரியா-ஆப்பன்ஹீம், 1617.) நரம்பின் இடப்புறம் கிரகங்களும் மூலங்களும் காட்டப்பட்டுள்ளன. ஸ்வரங்கள் வலப்புறம். வட்டங்கள் இவற்றை இணைக்கும் கணித விகிதங்களைக் காட்டுகின்றன. வானிலிருந்து ஒரு கை நிஜமாகவே பிரபஞ்சத்தை மீட்டுகிறது.

13. மாலரின் *தஸ் லீட் வான் டெர் எர்டி* (டெக்கா LXT 5576)யை காத்லீன் ஃபெரியர் செய்த பதிவின் மேலுறை.

வரலாற்றுப்பூர்வமாகவும், புவியியல் பூர்வமாகவும் மிகவும் வேறுபட்டுள்ள இந்தக் கலாச்சாரங்களுக்கும் பிறவற்றுக்கும், ஓர் இசைக்கம்பியை மீட்டுதலோ, ஒரு மணியை அடித்தலோ இருத்தலின் வேறொரு தளத்திற்கு நம்மை இட்டுச் செல்கிறது என்ற நம்பிக்கை பொதுவாக இருக்கிறது. பத்தொன்பதாம் நூற்றாண்டின் ஐரோப்பிய எழுத்தாளர்களான ஈ.டி.ஏ. ஹாஃப்மன் போன்ற வர்கள் இசையை ஆன்மிக வட்டம் என்று பேசியபோது இந்தப் பழமையான மரபையே பிரதிபலித்தார்கள். இதேபோன்ற விஷயங்களைப் படம் 13 போன்ற

இருபதாம் நூற்றாண்டின் பிம்பங்களிலும் காணலாம். போருக்குப் பிந்திய காலத்தின் மிகமுக்கியமான பாடகர்களில் ஒருவரான காத்லீன் ஃபெரியரை இப்படம் காட்டுகிறது. காமிரா பொய் சொல்லாது என்பதை இப்படம் உணர்த்துகிறதோ இல்லையோ, அது நிச்சயமாக ஒரு கதையைச் சொல்லக்கூடியது. கலைஞர் மேலே மிகத் தொலைவில் நோக்குகிறார். ஒளி மேலிருந்து அவர் முகத்தில் பரவுகிறது. மேலிருக்கும் ஓர் உலகத்தின் சுடரொளிக்கு இந்தப் பாடகியின் நிகழ்ச்சி (மாலரின் இசையும்கூடத்தான்) வழிவிடும் என்பதுபோன்ற உணர்வை உண்டாக்குகிறது. உண்மை யில் படமாக்கப்பட்டிருப்பது, வெளிப்படுத்தலின் ஒரு நிகழ்வு. புரூடென்ஷியல் விளம்பரத்தில் வரும் இளைஞன் மாலருக்குப் பதிலாக ராக் இசையைக் கேட்கிறான் ஆயினும், நாம் அவனுடைய திரும்பிய கண்களையும், அருவமான, மகிழ்ச்சியான புன்முறு வலையும் கவனித்தால், இதே உலகத்தைத்தான் அவனும் தரிசிக்கிறான் என்பதை உணரமுடியும்.

தனிப்பட்ட ஸ்டீரியோவைப்போல, இசைத்தட்டு களும் (வீட்டு நுகர்வுக்கென்றே முதன்மையாகத் தயாரிக்கப்பட்டவை) ஆன்மிகத் தளத்தை அருகழைக்கும் இசையாற்றலின் தனிப்பட்ட அழைப்பை விற்பனை செய்கின்றன. ஆனால் கச்சேரி அரங்கில்தான் இசை யின் ஆற்றலின் நேர்த்திவாய்ந்த பாராட்டை நாம் காணமுடியும். நாம் இன்றைக்குப் பார்க்கின்ற கச்சேரி என்ற அமைப்பு, பத்தொன்பதாம் நூற்றாண்டின் இன்னொரு கண்டுபிடிப்பு; இதற்கு முன்பும், இரசிகர்கள் முன்னால் இசை நிகழ்த்தப்பட்டது; ஆனால் அரசவை களிலோ, பெருந்தனக்காரர்களின் மாளிகைகளிலோ தான். பத்தொன்பதாம் நூற்றாண்டுக் கச்சேரியின் புதிய தன்மை என்னவென்றால், யார் ஒருவர் டிக்கெட் வாங்க முடியுமோ அவர்களுக்கெல்லாம் அது உரியது.

(இதுவும்கூட, அதிக எண்ணிக்கையிலான மக்களை இசைக்குரியவர்களாக அனுமதிக்கவில்லை. இருபதாம் நூற்றாண்டில் ஒலிபரப்பலும், பதிவுசெய்யும் தொழில் நுட்பங்களும் வந்தபிறகுதான் கேட்கவிரும்பும் எவருக்குமே செவ்வியல் இசை உரியது என்ற நிலை உருவானது.) பொருளாதார ரீதியாகப் பொதுக் கேளிக்கை நிகழ்ச்சியாகத் தொடர்ந்து கச்சேரி நடக்க வியலும் என்ற நிலை, இன்னொரு முக்கிய வளர்ச்சிக்கு இடம் தந்தது. குறித்த நோக்கத்துக்கெனக் கட்டப்பட்ட கச்சேரி அரங்குகள் உருவாயின. இவற்றில் நூற்றுக் கணக்கான இரசிகர்கள் (பிந்திய காலத்தின் ராயல் ஆல்பர்ட் ஹால், சிகாகோ ஆடிடோரியம் போன்ற வற்றில் ஆயிரக்கணக்கிலும் கூட) இசைக் கச்சேரியின் சடங்குகளைக் காணமுடிந்தது (படம் 14).

இன்று, ஒரு கச்சேரி அரங்கிற்குச் செல்வது என்பது ஒரு கதீட்ரலுக்கு (தேவாலயத்துக்கு)ச் செல்வது போன்றது. ஓர் உட்செல்லும் சடங்கு. பொருளாதார ரீதியாகவும் (ஏனென்றால் நீங்கள் கச்சேரிக்கு நுழைவுச் சீட்டு வாங்கியிருக்கிறீர்கள்) ஒலியியல் ரீதியாகவும் பிரிக்கப்பட்ட ஓர் அரங்கிற்குச் செல்கிறீர்கள். உள் கர்ப்பகிருஹத்தில், இரசிகர்கள் நடந்துகொள்ள வேண்டிய ஒரு திட்டவட்டமான விதிமுறை இருக்கிறது. அதேபோல நிகழ்த்துபவர்களுக்கும் திட்டவட்டமான விதிமுறை இருக்கிறது. உதாரணமாக, உடை விஷயம் (கச்சேரி இசைக்குழுவில் இருப்பவர்களுக்கு டின்னர் ஜாக்கெட், பழங்கால இசைக்கு கறுப்புக் கால்சட்டை யும் வண்ண மேல் சட்டையும், இப்படி) அதேபோல் பியானோ வாசிப்பவர்களும் தனித்து இசைபாடு பவர்களும் ஞாபகத் திலிருந்துதான் நிகழ்த்த வேண்டும் (சமகாலத்தின் கடினமான இசைப்பகுதிகள் மட்டுமே விதிவிலக்கு) என்பது வரை பல விதிகள். (ஆனால் ஆர்கன் வாசிப்பவர்களுக்கும் ஆரடோரியோக்களுக்கும்

இது பொருந்தாது.) ஆரடோரியோக்கள் என்பவை, பாட்டில் கதை சொல்லப்படும் வகையிலான இசைக் கச்சேரி நிகழ்ச்சிகளாகும்.

சில இசைக்கலைஞர்களுக்கு மட்டும் ஞாபகசக்தி ஏன் அதிகமாகப் பிறரைப்போல இருக்கத் தேவை யில்லை என்பது ஓர் இரகசியம். ஆனால் இசையை மனப்பாடம் செய்யும் மரபு முழுவதும் தன்னிச்சை யான ஒன்றல்ல. தனித்த இசைபாடும் நிகழ்ச்சிகள் (ரிசைட்டல்கள்) தன்னெழுச்சியாகச் செய்யப்படுவன போலத் தோன்ற வேண்டும்; தானாகவே இசையமைப் பாளருடைய ஸ்வரக்குறிப்போடு பொருந்திச் செல்வது போல அது இருக்கவேண்டும் என்ற கருத்துக்கு அனுசரணையாக இக்கருத்து தோன்றியது போல இருக் கிறது. வேறு சொற்களில் கூறினால், நீங்கள் ஜாக்கிரதை யாக மனப்பாடம் செய்த ஒன்றை ஒப்புவிப்பதுபோலத் தோன்றாமல், அது உங்களை ஆட்கொண்டு செய்ய வைப்பதுபோலத் தோன்றவேண்டும். (இது, இசை ஆன்மாவின் குரலாக அல்லது இயற்கையின் குரலாக, அல்லது நமக்கு அப்பாற்பட்ட உலகிற்குக் கொண்டு செல்வதாக இருக்கவேண்டும் என்ற கருத்தோடு ஒத்துச்செல்கிறது. மேலும் சடங்கின் பிறகூறுகள் எப்படியிருந்தாலும், ராக் இசை நிகழ்ச்சி நிகழும் விதத்தையும் இது இணைக்கிறது.)

நான் சுற்றிவளைத்துக் குறிப்பாகச் சொல்லவரு வதைப் பத்தொன்பதாம் நூற்றாண்டு உரைவிளக்கக் காரர்கள் நன்றாகவே அறிந்திருந்தார்கள். மரபான மதம், அறிவியலின் தாக்குதலுக்கு உட்பட்டதால், ஆன்மிக ஆறுதலுக்கு இசை ஒரு மாற்றுவழியைத் திறந்துவிட்டது. உண்மையில், அவர்கள் சில சமயங் களில் கலை, மதம் அல்லது மதக்கலை பற்றிப் பேசினார்கள். இது, இசைக்கலைஞத் தன்மையோடு ஒழுக்கப் பண்புகளை – தனிப்பட்ட நேர்மை, தனக்கு

14: சிகாகோ ஆடிடோரியம், தொடக்க இரவு (1889 டிசம்பர் 9)

உண்மையாக இருத்தல் போன்றவற்றை – நான் நம்பகத் தன்மை என்பதன்கீழ்த் தொகுத்திருக்கும் குணங்களை இணைத்துநோக்குவதற்கான பின்னணியை விளக்கு கிறது. ஆனால் மிகவும் சுவையானது, இன்னொரு ஒழுக்கப்பண்பான தூய்மை என்பதை இசைக்கலைஞர் களோடு அன்றி, இசையுடன் இணைத்துப் பார்த்தது தான். பத்தொன்பதாம் நூற்றாண்டின் பிற்பாதியின், இருபதாம் நூற்றாண்டின் முற்பாதியின் எழுத்தாளர்கள் தூய இசை என்பதால், இசையாகவே இருக்கின்ற இசையை, அதாவது சொற்களோடு சேர்ந்திராத இசை யைக் குறித்தார்கள். பாட்டுகள், இசை நாடகங்கள் போன்றவற்றில் சொற்கள் இசையோடு கலந்திருந்தன. லிஸ்ட், ஸ்மெட்னா, ரிச்சர்ட் ஸ்ட்ராஸ் போன்றோரின் சிஃம்பனிக்கான பாட்டுகள் என்பதில் கதை சொல்லப் பட்டது. இவையெல்லாம் தூய இசை அல்ல. தடவும் களிம்பில் விழுந்துவிட்ட ஈயைப் போல, வார்த்தைகள் இசையைக் களங்கப்படுத்துவதாக, அல்லது அதன்

ஆன்மிகத் தன்மையைக் குறைப்பதாக நோக்கப்பட்டன. ஓர் அசாதாரணமான விவாதப்போட்டி தொடங்கியது. ஒரு நூற்றாண்டுவரை விளாசியது. கடைசியில் ஒரு முடிவுக்கும் வராமல், ஒன்றுமில்லாமல் போயிற்று. தூய இசையை ஆதரித்தவர்கள், தன் அழகுக்கும் அர்த்தத்திற்கும் இசை வார்த்தைகளைச் சார்ந்து இல்லை என்று காட்ட முனைந்தார்கள். இசைநாடகம், இசை நடனம் ஆகியவற்றை ஆதரித்தவர்கள் வார்த்தையோடு சேரும்போதுதான் அர்த்தத்திற்கான முழு ஆற்றலையும் இசை அடைகிறது என்று வாதிட்டார்கள்.

இசைநாடக அரங்கில் நிகழ்வது வேறு. கச்சேரி அரங்கில், சிம்ஃபனிகளில், *கான்செர்ட்டோக்களில், பியானோ சொனாடாக்களில், ஸ்ட்ரிங் குவார்டெட்டுகளில்* தூய இசை ஆட்சி செய்கிறது. நெருக்கம், தீவிரஉணர்வு, ஆன்மிக அமைதி போன்றவை தூய இசையினாலேயே உருவாக்கப்படுகின்றன என்று அதன் ஆதரவாளர்கள் சொன்னார்கள். இது பத்தொன்பதாம் நூற்றாண்டின் கொடை. அதற்கு முன்பும் கருவி இசை இருந்து வந்தாலும், வார்த்தைகள் இசையோடு இணைந்துவந்த *காண்டாடா, ஆரடோரியோ, ஆபரா* போன்ற வகைமைகளுக்கு அது கீழாகவே கருதப்பட்டது. ஆனால் வார்த்தைக்கு எதிராக இசையின் வெற்றி என்பது குற்றமுள்ள ஒன்று. ஏனென்றால், இசையிலிருந்து வார்த்தை நீக்கப்பட்டதும், இசையைச் சுற்றிய வெளியை அது நிரப்பலாயிற்று. கச்சேரி அரங்கின் கருவறைக்குள் அது இசைக்குறிப்பு என்ற பெயரில் உள் நுழைந்தது. இதுவும் பத்தொன்பதாம் நூற்றாண்டின் கண்டுபிடிப்புதான். கச்சேரி இடைவெளி அரட்டையைப் பற்றிச் சொல்ல வேண்டியதில்லை. கச்சேரி அரங்கிற்கு வெளியிலுள்ள உலகில் அது இசை நலம் பாராட்டல் குறிப்புகள், பதிவுக் குறிப்புகள், கையேடுகள், பத்திரிகைகள், சிடி-ரோம், இணையதளம் என்று பல்கிப் பெருகியது.

இந்த வகையில், பீத்தோவன் அடித்தளம் அமைத்த இசை உலகம், வார்த்தைகளற்ற இசை என்ற சிந்தனையை வளர்த்ததல்லாமல், முரண்கூற்றாக, இன்று நாம் வார்த்தைகள் எப்படி இசையோடு தொடர்புறவேண்டும் என்பதற்கு வைத்திருக்கும் மாதிரியையும் உருவாக்கியது – அதை விளக்குதல் வாயிலாக. இதிலுள்ள முரண் என்ன? வார்த்தைகளால் தூய இசை விளக்கப்பட வேண்டும் என்றால், இசைக்கு விளக்கம் தேவைப் படுகிறது, அதாவது வார்த்தைகள் இல்லாமல் இசை இல்லை என்பது பொருளாகிறது. ஸ்காட் பர்ன்ஹாமின் வார்த்தைகளில், 'வார்த்தைகள் எதுவும் தேவைப்படாத இசைக்கே எக்காலத்தையும்விட இன்று வார்த்தைகள் தேவைப்படுகின்றன.' இந்த நூலின் இறுதியில் இந்தத் தலைப்புக்கு மீண்டும் வருகிறேன்.

இந்த இயலுக்குத் 'திரும்பவும் பீத்தோவனிடம்' என்று பெயரிட்டேன். ஒருவேளை இந்தத் தலைப்பு தவறான தலைப்புமாகலாம். இசையைப் பற்றி நாம் சிந்திக்கும் வழிகளில், அவருடைய இடையறாத பிரசன்னத்திலிருந்து நாம் ஒருபோதும் தப்பிக்கவே இல்லை என்பது தெரிய வருகிறது.

இயல் 3

நெருக்கடி நிலையா?

உலகளாவிய வளம் ஒன்று

ஆன்மிகத் தளத்தின் சிந்தனைகள், அவை இயற்கை யினுடையதோ, இசையினுடையதோ, ஓர் இசை மேதையின் வாயிலாக வெளிப்படுகின்றன என்பது, இருபத்தொன்றாம் நூற்றாண்டின் தொடக்கத்தில் இசைக் கலாச்சாரத்திலிருந்து வெகுதொலைவில் இருப்பது போலத் தோன்றுகிறது. ஆனால் பீத்தோவன் இசை யின் ஏற்பினோடு இசைந்துவந்த இசை பற்றிச் சிந்திக்கும் முறைகள் எல்லாம் ஒரேமாதிரி அமைந்துள்ளன. மேலும் அவை, நான் முதல் இயலில் விவரித்த தற்கால இசைக் கலாச்சாரத்திற்குரிய பண்புகளின் மூலமாக இருக்கிறது: உதாரணத்திற்கு, இசை பற்றிய ஜனரஞ்சகத் திறனாய் வுக்கு பெருமளவு அடிப்படையாக அமைந்திருக்கும் நம்பத்தக்க நிலை, சுயவெளிப்பாடு ஆகியவற்றை வலியுறுத்துதல், அல்லது இன்றைய பொதுமக்கள் மரபு அல்லது செவ்வியல் மரபு ஆகிய இரண்டிலும் உள்ள நிகழ்த்துபவர்களைப் பற்றி நாம் பேசுகின்ற முறையி லுள்ள விசித்திரமான முரண்பாடுகள் ஆகியவற்றை அதில் கவனியுங்கள். நான் இதை எழுதுவதற்கு ஓராண்டுக்கு முன்னர்தான், ஹாரிசன் பர்ட்விசில்

(பிரிட்டனுடைய தலையாய நவீனத்துவ இசையமைப் பாளராக நினைக்கப்படுபவர்), பீத்தோவனின் இசையமைப்பாளர் பற்றிய கருத்தை, 'இரசிகர்களுக்கு நான் பொறுப்பல்ல, நான் ஓர் உணவுவிடுதி நடத்தவில்லை' என்று அறிவித்தபோது ஒரு டஜன் வார்த்தைகளில் கூறிவிட்டார்.

மெய்யாகவே, பத்தொன்பதாம் நூற்றாண்டின் தூய இசை என்னும் கருத்து, புற அர்த்தங்களின் தொடர்பு ஏதுமின்றி அல்லது சமூகப்பின்னணி உதவியின்றி, இசையை அதன் வாயிலாகவே அறிதல் என்று வலியுறுத்தியது. அப்படியானால், இருபதாம் நூற்றாண்டின் இசையை மறுஉற்பத்திசெய்யும் தொழில்நுட்பம், முன்கூறிய மாதிரிச் சிந்தனைக்கு ஒரு பெரிய வலுச் சேர்த்துள்ளது என்று நீங்கள் வாதிக்க இடமிருக்கிறது. எந்தச் சமயத்திலுமே எல்லா இடங்களிலுமே இசை என்பது, அருகிலுள்ள இசைவிற்பனை மையத்தைவிடத் தொலைவில் இல்லை. அப்படி அது தொலைவில் இருக்குமானால், *ராக் அரவுண்ட் தி வேர்ல்டு* போன்ற இணையதளங்கள் உங்கள் மோடத்தின் வழியாக அந்த இசையை உங்கள் வரவேற்பறைக்கே கொண்டுவந்து சேர்த்துவிடுகின்றன. இசை என்பது எல்லையற்ற மூல வளங்களின் ஒரு தொகுதி; அதை அலமாரியிலிருந்து எடுத்துக்கொள்ளலாம் அல்லது வலைத்தளத்திலிருந்து இறக்குமதி செய்யலாம் என்று ஆக்கியபிறகு காலவெளியை அல்லது இடவெளியைச் சேர்ந்த வித்தியாசங்கள் கரைந்து மறைகின்றன. பீத்தோவன் வழிபாட்டின் தொடக்க ஆண்டுகளில், செவ்வியல் மேதைகளுடைய படைப்புகள் ஒரு புனிதத் தொகுதியாக ஏற்கப்பட்ட காலத்தில், இசை உருவாக்கப்பட்ட பிறகு ஒரு நூற்றாண்டு கழித்து மறைந்துபோய்விடும் அபாயத்தைத் தாண்டி, முக்கியப் படைப்புகள் யாவும் கலாச்சார மூலதனமாகப் பரப்பி வைக்கப்பட்ட காலத்தில், உருவாகிய இசைபற்றிய

சிந்தனையின் அறுதிக் கைகூடும் நிலை இது என்று கூறலாம்.

இன்றைய சமூகத்திற்குள் இசை கிடைக்கும் நிலை பத்தொன்பதாம் நூற்றாண்டின் சிந்தனை மறைந்து முடிவதை சிலவழிகளில் காட்டுகிறது என்றால், பிற வழிகளில் அது மிகவும் வேறாகவும் இருக்கக்கூடும். பீத்தோவனுடைய காலத்திலோ, அந்த நூற்றாண்டு முழுவதிலுமோ, நீங்கள் கேட்கக்கூடிய ஒரே இசை, (நேருக்குநேர் கேட்கும்) உயிருள்ள இசைதான். அதைக் கேட்குமிடம் பொதுக் கச்சேரி அரங்கமாகவோ, பெரிய வீடுகளின் முற்றமாகவோ இருக்கலாம். (பத்தொன்பதாம் நூற்றாண்டிலிருந்து முதல் உலகப் போர் வரை, நேர் உயர்ந்த பியானோக்களை – மத்தியதர வீடுகளில் அடக்கப்படக்கூடிய அளவுள்ளவை – உற்பத்தி செய்வது மிகப்பெரிய வளர்ச்சித் தொழில் களில் ஒன்றாக இருந்தது. அவற்றுடன் இசைக் குறிப்புத் தாள்களை உற்பத்தி செய்வதும்கூட..) ஆனால் இன்றோ, நம்மைச் சுற்றிக் கற்பனையான ஓர் இசைக் காட்சியகம் நிறைந்திருப்பதுபோலத்தான். சாய்வுநாற்காலியில் வசதியாகச் சாய்ந்துகொண்டே, நாம் ஓர் ஆபராவின் இசையை (அல்லது இராமாயண அடிப்படையில் அமைக்கப்பட்ட *பாலித்தீவின் குரங்கு நடன இசையை*) கேட்க முடியும். வேலைக்குக் கார் ஓட்டிக்கொண்டு செல்லும்போதே டேவிட் போவீயின் இசையையோ, பீத்தோவன் சிம்ஃபனியையோ கேட்க இயலும். தனிப் பட்ட ஸ்டீரியோ அமைப்புகளின்மூலம் நாம் *பெபோப்* இசையை அல்லது *ஹெவிமெட்டல்* இசையை நகர்ப்புறக் காட்சியோடு நம் அனுபவத்தில் ஒருங்கிணைத்துக் கொள்ளலாம்.

அன்றாட வாழ்க்கையின் இடையில் இவ்வாறு இசையைக் கொண்டுவந்தபிறகு, தனிப்பட்ட வாழ்க்கை முறையின் நிர்ணயத்தில், ஒரு புதிய கார், அல்லது

உடைகள், அல்லது வாசனைப் பொருள் இவற்றின் தேர்வுபோலவே இசையும் ஒரு தேர்வுக் கூறாக இடம் பெற்று விடுகிறது. இன்றிரவு இத்தாலிய உணவா, தாய்லாந்து உணவா, காஜூனாவா என்று முடிவு செய்வதுபோலவே, *பீத்தோவனா, போவீயா, பாலித்தீவு இசையா* என்ற தேர்வும் அமைகிறது. பார்ட்விசிலினால் ஏற்றுக்கொள்ள இசைவாக இல்லாவிட்டாலும், உண்மை என்னவென்றால், இன்றைய நுகர்வுக் கலாச்சாரச் சமூகத்தில் நாம் உயர்தர இசையமைப்பாளர்களையும் உணவு விடுதிப் பாடகர்கள் போலத்தான் நினைக்கிறோம்.

இங்கே நமக்கு ஒரு முரண்தொடை இருக்கிறது. பத்தொன்பதாம் நூற்றாண்டு இசைக் கலைஞர்களும், அழகியலாளர்களும் எந்தவகையிலான சுயேச்சைத் தன்மையை இசைக்கு வேண்டினார்களோ அதை இன்றைய நவீனத் தொழில்நுட்பம் இசைக்கு வழங்கி யுள்ளது. (ஓர் அர்த்தத்தில் போலித்தனமாகத்தான் – ஏனென்றால் தூய இசை என்பது மத்தியதர வர்க்கத்தின் சூழலுக்குள் – கச்சேரி அரங்குகள், மாளிகைகள் இவற்றுக்குள்தான் இருந்தது.) ஆனால் அதே தொழில் நுட்பம், இசைக் கலாச்சாரம் பற்றிய பத்தொன்பதாம் நூற்றாண்டின் அடிப்படைக் கருத்துகளைத் தலை கீழாகத் திருப்பிவிட்டும் உள்ளது. நாம் இசை நுகர் வோர்களாக நடந்துகொள்ளும்போது, இசையை ஒரு மின்னணுத் தொழில்நுட்பம் வழியாகக் கேட்கின்ற நுகர்வுப்பொருள், அல்லது வாழ்க்கையின் ஒரு வசதிப் பொருள் என்று நினைக்கும்போது, பத்தொன்பதாம் நூற்றாண்டின் இசைக் கலைஞர்களுக்கான ஆசிரியத் தன்மை என்பதற்கு முரண்படுகிறோம். சமகால ஸ்டூடியோ உற்பத்தியில், இசைக் கலைஞர்களுடைய படைப்பாற்றலுக்கு இடமிருப்பது போலவே, ஒலிப் பொறியியலாளர், உற்பத்தியாளர் ஆகியோரின் பதிவு செய்யும் தொழில்நுட்பத்திற்கும் டிஜிடல் ஒலி

நுட்பத்திற்கும் இடமிருப்பதால், ஆசிரியத்தன்மை என்ற கருத்தே சிக்கல் நிறைந்ததாகி விட்டது. (இசை பற்றிக் கருத்தெழுதும் பல எழுத்தாளர்கள், இசையின் இறுதி உற்பத்தியில் ஒலிப் பொறியியலாளர்கள் மற்றும் உற்பத்தியாளர்கள் பங்கை மிகவும் மோசமாகக் குறைத்து மதிப்பிடுகிறார்கள்.)

உலகமுழுதிலும் இருக்கும் பல்வேறு இசைகளையும் இன்று உடனடியாகக் கேட்க முடிகின்ற நிலை, பல்வேறு நாடுகளின் சமையலைப் பற்றிப் பேசுவதைப் போலவே பல்வேறு இசைகளைப் பற்றியும் பேச வாய்ப்புத் தருகிறது. ஷெங்கர் மாதிரியான ஒருவருக்கு இசைகள் பற்றிப் பேசுவதே பகுத்தறிவுக்கு ஒவ்வாததாக இருக்கும். இசையின் சொந்தக் குரலோ, இயற்கையின் குரலோ, இசைமேதைகளின் வாயிலாக நாம் கேட்பது எதுவாயினும், இயற்கை என்பதற்குப் பதிலாக இயற்கைகள் என்று பேசுவது எப்படி முட்டாள்தனமோ அது போலவே இசைகள் என்று சொல்வதும் முட்டாள்தனமானது என்று கூறியிருப்பார். இங்கே உள்ள பிரச்சினை என்னவென்றால், பத்தொன்பதாம் நூற்றாண்டின் அல்லது இருபதாம் நூற்றாண்டின் முற்பகுதியின் ஐரோப்பிய மனப்போக்கு. அது மேற்கத்திய கலை, விஞ்ஞானம் ஆகியவற்றின் சாதனைகளையே பொன் – நிறுத்தலாக (எடையிட்டுப் பார்க்கும் தராதரமாக) நிர்ணயித்திருந்தது. அதை வைத்துத்தான் பிற இடங்களின், பிற காலங்களின் இசை மதிப்பிடப்பட வேண்டும். ஆனால் இன்றைய பிற்காலனிய, பன்முகக் கலாச்சார சமூகத்தின் சூழல்களுக்கு இது முரண்படுகிறது. ஒற்றைக் கலாச்சாரம் உலகமுழுவதும் முன்னேறி வந்தது (இன்னும் முன்னேறும்) என்ற பார்வைக்கும், பல்வேறு எண்ணற்ற கலாச்சாரங்கள் அவற்றின் மதிப்புகளின் ஒழுங்கோடு இருக்கின்றன என்பதற்குமான வேறுபாடுதான் இது.

63

ஆனால், முக்கியமாக, பத்தொன்பதாம் நூற்றாண்டிலிருந்து நாம் பெற்ற சிந்தனைகளுக்கும் இன்றைய இசை உலகிற்குமான மிக முதன்மையான வேறுபாடு, உயர் மற்றும் இழி கலைகள் பற்றியது. இன்று இந்த இரு சொற்களுமே சந்தேகத்திற்கு உரியவையாக மாறியிருக்கின்றன. நீங்கள் இந்தச் சொற்களைப் பயன்படுத்த விரும்பினாலும், எது உயர் கலை, எது இழி கலை என்பதைப் பற்றிய நிச்சயத்துடன் பயன்படுத்த இயலாது. (பார்ட்விசில் உயர் கலை, ஸ்பைஸ் கேர்ல்ஸ் இழி கலை. ஆனால் ஞாயிற்றுக்கிழமை செய்தித்தாள்களின் விமர்சனப் பத்திகளை நோக்கினாலே போதும், உயர் கலையைச் செவ்வியல் இசையுடனும், இழி கலையை மக்கள் இசையுடனும் தொடர்புபடுத்துவது எவ்வளவு போதாமை உடையது என்பது தெளிவாகத் தெரிந்துவிடும்.) கல்விப் பாரம்பரியத்தில் வந்த இசைக் கலை எழுத்தாளர்களுக்கு இப்படிப்பட்ட சந்தேகங்கள் எதுவும் கிடையாது. உயர் கலை, அல்லது கலையிசை என்பது இசைக் குறிப்புகளின் அடிப்படையில் வந்த பாரம்பரியமான உயர்வகுப்பினருடைய இசை. குறிப்பாக, பாஹ், பீத்தோவன், ப்ராம்ஸ் இவர்களின் இசைக் களஞ்சியத்தைச் சேர்ந்தது. தாழ்கலை என்பது பிற எல்லாக் கலைகளும். சுருக்கமாகச் சொன்னால், எல்லாவித பாப் இசையும், இசைக்குறிப்புகள் அற்ற-அதனால் வரலாற்றில் மீட்டுருவாக்கம் செய்யப்பட முடியாத இசைப் பாரம்பரியங்கள் அனைத்தும் கீழான கலை. சில கீழ்க்கலைகளுக்குத் தனக்கென மதிப்புமிக்க பண்புகள் இருக்கக்கூடும். குறிப்பாக, இருபதாம் நூற்றாண்டின் தொடக்கத்தில் ஐரோப்பாவிலும் அமெரிக்காவிலும் அறிஞர்களால் திரட்டப்பட்ட நாட்டார் பாடல்கள். மேலும் ட்வோரக், வாகன் வில்லியம்ஸ், பார்தோக் போன்றவர்களையும் உயர் கலைகளில் சேர்த்துக்கொள்ளலாம். ஆனால் அவர்களின்

படைப்புகள் தங்கள் அசலான வடிவத்தில் கிடைக்க வேண்டும். அவற்றில் நகர்ப்புறத்தில் வளரத்தொடங்கிய இசைத் தொழிலினால் ஏற்பட்ட மாற்றங்கள் பாதித் திருக்கக்கூடாது. காரணம், இப்படிப்பட்ட நாட்டார் பாடல்கள், நாட்டுப் புறங்களின் தேசியத்தன்மையை வெளிப்படுத்துவனவாகக் கருதப்படுகின்றன. ஆனால் அதற்காக அவை உயர்கலை என்ற தன்மையை எய்தி விட முடியாது. காரணம், ஒரு தனிமனித உள்ளெழுச்சி யினால் கலை பிறக்கிறது என்ற அளவுகோலுக்குள் அவை வருவதில்லை. அந்த இசையின் வாயிலாக மக்கள் குரலைக் கேட்கலாம்; ஆனால் இசையின் குரலைக் கேட்க முடியாது.

இசை வரலாற்றிலும், இசைநலம் பாராட்டல் பற்றிய பாடப்புத்தகங்களிலும் உயர்கலை, இழிகலை என்ற பிரிவு தனது திட்டவட்டமான வடிவத்தில் இன்றுவரை தைரியமாக நின்று நிலவி வருகிறது. அவை மேற்கத்திய கலை இசை பற்றிச் சொல்கின்றன. அது முதலில் ஐரோப்பாவில் பிறந்து வளர்ந்து, பின்னர் பத்தொன்பதாம் நூற்றாண்டில் அமெரிக்காவிலும் பரவியது. அப்போதே கதை முடிந்துவிடுகிறது. பிறகு போனால் போகிறதென்று கடைசியாக ஓரிரண்டு இயல்கள் பாப் இசை பற்றிச் சேர்க்கப்படுகின்றன (பெரும்பாலும் இருபதாம் நூற்றாண்டிற்கு முன்னர் அதன் வரலாறு பற்றிச் சொல்லப்பட்டிருக்கும். ஆனால் அங்கும் ஜாஸ், பிறகு ராக் இசை மீது தான் கவனம் குவிக்கப்பட்டிருக்கும். ஜாஸ் இசை, இரண்டாம் உலகப்போருக்குப் பிறகு ஒருவித மாற்று இசையாக உருமாற்றம் பெற்றுவிட்டது). இங்கே ஏதோ ஒரு தீண்டாமை செயல்படுகிறது என்பது தெளிவு; ஜனரஞ்சக இசை, இசை மரபிலிருந்து ஒதுக்கி வைக்கப்படுகிறது. இதைவிட இன்னும் வெளிச்சம் தரும் விஷயம் என்னவென்றால், மேற்கத்தியம் அல்லாத மரபுகளை அந்தப் புத்தகங்களில்- மிகப் பெரிய பல

பாகங்களாக இருக்கும் *நியூ ஆக்ஸ்போர்டு ஹிஸ்டரி ஆஃப் மியூசிக்* போன்ற நூல்களிலும் – அறிமுகப்படுத்தும் விதம். அவற்றிற்கு இடம் ஏதும் இருப்பதில்லை. அப்படி இருந்தால், அவை தொடக்கத்திலேயே வந்துவிடும். இம்மாதிரி நூல்களின் ஒரு பொதுவான உத்தி என்ன வென்றால், ஆரம்ப இயல்களில் இசையின் அடிப் படைக் கூறுகள் பற்றி ஓரிரு இயல்களைச் சேர்ப்பது - ஸ்தாயிகள், இசைக் குறிப்பு எழுதுதல், கருவிகள் முதலியவை பற்றி. பிறகு மேற்கத்தியம் அல்லாத இசை களை அதில் கொண்டுவந்துவிடுவார்கள். அல்லது சிலசமயங்களில், மரபார்ந்த வேட்டையாடும்கால இசை, நாடோடிச் சமூகங்களின் இசை ஆகியவற்றைச் சற்றே அறிமுகப்படுத்திப் பிறகு ஆசிய வகையிலான இசைகளைப் பற்றி - இந்திய, சீன, கொரிய, அல்லது ஜப்பானிய இசைகள் பற்றிக் கூறுவார்கள். முடிந்தால் ஒரு புறஞ்செல்லல்போல, இந்தோனேசியாவின் *கேம்லன்* (பாலித் தீவைச் சேர்ந்த ஒருவித உலோகக் கருவிக் குழுஇசை), தோற்கருவியிசை ஆகியவற்றைப் பற்றிச் சொல்லிவிட்டு மேற்கத்தியமல்லாத இசை முழுவதை யும் சொல்லிவிட்டதாக முடித்துவிடுவார்கள். எப்படி யிருந்தாலும் மூன்றாவது இயலில் வரலாற்று, புவியியல் வேகப்படுத்தல்கள் முடிந்துபோய், காட்சி பாரிஸிலுள்ள நாடர்டேம் தேவாலயத்திற்கு மாறிவிடும். அங்குதான் லியோனின், பெரோடின் ஆகியோர் (மேற்கத்திய பலகுரல் அல்லது பலபகுதி மரபு இசையைத் தொடங்கி வைத்த இசையமைப்பாளர்கள்) பன்னிரண்டாம் நூற்றாண்டின் இறுதியில் இசைத்துறையில் பெரும் புகழ் எய்தினார்கள். இந்த மாதிரி முன்பதிவுகளுக்குப் பிறகு இசையின் நிஜமான கதை – அதாவது மேற்கத்தியக் கலை இசையின் கதை – தொடங்கிவிடும்.

தொடக்கத்தில் மேற்கத்தியமல்லாத இசை பற்றிய சிறிய அறிமுகங்களைச் சேர்த்து விட்டுப், பிறகு

மேற்கத்தியக் கலாச்சார முன்னேற்றத்தை மட்டுமே விளக்குவதிலுள்ள உட்குறிப்பை எளிதாகப் புரிந்து கொள்ளமுடியும். இந்த மாதிரிச் சிந்தனை இருபதாம் நூற்றாண்டின் தொடக்கத்தில் – சூரியனே மறையாத பிரிட்டிஷ் சாம்ராஜ்யம் செங்கோலோச்சிய காலத்தில் – பொதுவாக நிலவி வந்தது. அக்காலத்தில் இது எதிர்பார்க்கக்கூடியதுதான். ஆனால் இன்னும் இருபத் தொன்றாம் நூற்றாண்டின் தொடக்கத்திலும் இதே கதையை எதிர்கொள்ள வேண்டியிருக்கிறது என்பதை நினைக்கவே முடியவில்லை. காரணம், இன்றைய பன்மைத் தன்மைகொண்ட சமூகத்தில் இசையைப் புரிந்துகொள்ளப் போதிய அடிப்படையை அது அளிக்க வில்லை. அண்மைக் காலம்வரை வேறு எந்தத் துறையிலும் இப்படிப்பட்ட இன-மைய, மேட்டுக்குடிக் கருத்தாக்கங்கள் எவ்வித விமர்சனமும் இன்றிப் பிரபலமாயிருந்து ஆட்டிப் படைத்ததைக் காணமுடியாது. ஆனால், 1980களின் மத்தியிலிருந்து ஒரு பெரும் மாற்றம் இசையியல் என்ற கல்வித்துறையில் ஏற்பட்டுள்ளது என்பதை இந்த நூலின் கடைசி இயல் வாயிலாகப் புரிந்துகொள்ளலாம்.

மரணமும் உருமாற்றமும்

மேற்கத்திய செவ்வியல் இசை ஒருவிதச் சிக்கலில் மாட்டிக் கொண்டிருப்பதாக அடிக்கடி கூறப்படுகிறது. இது ஒரு பரவலான, பொதுக்கூற்று.

சிக்கல் என்பதை இரசிகர்களின் எண்ணிக்கை அடிப்படையிலான நோக்கில் பார்த்தால், 'தீவிரமான' சமகால இசை என்று அழைக்கப்படுவதில் ஒரு சிக்கல் ஏற்பட்டிருப்பது உண்மைதான். (இது ஒரு திருப்தியற்ற அடைமொழி, காரணம், இதில் கச்சேரி அரங்கங்களுக்கு அப்பால் இசைக்கப்படும் இசை தீவிரமற்றது என்ற உட்குறிப்பு அடங்கியிருக்கிறது.) ஒரு முற்போக்கான,

புதிய இசை என்பது சிறுபான்மையினரின் இரசனைக் காக ஏற்பட்டதாக இருக்கவேண்டும், மேட்டுக்குடியினர் சிலர் மட்டுமே அதை இரசிக்கமுடியும் என்பது ஒரு வரலாற்றுக் கருத்தாக்கம். இருபதாம் நூற்றாண்டின் தொடக்கத்தில் அது நிலவியது. அப்போதுதான் கலை களினூடாக சுயப்பிரக்ஞையோடு கூடிய ஒரு முன்னணி அவந்-கார்டு இயக்கம் வெடித்தது. நிறுவனங்களால் அங்கீகரிக்கப்பட்ட, பழஞ்சின்னமான கல்வியியல் கலைகளிலிருந்து விடுபட்டு, இளம் சித்திரக்காரர்கள் சுயபிரக்ஞையோடுகூடிய புத்தாக்கம் செய்யப்பட்ட, தனிப் பாணிகளைப் படைப்புகளில் உருவாக்கினார்கள் என்பது இதற்குச் சிறப்பான உதாரணம். தங்கள் படைப்புகள் ஒரு புதிய கலை இயக்கத்தையே உருவாக்கு கின்றன என்று அறிக்கைகளை வெளியிட்டார்கள் (*ஆர்ஃபிசம், வோர்டிசிசம், ஃப்யூச்சரிசம்*, அல்லது வேறு எந்த இயக்கமாயினும் சரி). இந்த மாதிரிப் புத்தாக்கம் செய்தல் பிற கலைகளுக்கும் பரவியது. உதாரண மாக, வியன்னாவைச் சேர்ந்த இசையமைப்பாளரான ஷோன்பெர்க், தான் *டோனாலிட்டி*யைக் கைவிட்டதன் வரலாற்று முக்கியத்துவம் பற்றி மிகுந்த சுயவுணர்வு கொண்டவர். (*டோனாலிட்டி* என்பது, ஒரு மைய ஸ்வரத்தை – 'டானிக்' என்பதை அடிப்படையாகக் கொண்டு இசை வகுக்கப்படுகிறது என்ற பொதுவான இசை நடை முறை.) அவர் *சீரியலிசம்* என்ற பாணி யைக் கண்டுபிடித்தார். இது ஐரோப்பிய இசையில் ஜெர்மானிய இசையை இன்னொரு நூறாண்டுக்காலத் திற்கு மேல் ஆதிக்கத்தில் வைக்கும் என்று கூறினார். (இன்னொரு என்று குறிப்பிட்டது, பீத்தோவனை மனத்தில் கொண்டுதான்.)

ஷோன்பெர்க்கும் அவரது பின்னோரும் பயன் படுத்திய *சீரியல்* முறை, ஒரேவித ஸ்வரவரிசையை மீண்டும் மீண்டும் பயன்படுத்தி இசையமைப்பதாகும்.

அப்படிச் செய்யும்போது அது மோசமான விளைவை ஏற்படுத்திவிடாமலோ வெளிப்படையாகத் தெரியாமலோ இருக்கவேண்டும். ஒரு குறிப்பிட்ட ஸ்வரவரிசையை ஆரோகணமாகவோ, அவரோகணமாகவோ எப்படி வேண்டுமானாலும் பயன்படுத்தலாம். எப்படியிருந் தாலும் *சீரியல்* இசை *டோனல்* இசையிலிருந்து வித்தியாச மாக ஒலித்தது. இசையின் பரிச்சயமான அடையாளங்கள் பல *சீரியல்* இசையில் இல்லாமல் போய்விட்டதை உணர்ந்தார்கள். புதிய இசை பழைய இசையைப் போல் இல்லாததால் மிகக் குறைவானவர்களே அதைக் கேட்டார்கள். அதைச் சரிவரக் கேட்டவர்கள் அதற்குப் பொறுப்பானவர்களாக மாறினார்கள். முக்கிய மரபான செவ்வியல் இசைக் களஞ்சியத்தைக் கேட்டவர்களி லிருந்து நவீன இசையைக் கேட்பவர்கள் முற்றிலும் வேறான திசையில் பிரிந்ததனால் அவர்கள் ஒதுக்கப் பட்டனர். ஆனால் ஷோன்பெர்கும் அவரது சமகாலக் கலைஞர்களும், இது ஒரு மாற்றநிலை, தவிர்க்கமுடியாத நிலை என்றே நினைத்தனர். இசையின் வரலாறு, பரிச்சயமல்லாதவற்றை ஏற்பதில் இரசிகர்கள் தயக்கம் காட்டுகின்றனர் என்பதைக் காட்டுகிறது, ஆனால் காலப்போக்கில் அவர்கள் அதற்குப் பழக்கமாகி, அதைப் பாராட்டக் கற்றுக்கொள்வார்கள் என்றார்கள். (பீத்தோவனின் சமகால இரசிகர்கள் அவருடைய *ஹேமர்க்ளேவியர் சொனாடா, ஒன்பதாம் சிம்ஃபனி* ஆகியவற்றைப் புறக்கணிக்கவில்லையா?) மளிகைக் கடைக்காரப் பையன்கள்கூடத் தாங்கள் போக வர இருக்கும்போது சீரியல் இசையை விசிலடிக்கும் காலம் வரும் என்று ஷோன்பெர்க் நினைத்தார்.

தாம் சொன்னதை உண்மையிலேயே ஷோன்பெர்க் நம்பியிருந்தால் (உறுதியாக இதைச் சொல்லமுடிய வில்லை) அது இசை வரலாற்றில் ஒரு வேதனையான கணத்தைத்தான் காட்டும். ஏனென்றால், *சீரியலிசம்*

புகழ் அடையவில்லை. மக்களுக்கு அது நன்கு பரிச்சய மாகும் என்று ஷோன்பெர்கும் அவரது நண்பர்களும் காத்திருந்த கணம் வரவேயில்லை. அதற்கு மாறாக, நவீன இசை என்ற பெயர், ஒரு சிறிய காலப் பகுதி யின் இசையைக் குறிப்பதாக மாறி, அந்தக் காலமும் பின்னுக்குச் சென்றுவிட்டது. கடைசியில் இன்று உள்ள கச்சேரிக்காரர்கள் நம் தாத்தாக்களெல்லாம் இளஞ் சிறுவர்களாக இருந்த காலத்து இசையை ரொம்ப நவீனமாக இருக்கிறது என்று புறக்கணிப்பதில் கொண்டு விட்டிருக்கிறது.

இவ்வாறு ஏன் நடந்தது? ஷோன்பெர்கும் (பார்ட்விசில் போல) பத்தொன்பதாம் நூற்றாண்டின் கருத்தியலான ஆசிரியத் தன்மை என்பதை முழுமனத்தோடு நம்பி, இரசிகர்களை ஓரளவு வெறுப்பின் விளிம்பிலேயே மதித்ததால் ஏற்பட்டதாக இருக்கலாம். (பத்தொன்பதாம் நூற்றாண்டுக் கலைஞர்கள், அடிக்கடி 'கலை கலைக் காகவே' என்று சொல்லிக் கொண்டிருந்தாலும், அதற்கு முரண்நிலையில், அவ்வப்போது இரசிகர்கள் குறிப்பாக எதை இரசித்தார்களோ அதை அவர்களுக்கு அடிக்கடி வழங்கி வந்தார்கள். இதையே ராக்பேண்ட் கலைஞர்கள் விஷயத்திலும் சொல்ல முடியும்.) அல்லது, ஜனரஞ்சக மான புகழை ஒதுக்கிய நிலையே அவர்களது படைப்பு களின் தீவிரத்தன்மையையும் ஒருமைப்பாட்டையும் உறுதிப்படுத்தியதாக நினைத்தார்கள் போலும். அதனால் தங்கள் இசையையும் சாதாரணப் பொதுமக்களுக்காக அன்றி, ஒரு சிறிய, உறுதிப்பட்ட இரசிகர் கூட்டத்திற் கெனவே நடத்தினார்கள். **1918**இல் வியன்னாவில் 'தனிப்பட்ட இசை நிகழ்த்தல்களுக்கான அமைப்பு' *(சொசைட்டி ஃபார் பிரைவேட் மியூசிகல் பெர்ஃபாமன்ஸ்)* என்பதை ஷோன்பெர்க் நிறுவியபோது அதன் கச்சேரி களுக்கு நம்பகத் தன்மையுள்ள உறுப்பினர்கள் மட்டுமே அனுமதிக்கப்பட்டனர். எந்த ஓர் இசையையும்

பாராட்டவோ பொதுமக்களுக்கான பத்திரிகை உலகில் அதன் அறிக்கை எந்தவிதத்திலும் வருவதற்கு இடமளிக்கவோ கூடாது என்ற நிபந்தனையின் பேரில் தான் அவர்கள் சேர்க்கப்பட்டனர். ஆனால் அந்தத் தீவிரமான சமகால இசையைத்தான் ஜனரஞ்சக இசை யின் வெவ்வேறுவிதமான தொடர்ச்சியான வளர்ச்சிகள் (*லைட் மியூசிக், ஜாஸ், ரிதம் அண்ட் ப்ளூஸ், ராக்* போன்றவை) முட்டித்தள்ளி வெளியேற்றின. வேறு விதமான சமகால இசைகளைப் புகழின் எதிர்பாராத உச்சங்களுக்குக் கொண்டுசென்றன.

நவீன இசைக்கு இப்படி ஒரு வருத்தம் தோய்ந்த சித்திரத்தை அளிப்பது ஒருவகையில் தவறானது. அதை ஒரு தோல்வியின் சித்திரம்போலக் காட்டிவிட்டேன். ஷோன் பெர்க், பர்ட்விசில் போன்றவர்களின் இசை யும் பீத்தோவன், ப்ராம்ஸ் இசை போலவே, (அல்லது மைக்கேல் ஜான்சனையும், முன்பு பிரின்ஸ் என்று அழைக்கப்பட்ட கலைஞனையும் போலவே) கச்சேரி அரங்குகள், பதிவு நிறுவனங்கள், வரவேற்பறைகள் போன்றவற்றில் காட்சியளிக்க வேண்டியதுதான், அதே பணியினை ஆற்றவேண்டியதுதான், அதுதான் வெற்றிக்கான அறிகுறி என்ற விதத்தில் பேசிவிட்டேன். இப்படித்தான் அவர்கள் இருக்கவேண்டும் என்ற அவசிய மில்லை. முதல் இயலில், ஒற்றைவிதமான, நிறுவன அங்கீகாரம் பெற்ற, பத்தொன்பதாம் நூற்றாண்டு இசைச் சிந்தனையை இடம்பெயர்த்துவிட்ட துணைக் கலாச்சாரங்களின் பன்மைத்தன்மையைப் பற்றிப் பேசி யிருக்கிறேன். நவீன இசை, அல்லது '*நவீன இசை*', அரசாங்க மானியம் அல்லது கல்வி நிறுவனங்களின் கொடை ஆகியவற்றின் ஆதரவில் வாழ்கிறது. சிலசமயங் களில் அதற்கு இசைத் தொழிலகங்களின் ஆதரவும் (பயங்கரப் படங்களின் பின்னணி இசை போன்ற வற்றில்) இருக்கிறது. ஆனால் விஷயம் என்னவென்றால்,

அங்கெல்லாம் அது நிச்சயம் வளமாக வாழ்கிறது. அது சிலருக்கானதுதான்; ஆனால் அதையே ப்ராம்ஸ் - பீத்தோவன் மரபுக்கும் சொல்லமுடியுமே! வித்தியாசம் அந்த ஒருசிலரின் எண்ணிக்கை அளவில்தான் இருக்கிறது. அதை இயக்குகின்ற பொருளாதார அளவின் பிணைப்பில் இருக்கிறது.

செவ்வியல் மரபைக்கூட அதன் ஆதரவாளர் எண்ணிக்கை அடிப்படையில் கேள்வி கேட்கலாம் என்றாலும், செவ்வியல் இசை ஒட்டுமொத்தமாக ஒரு சிக்கலில் மாட்டிக் கொண்டிருக்கிறது என்று சொல்வதற்குக் காரணம் இல்லை. நிச்சயமாக, அந்த மரபு மாறாததாக நிலைத்துவிட்டது. அதாவது காலத்தின் வேகத்திற்கேற்ப அதன் ஈர்ப்பு மையம் மாறிச் செல்ல முடியவில்லை. மிகச்சிறந்த படைப்புகள் சில ஒவ்வொரு பத்தாண்டிலும் செவ்வியல் களஞ்சியத்தில் சேர்க்கப்பட்டாலும் அதற்கு எதிர்நிலையிலும், அந்தக் களஞ்சியத்தை மறுமலர்ச்சிக் காலத்திற்கும் இடைக் காலத்திற்கும் கொண்டு செல்லுமாறு – முற்கால இசை என்பதைச் சேர்த்துக்கொள்ளுமாறு – முன்னோக்கிக் காலத்தை நீட்டியிருக்கிறார்கள். ஆனால் தர்க்க பூர்வமாக இதை இந்த இசை மரபின் வளர்ச்சி என்றே காண வேண்டுமே தவிர நலிவு என்பதாக அல்ல. இசை மறுஉற்பத்தித் தொழில்நுட்ப வளர்ச்சியின் அர்த்தம் என்னவென்றால், நாம் கருதக்கூடிய எந்தப் புள்ளியியல் அளவையிலும், இதற்கு முன்பு இருந்ததைவிட செவ்வியல் இசை மிக அதிகமாக உலகம் முழுவதும் இரசிகர்களைக் கொண்டிருக்கிறது என்பதுதான். அது மட்டுமல்ல, பத்தொன்பதாம் நூற்றாண்டின் உள்நாட்டு இசைக் குழுக்களால் அடையமுடியாத, நகர்ப்புற இசைக் குழுக்களாலும் கூட அடைய முடியாத என்றே சொல்லலாம் – ஓர் உயர் தரமுள்ள நிகழ்வை அதன் இரசிகர்கள் கேட்கிறார்கள். ஒன்பதாம்

சிம்ஃபனி, பெர்லியோஜின் *சிம்ஃபனி ஃபெண்டாஸ்டீக்*, ஸ்ட்ராவின்ஸ்கியின் *ரைட் ஆஃப் ஸ்ப்ரிங்* போன்ற முதன்மையான படைப்புகளை இத்தகைய வசதிகள் இருந்ததால்தான் அதிக ஆர்வத்துடன் இரசிக்கமுடிந்தது என்று சொல்லமுடியும். அவை அக்காலத்தில் அவ்வள வாகப் பயிற்சியில்லாத, அவ்வளவாக நல்ல ஊதியம் பெறாத, ஒருவேளை குழம்பிய கலைஞர்களால்கூட வாசிக்கப்பட்டிருக்கலாம். அக்காலத்தில் ஒலிப்பதிவு கண்டுபிடிக்கப்படாததால் மேற்கண்டவற்றில் எந்தக் காரணத்திற்காக என்பதை நாம் உறுதிப்பட அறிய இயலாது. இந்த மாதிரியே பேசிக்கொண்டு போவது எளிது. உதாரணமாக, கடந்த பத்தாண்டுகளில் மட்டும்,

- மிகுந்த உழைப்பு கொண்ட, ஆனால் மெருகேறாத ஒரு வயலினிஸ்டு ஆன கென்னடி, (முன்னாட் களில் நைகல் என்ற பெயரில் அறியப்பட்ட கலைஞர்) விவால்டியின் *நான்கு பருவங்கள்* என்ற செவ்வியல் இசையோடு பாப் இசை மேம்பாட்டு உத்திகளையும் கலந்து ஒரு வீடியோவை வெளி யிட்டார். இன்று உலகம் முழுவதும் தொலைபேசி ஒழுங்கமைவுகளில் விவால்டியின் இசை பயன் படுவதற்குத் தனிப்பட்ட காரணமாக அவரையே கூறவேண்டும். (கையில் தொலைபேசிக் கேட்பியை வைத்திருக்கும்போது உலோக ஒலித்தன்மை கொண்ட *நான்கு பருவங்கள்* இசையை எத்தனை முறை கேட்டிருப்பீர்கள்?)
- மூன்று உச்சக்குரல் ஆசிரியர்கள் - லூசியானோ பாவரோட்டி, பிளேசிடோ டொமினிகோ, ஜோஸ் கேரிராஸ் ஆகியோர் பூச்சினியின் ஒற்றைக்குரல் பாடல் *நெசும் டோர்மா*வை உலகக் கோப்பைக்குரிய அதிகாரபூர்வமான கீதமாக ஆக்கியதைத் தொடர்ந்து, இத்தாலிய ஆபராக் களைப் பாப் இசைக்குள் கொண்டு வந்தனர்.

- போலந்தைச் சார்ந்த இசையமைப்பாளர் குரெட்ஸ்கி யின் இதுவரை அறியப்படாத *மூன்றாம் சிம்ஃபனி*, லண்டனை அடித்தளமாகக் கொண்ட இசை நிலையமான கிளாசிக் எஃப்எம் என்பதில் அதிக மாகப் பயன்படுத்தப்பட்டபின் மடோனாவைப் பாப் இசையிலிருந்து வெளித்தள்ளி விட்டது.

- டேவிட் ஹெல்ஃப்காட் என்னும் பியானோ கலைஞர், மனநோயோடு போராடி வெற்றி கொண்டதை வெளியிட்ட *ஷைன்* என்னும் படத்தின் வெளியீட்டுக்குப் பிறகு புகழின் உச்சிக்கு வந்தார். விமர்சகர்கள் கடுமையாகத் திறனாய்வு செய்தாலும், இரசிகர்கள் அவர் செவ்வியல் இசை வாசிப்பதைக் கேட்பதற்காகக் கூட்டமாகத் திரண்டனர்.

இசைத்தொழில் எப்படி செவ்வியல் இசையின் இடத்தை ஒரு மாடப் பொருளாக மாற்றியது என்பதைக் காட்ட இப்படி விதிவிலக்கான விஷயங்களைப் பட்டிய லிட்டுக் கொண்டு போகவேண்டிய அவசியமில்லை. வெறும் மாடப் பொருளாக அல்ல, சமகால நுகர்வுக் கலாச்சாரத்தின் மிக முக்கியமான மாடப்பொருளாக மாற்றியது. (மாடப்பொருள் என்பது குறித்த இரசிகர் களுக்காகச் செய்யப்படும் படைப்பு.) எனவே செவ்வியல் இசையின் மரணம் பற்றிய பேச்சுகள் மிகைப்படுத்தப் பட்டனவாகத் தோன்றுகின்றன. உதாரணமாக, லாரன்ஸ் கிரேமர் எழுதுகிறார்:

குறைந்தபட்சம் அமெரிக்க ஐக்கிய நாடுகளிலேனும், இசை ஒரு பெரிய தொல்லைக்கு ஆட்பட்டுள்ளது என்பது ஒன்றும் இரகசியமல்ல. அதற்கு இலக்கியம் அல்லது பார்வைக் கலைகளின் கௌரவமோ புகழோ காரணம் அல்ல. ஒரு மாறாத, மையமான படைப்புகளின் தொகுதியைப் பிடித்துக் கொண்டு,

சுயபுதுப்பித்தலுக்கான ஆற்றலை வீணடித்து விட்டனர். அதன் இரசிகர்கள் குறைந்து வருகிறார்கள்; தலை நரைத்துக்கொண்டு, முகம் வெளுத்துக் கொண்டு போகிறார்கள். ஒரு தற்சார்பான கலை உயர்வு என்னும் வட்டத்திற்குள் அது வருவதாகக் கூறப்படுவதில், ஒரு குறுங்குழுவின் சமூக ஆர்வங் களை வெளிப்படுத்துவதற்கான ஒரு வாய்ப்போ என்ற ஐயம் முன்வைக்கப்படுகிறது.

கிரேமர் மட்டுமே அன்றி, இன்னும் பலரும் இவ்வித மான பயங்களை வெளிப்படுத்தி இருக்கிறார்கள். இசைநாடக இயக்குநரான பீட்டர் செல்லர்ஸ், 1996இல் செவ்வியல் இசையை ஒரு புற்றுநோயாளி அல்லது எய்ட்ஸ் நோயாளிக்கு ஒப்பிட்டிருக்கிறார். ஆனாலும், இந்த நோய்காணல் துல்லியமானதன்று என்றே நான் நினைக்கிறேன். குறைந்தபட்சம் ஐரோப்பா விலேனும் செவ்வியல் இசை இறக்கவில்லை; செத்துக் கொண்டும் இருக்கவில்லை. ஜிசிஎஸ்இயும் தேசியக் கல்வித் திட்டமும் பிரிட்டிஷ் வகுப்பறைகளில் செவ்வியல் இசையின் இருப்பை உறுதிசெய்து கொண்டிருக்கின்றன. செவ்வியல் இசைக்கான எஃப்எம் நிலையம் ஒலிபரப் பைத் தொடங்கியதிலிருந்து செய்தித்தாள் கடைகளில் செவ்வியல் இசை பற்றிய இதழ்கள் நிறையவே வெளி வந்து விற்பனையாகின்றன. ஆனால் அதை உயிருடன் வைத்திருப்பது, அதன் சமூக, கலாச்சாரப் பங்காற்றலில் ஒரு நாடகத்தன்மைமிக்க மாற்றம். அந்த நாடகத் தன்மையை எஃப்எம் ஒலிபரப்பு உச்சத்தன்மைக்குக் கொண்டுவந்துள்ளது. அது சிம்ஃபனிகளிலுள்ள இயக்கங் களைத் தனித்தனியாக வெட்டித் தருவது உயர்நிலைத் திறனாய்வாளர்களுக்குக் கோபத்தை ஏற்படுத்தி யுள்ளது. ஆனால் பிரச்சினை என்னவென்றால், இதைச் செவ்வியல் பற்றிய கல்வியியல் சார்ந்த எழுத்துகளோ கல்வியியல் சாராத பிற எழுத்துகளோ எதிர்க்கவோ,

இருப்பினும்... இருப்பினும்... செவ்வியல் இசையின் சிம்ஃபனி மரபு எனக்கு உண்மையாகத் தென்படாத நேரங்கள் இருக்கின்றன. உதாரணமாக, ப்ராம்ஸின் சிம்ஃபனிகளில், ஒருசமயம் பார்த்தால் அணிவகுப்பு நடக்கும் மைதானத்தின் மிகச் சத்தமான ஆரவார மான தாள லயங்கள்; அடுத்த கணம் பார்த்தால், சுயதிருப்திக்கான ஒரே உணர்ச்சிமயமான இசை. இதில் ஏதோ செயற்கையானதாகத் தென்பட வில்லையா? இதை நான் பியானோவில் இசைக்கும் போதோ ஆபரா போன்ற அறைக்கான இசைகளிலோ அவ்வளவாகக் காணவில்லை. பொது அரங்க இசை யில், சிலசமயம் அதிகச் சத்தமான தாளம் கொண்ட, சிம்ஃபனியின் சுயபிரக்ஞை கொண்ட இசை வகை யில்தான் பிரச்சினை இருக்கிறது.

ஆனாலும் எப்போதும் போலவே நன்றாக அந்த இசையை நேசிக்கவும் செய்கிறேன். ஆனால் முன்னால் நேசிக்க மட்டுமே செய்தேன். அதுதான் வித்தியாசம். கிரேமர் பயப்படுவதுபோல, இசைக்கும் வயதாகிக் கொண்டிருக்கிறதா? அல்லது, அது இயல்பான ஒன்றாக இல்லாமல், செத்துப்போன ஒரு சமுதாயத்தின் நம்பிக்கை மதிப்புகளை இன்றும் நமக்குத் தருகிறது என்று மேலும்மேலும் நான் விமர்சன தோரணையில் பார்க்கிறேன் (இதனைப் பின்வரும் இயல்களில் நான் வெளிப்படுத்த முயன்றிருக்கிறேன்) என்பதாலா? (ஒருவேளை இதில் பத்தொன்பதாம் நூற்றாண்டின் ஒரேவித மான பாலியல் சார்ந்த கட்டமைப்புக்கு தொடர்பு இருக்குமா? அப்படியிருந்தால், நான் 7ஆம் இயலில் முன்வைக்கப் போகும் கருத்துகளோடு இணைவதாக இருக்கும்.) அல்லது இக்காலப் பொதுத்துறை நெருக் கடிச் சமுதாயத்தில், இன்றைய பாப் குழுக்களின் –

அல்லது முந்திய குழுக்களையும் கணக்கில் கொண்டாலும் – எளிய திறமை, நெகிழ்ச்சித்தன்மை ஆகியவற்றுடன் ஒப்பிடும்போது, இந்த டின்னர் உடை அணிந்த இசைக் கலைஞர்களின் இருப்பு மிகவும் கண்டிப்பான ஆடம்பரத்தன்மை மிக்கதாகத் தோன்றுகிறதா? (பெரும்பாலான மக்களுக்கு ஆபரா மன்றங்களின் மலிவான தாராளம் கொஞ்சம் புண்படுத்துவதாகவே தோன்றுகிறது.)

தொலைக்காட்சியில் இசையின் சுயமதிப்பு களைப் பாடுபவர்களின் அண்மைக் காட்சிகள் குறுக்கிட்டுக் கெடுக்கின்றன, ஏற்கனவே இசை யில் உள்ளதை மீண்டும் நகல்செய்து மோசமாக்கிவிடுகின்றன என்பதால் அதன் வாயிலாக இசையைக் கேட்பதால் நேரிடுகிறதா? (இல்லா விட்டால் இசையைப் பார்ப்பது பற்றி நாம் ஏன் பேச வேண்டும்?) அல்லது இசையைக் கடித்துத் துப்பும் அரசியல், அடிக்கடி தொலைக்காட்சி விளம்பரங்களின் குறுக்கீடு ஆகியவற்றால் இசை யைக் கேட்கும் காலப்பகுதி குறைகிறது என்ற மரபு வழியான விமர்சகர்களின் கருத்து சரியாக இருக்குமா? இன்றைய காலப்பகுதியில் பாப் இசை யின் நான்கு நிமிட நிகழ்ச்சிதவிர வேறு நீளமான நிகழ்ச்சி எதையும் இரசிகர்கள் பார்ப்பதில்லை என்பது காரணமா? (ஆனால் ஒன்று, இன்றைய நவீன நிலை பற்றி உரையாளர்கள் சொல்வதையே ப்ராம்ஸ் காலத்திலும் அன்றைய உரையாளர்கள் சொல்லிக்கொண்டிருந்தார்கள்).

ஒப்புக்கொள்ளவோ இல்லை. அவை செவ்வியல் இசையைப் பற்றிய ஒரு பழங்கால பிம்பத்தை- இசை பற்றியே ஒரு தனித்த பிம்பத்தை, மறுபடி

உயிரூட்ட முடியாத ஒரு பிம்பத்தைக் கட்டமைக்க முயல்கின்றன.

ஆக, உண்மையில் செவ்வியல் இசையில் ஒரு பிரச்சினை இருக்கிறது என்றால், அது இசையில் அல்ல; இசையைப் பற்றி நாம் சிந்திக்கும் வழிகளில்தான் இருக்கிறது. ஆக, இசை பற்றிச் சிந்திக்கின்ற வழிகள் தான் இந்தப் புத்தகத்தின் முக்கிய விஷயமாக அமைகின்றன. குறிப்பாக மேற்கத்திய கலாச்சாரத்திலேயே இருவகையான சிந்தனைகள் இருக்கின்றன. இசையைப் பற்றிய நமது மரபுவழியான சிந்தனையை இவை பெருமளவு உருவாக்குகின்றன. ஒன்று, காலத்தைப் பற்றிச் சற்றே விவரித்து விட்டுவிடுகின்ற மனப்பாங்கு. இதுதான் இசையை ஒரு கற்பனைப் பொருளாக நாம் சிந்திக்கத் தூண்டுகிறது. இசை ஏதோ ஒரு பொருள் (இந்தப் பின்னணியில், பொருள் என்ற சொல் மிக முக்கியமானது); 'அது காலத்தில் இயல்கிறது, ஆனால் காலத்தைப் பற்றியது அல்ல' என்று இந்தச் சிந்தனை செல்கிறது. மொழியையும் எல்லாக் கலாச்சார வெளிப்பாட்டு வடிவங்களையும் (இசை உட்பட) ஏதோ ஒரு புற யதார்த்தத்தை வெளிப்படுத்துவனவாகக் காண்பது இரண்டாவது சிந்தனை. போகும்போக்கில் இவை பற்றிச் சொல்லியிருக்கிறேன். ஆனால் இவை பற்றி விவரிக்கவும் உதாரணத்தோடு விளக்கவும் வேண்டும். எனவே அடுத்துவரும் இரண்டு இயல்களின் தலைப்புகளாக இவை அமைகின்றன.

இயல் 4

இசை - ஒரு கற்பனைப் பொருள்

காலத்தின் தடங்களில் காலத்தை நிறுத்துதல்

மறைந்திருக்கும் செயின்ட் டிரினியனின் ஆங்கிலப் பெண்கள் பள்ளியில் ஒரு காட்சியைப் பற்றிய ரொனால்டு சார்ள்-இன் கேலிப்படம் ஒன்று (படம் 15) நமது வாழ்க்கையிலும் சிந்தனையிலும் இசையின் பிரசன்னம் பற்றியதாக அமைந்திருக்கிறது. அது இருக்கிறது; ஆனால் இல்லாமலும் இருக்கிறது. இன்னும் தெளிவாகச் சொன்னால், அதன் அடையாளங்கள் எங்கும் நிறைந்திருக்கின்றன. இசைக் குறிப்புகளில், புத்தகங்களில், இசைக்கருவிகளில். இருந்தாலும் இவை இசை அல்ல. நீங்கள் இசையைச் சுட்டிக்காட்ட முடியாது, கையில் பிடிக்கவும் முடியாது. அது உருவானவுடனே மறைந்துவிடுகிறது. சுவடே இல்லாமல் அமைதியினால் விழுங்கப்பட்டு விடுகிறது. செயின்ட் டிரினியனில்தான் நீங்கள் அந்தக் குப்பையைக் கூட்டவேண்டும்.

அப்படிக் குப்பைகூட்டுபவள் போராடிக் கூட்ட வேண்டிய கால் ஸ்வரங்களும், அதிர்வுகளும்தான் (அல்லது செயின்ட் டிரினியன் அமெரிக்காவில் இருந்தால், கால் ஸ்வரங்களும், அரைக்கால் ஸ்வரங்களும்) என்னென்ன? எதற்காக அவை? எந்த வேலையை

சிவப்புநிறமான இசைப்பாடம்...

15. ரொனால்டு சார்ள் வரைந்த கேலிச்சித்திரம்

நமது இசைக் கலாச்சாரத்தில் அவை ஆற்றுகின்றன? மூன்று முக்கியமான பணிகளை ஆற்றுகின்றன என்று நாம் கூறலாம். முதலாவது, மிகவும் வெளிப்படையானது, (மாறுதலின்றிப்) பாதுகாக்கும் செயல். நிழற்படங்களைப் போல, காலத்தை அதன் பாதையில் நிறுத்தி வைத்து, மாறிச் செல்லுகின்ற விஷயங்களுக்கு ஒரு மாறாத்தன்மை, பார்க்கக்கூடிய தன்மையைத் தருகின்றது. இரண்டாவது பணியும் முதலாவது போலத் தெளிவாகத் தெரியக்கூடியதே. ஒருவரிடமிருந்து இன்னொருவருக்கு இசை தொடர்புறுத்துகிறது. உதாரணத்திற்கு (இது ஓர் உதாரணம் மட்டுமேதான்) இசை அமைப்பாளரிடமிருந்து நிகழ்த்துநருக்குத் தொடர்பு நிகழ்கிறது. மூன்றாவது பணி, அவ்வளவு வெளிப்படையாகத் தெரியாவிட்டாலும் மற்ற இரண்டைப்போலவே முக்கியமானது. பல இசைமரபுகளில், இசையைக் கற்பனை செய்வதற்கு, இசைக் குறிப்பு எழுதுதல் இன்றியமையாதது. இசையமைப்பாளர்கள், நிகழ்த்துநர்கள், இசையுடன் பணிசெய்யக் கூடிய பிறர் ஆகிய யாவரும் இசையைப்பற்றிக் கற்பனை செய்வதற்கோ, சிந்திப்பதற்கோ இது அவசியம்.

பல பழங்கால நாகரிகங்கள், தேய்வு, மறதி ஆகியவற்றைப் பார்த்து மிகவும் பயந்திருக்கின்றன. ஆகவே அவர்கள் நாகரிகம் தழுவிக்கொண்ட எல்லாவற்றிற்கும், நிரந்தர உருவத்தைத் தர, என்றும் அழியாமையை அடைய முயற்சி செய்திருக்கின்றன. இவற்றுள் மிக அவப்புகழ் கொண்டது எகிப்து நாகரிகம். எனவேதான் துத்தன்காமுன் போன்ற காலப் பெட்டகங்கள் இருக்கின்றன. வேறு பண்பாடுகள் பலவும் இசைக்கு ஒரு தொட்டறியக்கூடிய, நிலையான இருப்பை உருவாக்க இதே போன்று பேராவல் கொண்டிருக்கின்றன. எனவே மறைந்து போன பல சமுதாயங்களின் இசையும்கூடப் பாதுகாப்பற்ற வடிவங்களில் நிலவுகிறது. ஜப்பானியக்

கோவில்களில் நொறுங்கிப் போகக்கூடிய கையெழுத்துப் பிரதிகளாக, ஐரோப்பிய மடாலயங்களின் சேமிப்புகளாக, அமெரிக்க நூலகங்களாக நிலவுகின்றன. (பாதுகாப்பற்ற என்று சொல்வதற்குக் காரணம், இந்த இசை ஒரே ஒரு பிரதி (மாதிரி) அளவில்தான் காணப்படுகிறது. இடைக்காலத்தின் பலகுரல் இசையின் அழிந்து போன மூலங்கள் யாவும் கிடைத்தாலும் - பழங்கால இசைக்குழுக்கள் வாசித்த இசை - அவை யாவற்றையும் குறிப்புகளாகக் கொண்டால், சுமாராகப் பெரியதொரு உணவுமேஜை மீது பரப்பிவிடக்கூடிய அளவே இருக்கின்றன.)

ஆனால் உயிர் பிழைத்திருத்தல் என்பது மிகவும் பலமான வார்த்தை. ஏனென்றால், பழங்கால இசை இன்று அரை உயிரோடு வாழ்கிறது. ஒரு இசைக்குறிப்பு எவ்வாறான இசையை உருவாக்குகிறது என்பதைப் பற்றி உங்களுக்குப் புரிந்துவிட்டாலும்கூட, இசையின் சில கூறுகளைப் பற்றி அது ஒன்றுமே சொல்வதில்லை. (இடைக்கால இசையின் குறிப்புகளைக் கண்டுபிடித்து வாசிப்பதற்குப் பல ஆண்டுகள் பொறுமையாக ஆய்வாளர்கள் பணிபுரியவேண்டியிருக்கிறது. கண்டறிந்த வற்றுக்கும் விளக்கங்கள் வெவ்வேறு வகையாக இருக்கின்றன.) இடைக்கால மந்திர உச்சாடனம், உதாரணமாக, பலவகையான நியூமேடிக் (ஒருவிதப் பழங்கால இசைக் குறிப்புமுறை) குறிப்புகளில் பாதுகாத்து வைக்கப்பட்டிருக்கிறது. சில ஸ்வரத் தொகுதிகள் மேலே செல்கின்றனவா, கீழே செல்கின்றனவா, அல்லது கொஞ்சம் மேலேயா, கொஞ்சம் கீழேயா - அவ்வளவு தான் (படம் 16). ஆனால் எவ்வளவு வேகமாக அதைப் பாடவேண்டும்? அதைப் பாடிய துறவிகள் எப்படிப்பட்ட குரல் உற்பத்திமுறையைப் பயன்படுத்தினார்கள்? அவர்கள் குரல்களை உச்சத்தில் வைத்துப் பாடினார்களா, மெதுவாகப் பாடினார்களா, மூக்கொலியாகப்

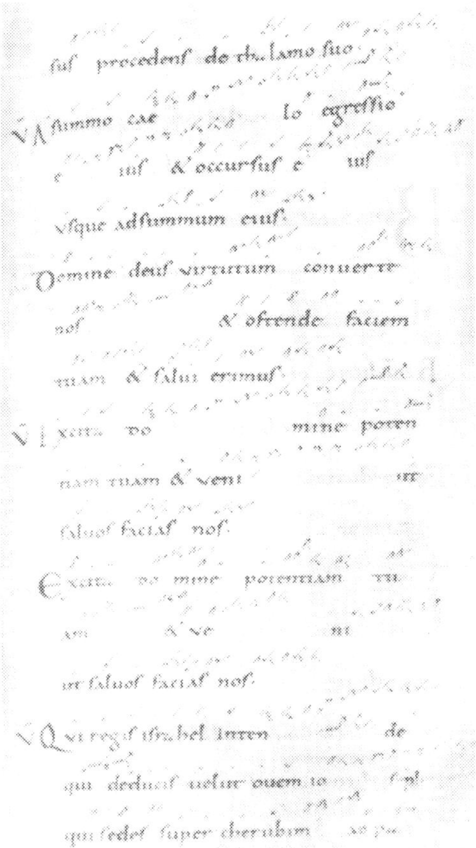

16: சென்ட் காலின் கேண்டடோரியம், ப.31. பழங்கால நியூம்கள் (இசைக் குறிகள்), வார்த்தைகளுக்கு மேலே எழுதப்பட்டன. அவை ஞாபக அடையாளங்களாகப் பயன்பட்டன. அவை இசை எப்படி யிருக்கிறது என்ற உருவத்தைச் சுருக்கமாகக் காட்டுகின்றன. ஆனால் சரியான கால இடைவெளிகள் என்ன என்பதை உணர்த்த வில்லை. யூகங்களின்றி அவற்றை நவீனக் குறியீடுகளில் இசைக் குறிப்பாக மாற்றுவது இயலாததாக உள்ளது. மேலே காணப்படும் கையெழுத்துப் படி ஒன்பதாம் நூற்றாண்டின் பிற்பகுதியைச் சேர்ந்தது.

பாடினார்களா, தொண்டையொலியாகப் பாடினார் களா? குரல் அதிர்வுகளுடன் பாடினார்களா, இல்லையா? இவையெல்லாம் அந்தக் குறிப்புகளில் கிடையாது. யாருக்கும் தெரியாது.

அண்மைக் காலத்திற்குச் சற்று முன்னாலுள்ள இசைக்கும் மேற்கூறியவை பொருந்தும். பத்தொன் பதாம் நூற்றாண்டின் ஓர் ஆக்கம், உதாரணமாக கௌனாடின் *ஆவே மரியா*, எப்படி அதன் காலத்தில் நிகழ்த்தப்பட்டது என்பது நமக்குத் தெரியும் என்று நம்பலாம். ஏனென்றால், அது தொடர்ச்சியாகப் பாரம்பரியமாக நிகழ்த்தப்பட்டுக் கொண்டே வந்திருக் கிறது. ஆனால் முன்னாட்களின் இசைகள் பலவற்றை யும் அசலான மூலங்களிலிருந்து கஷ்டப்பட்டுத்தான் மீட்டுருவாக்கம் செய்ய வேண்டும். ஆனால் காலப் பகுதியில் முன்னால் செய்யப்பட்ட ஒரு பதிவு (1904இல் இருந்து) இருக்கிறது. முன்பு கூறியவற்றின்மீது அது அவநம்பிக்கையை உண்டாக்குகிறது. அதை அலெக்சாண்ட்ரோ மோரெஸ்கி என்னும் கடைசி காஸ்ட்ரேடோ (*ஆண்மைநீக்கம் செய்யப்பட்ட*) பாடகர் பாடினார். தன் காலத்தில் ரோம்நகரத்தின் தேவதை என்று அழைக்கப்பட்டார். பதினேழாம் பதினெட்டாம் நூற்றாண்டுகளில், எதிர்காலத்தில் மிக நல்ல பாடகர்களாக வரக்கூடியவர்கள் என்று தோன்றும் பையன்களைக் குரல் உடையாமல் இருப்பதற்காக ஆண்மை நீக்கம் செய்வார்கள் (*காயடித்து விடுவார்கள்*). இதனால் உச்சக் குரலில் பாடமுடியும். அவர்கள் ஆபராக்களிலும், சிஸ்டைன் சேப்பல் போன்ற ஆலயங் களின் இசைக் குழுக்களிலும் தலைமைக் குரலாகப் பாடுவார்கள். மோரெஸ்கியும்கூட, சிஸ்டைன் ஆலய இசைக்குழுவில் முதலில் உறுப்பினராக இருந்து பிறகு 1898 முதல் நடத்துநராக ஆனவர்தான். ஆனால் இந்த வழக்கம் மிகவும் காட்டுமிராண்டித்தனம் எனக் கருதப்

பட்டு, கொஞ்சம் கொஞ்சமாகக் குறைந்து, பத்தொன் பதாம் நூற்றாண்டில் இல்லாமறப்போய்விட்டது. அந்த மரபின் கடைசி மனிதர் மோரெஸ்கி.

உரத்தகுரல்களுக்கும் கீச்சுக்குரல்களுக்கும் பின்னால், *ஆவே மரியா*வை இசைப்பது நவீன இளைஞர்களின் காதுகளுக்கு அசாதாரணமாக ஒலிக்கும். சில குறிப் பிட்ட கூறுகளை நீங்கள் கண்டுதெளியலாம். உதாரண மாக, மோரெஸ்கி, ஒரு ஸ்தாயி (ஆக்டேவ்) அல்லது அதற்கும்கீழே உள்ள சில ஸ்வரங்களுக்கு மிகவேகமாக வழுக்கிச் செல்கிறார். நவீன பாடகர் எவரும் இவ்வாறு செய்யமாட்டார்கள். அவருடைய குரலின் ஒலி – ஒரு *டோனல்* இலட்சியக்குரல் என்று சொல்லக்கூடியது – அதுதான் விபரீதமாகிறது: ஏதோ ஒரு சீர்செய்யப் பட்ட ஆதிக் கிறீச்சிடல்போல, மிகக் குவிந்த, மிக வலியை உண்டாக்கக் கூடிய குவியத்தைக் கொண்டது போல இருக்கிறது. மோரெஸ்கியின் மிகச் சிறந்த நிகழ்ச்சியின் பதிவுதான் இதுவா என்று நமக்குத் தெரியாது. பழங்கால இசைப்பதிவு முறைகள் அதிக மான குறுக்கீடுகளைக் கொண்டிருந்ததால், அவர் ஒருவேளை அமைதியை இழந்திருக்கலாம். மேலும் அவர் பாடிய முறைதான் வகை மாதிரியானதா அல்லது வேறுமுறைகளில், வேறு இடங்களில் பாடப்பட்டதா என்பதெல்லாம் நமக்குத் தெரியாது. மேலும் அந்தப் பதிவு, நமக்குத் தோன்றுவது போலவே, அவருடைய சம காலத்தினருக்கும் விசித்திரமானதாகத் தோன்றி இருக்கலாம். ஒரு வேளை, அப்படியில்லாமலும் இருக்கலாம். நமக்குத் தெரியாது, தெரிந்துகொள்ள வழியும் கிடையாது. அதுதான் விஷயம். இதன் முடிவு வெளிப்படையானது. இருபதாம் நூற்றாண்டின் தொடக்கத்திலேயே இசை எப்படியிருந்தது என்று நம்மால் தெரிந்துகொள்ள முடியாவிட்டால், மத்திய கால இசை குறித்து எப்படித் தெரிந்துகொள்ள முடியும்?

நேர்மையான விடை, நம்மால் தெரிந்துகொள்ள முடியாது என்பதுதான்.

இசைக்குறிப்பு, இசையைப் பாதுகாக்கிறது; ஆனால், வெளிப்படுத்துவதுபோலவே அது மறைக்கவும் செய்கிறது. அதே சமயத்தில், அதன் ஒளிப்பு-மறைப்புப் பாணி ஒரு குறித்த விதத்தில் அமைந்திருப்பதால், இசைக் கலாச்சாரத்தைப் பாதுகாப்பதிலும், இசையை வரையறுப்பதிலும்கூட அது ஒரு மையமான பங்கு வகிக்கிறது. இது எப்படி நிகழ்கிறது என்று அறிய, நாம் இசைக் குறிப்புகள் என்றால் என்ன, எப்படி அவை வேலைசெய்கின்றன என்பதை இன்னும் சற்றே விளக்கமாக அறிந்துகொள்ள வேண்டும். தொடக்கத்திலேயே, இரண்டு விதமான இசைக்குறிப்புகள் இருக்கின்றன என்பதை அறிவது நலம். அல்லது இசைக் குறிப்புகள் பணிசெய்யக்கூடிய இரண்டு விதங்கள் என்று வைத்துக்கொள்ளலாம். அவை ஒலிகளின் குறிகளாக நிற்கின்றன என்பது ஒன்று. அந்த ஒலிகளை உருவாக்க நிகழ்த்துநர்கள் செய்யவேண்டிய விஷயங்களை எடுத்துக்காட்டுவது இன்னொன்று. இசைக் குறிப்புகள் இவை இரண்டையும் இணைத்துவிடுகின்றன என்றாலும், இவை வெவ்வேறு கொள்கைகள்.

மரபான மேற்கத்திய கோட்டுக்குறிப்புகள் – அவற்றைச் சேர்ந்தவைதான் ரொனால்டு சார்ளினுடைய கேலிப்படத்தில் காணப்படும் *கிராட்செட்டுகள்* (கால் ஸ்வரங்கள்), *குவேவர்கள்* (அரைக்கால் ஸ்வரங்கள்) எல்லாம். இந்தக் கோட்டுக் குறிப்புகள் ஒலிகளை எடுத்துக்காட்டுகின்றன - முன்பு நான் கூறிய இடைக் கால மந்திரஇசைக்கான *நியூமேடிக்* குறிப்புகள் போல. (ஒன்று, இன்னொன்றிலிருந்து உருவானது என்பதால் இது விந்தையானது அல்ல.) ஆகவே ஒவ்வொரு ஸ்வரச் சுழியும் ஒரு தனி ஸ்வரத்தைக் குறிக்கிறது. அந்த ஸ்வரம் எவ்வளவு உச்சமானது அல்லது மந்தமானது

என்பது, ஒரு பக்கத்தில் அந்தச் சுழி எவ்வளவு உயரத்தில் உள்ளது அல்லது தாழ்வாக உள்ளது என்பதைப் பொறுத்தது. கிடைக்கோடுகள், கழிகள் எனப்படு கின்றன. இவை எளிதாக்குவதற்காக அமைபவை. அவற்றினூடாகத்தான் ஸ்வரச்சுழிகள் எழுதப்படு கின்றன. இந்த முறை படிப்படியாக வளர்ந்து, இப்போ துள்ள நிலையை 1250 வாக்கில் அடைந்தது. காலப் போக்கு இடது-வலது அச்சினால் குறிக்கப்படுகிறது. ஆகவே கொள்கையளவில் மேற்கத்திய இசைக் குறிப்பு என்பது இசையின் ஓர் இருபரிமாணப் படம். எப்படி இசை செல்கிறது என்பதை ஒரு பார்வையில் நோக்கிக் கொள்ள அது பயன்படுகிறது.

கொள்கையளவில் என்று சொல்லக் காரணம், செயல்முறையில் அது அவ்வளவு எளிதானது அல்ல. முதலில், இசைக் குறிப்பில் பலவிதமான குறியீட்டுக் குறிகள் உள்ளன. சிலவற்றின் அர்த்தம் பாரம்பரியத் தினால் வருவது. மரபை அறியாவிட்டால் அவற்றின் அர்த்தத்தை அறியமுடியாது. (உதாரணமாக, வெவ்வேறு விதமான சுழிகள், ஒரு ஸ்வரத்தின் காலஅளவைக் குறிப்பதற்கான கொம்பு, ஓய்வுகளைக் குறிக்கக்கூடிய வெவ்வேறு வித உருவங்களை உடைய குறிகள் போன்ற வற்றைச் சொல்லலாம்.) அப்புறம், ஒலியை எவ்விதத் திலும் நேரடியாகக் குறிக்காத குறிகளும் இருக்கின்றன. ஆனால் அந்த ஒலியை எழுப்ப அவை பயன்படும். அதாவது இசைக் குறிப்பின் இரண்டாவது கொள்கை யாக நான் முன்னர்க் கூறியது. உதாரணமாக, பியானோ இசையில், *ஊனா கார்டா* என்ற குறிப்பைப் பார்த்தால், நீங்கள் இடப்புறமுள்ள பெடலை அழுத்தவேண்டும் என்று அர்த்தம். அது சம்மட்டிகளை ஒரு புறமாகச் சாய்க்கிறது. அதனால் அவை வழக்கமான முறையில் இரண்டு அல்லது மூன்று நரம்புகளைத் தொடுவதற்குப் பதிலாக, ஒரே ஒரு நரம்பை மட்டுமே தொடுகின்றன.

(இத்தாலிய மொழியில் *ஊனா கார்டா* என்றால் ஒற்றை நரம்பு.) அதனால் ஒரு மெலிந்த, ஊடுருவக்கூடிய ஒலி உண்டாகிறது. ஏற்கனவே நான் கூறியதுபோல, *ஊனா கார்டா* என்பது ஒலியின் இயல்பை விவரிக்கவில்லை; மாறாக, அதை எழுப்ப நீங்கள் என்ன செய்யவேண்டும் என்பதைக் குறிக்கிறது. இந்தக் கொள்கைதான் இந்த இசைக்குறிப்பு முறையை *டேப்ளேச்சர்* என வரையறைப் படுத்துகிறது (இசைக்கருவியை எப்படி விரல்களால் இசைப்பது என்னும் முறை).

டேப்ளேச்சர் இசைக் குறிப்பில் பலவிதமான உதாரணங்கள் உள்ளன. சில, மேற்கில் காணக்கூடியவை. எடுத்துக்காட்டாக, மறுமலர்ச்சிக் காலத்தில் கிடார், லூட் ஆகிய இசைக் கருவிகளுக்கென எழுதப்பட்ட *டேப்ளேச்சர்கள்*. அல்லது பரவலாக இன்று தாள் இசைக் குறிப்பு என்பதில் கிடார் வாசிக்க எழுதப்படும் குறிப்புகள். கிடார்க் குறி இசைக் குறிப்பைக் கற்றுக் கொள்வது, கழிகளில் வரையப்படும் இசைக் குறிப்பு களைக் கற்றுக்கொள்வதைவிட மிகவும் எளிது. எப்படி அந்த இசை ஒலிக்கப்போகிறது என்றோ, அதைக் கூறியபிறகு அதை எப்படிக் குறிப்பிட்ட கருவியில் ஒலிக்கப் போகிறீர்கள் என்றோ கூறாமல், கிடாரின் விரல்பலகையில் எங்கே விரல்களை வைக்க வேண்டும் என்பதைத்தான் அது சொல்கிறது. ஒருவகையில், அந்த இசைக்குறிப்பு எதைச் சொல்கிறது என்பதை நீங்கள் புரிந்துகொள்ளத் தேவையில்லை; அதை நீங்கள் செய்கிறீர்கள். கிடார் இசைக்குறிப்பு, கோட்டிசைக் குறிப்பைவிட மிகவும் வரையறைப்பட்டதுதான். அதை நீங்கள் ராகங்களை வாசிக்க எழுத முடியாது. கார்டுகளை மட்டுமே வாசிக்கப் பயன்படுத்த முடியும். (இதுவும் ஒரு பிரச்சினையல்ல; ஏனெனில், ராகத்துக் கான கழிவகை இசைக்குறிப்பின் அருகேதான் இதுவும் வைக்கப்படும்.) அப்போதும் அது குறிப்பிட்ட கார்டை

எப்படி வாசிப்பது என்று சொல்வதில்லை – ஒரு முறை மட்டுமா, ஒழுங்காக அதிர்வு கொடுத்துக்கொண்டே இருக்க வேண்டுமா, அல்லது குறிப்பிட்ட தாளத்தில் ஒலிக்க வேண்டுமா என்பதையெல்லாம் அது சொல்வதில்லை. அதெல்லாம் உங்கள் விருப்பம்.

ஆனால் *டேப்ளேச்சர்களின்* உண்மையான குறைபாடு – குறைபாடு என்று அதைச் சொல்ல முடியுமானால் – வேறானது. மேற்கத்திய கோட்டிசைக் குறிப்பு பொதுவானது. எல்லா வகையான இசைக்கருவிகளுக்கும் அதைப் பயன்படுத்த முடியும். ஆனால் ஒவ்வொரு *டேப்ளேச்சரும்* ஒவ்வொரு இசைக் கருவிக்குத்தான் பயன்படும். ஏனென்றால், ஒரு குறிப்பிட்ட இராகத்தை நீங்கள் வாசிக்க, ஒவ்வோர் இசைக் கருவியையும் ஒவ்வொருவிதமாக இசைக்க வேண்டியிருக்கிறது. ஒவ்வோர் இசைக்கருவிக்கும் ஒவ்வொருவிதக் குறிப்பைப் பயன்படுத்துகின்ற கலாச்சாரங்களில், ஓர் ஒட்டு மொத்தமான, ஒருங்கிசைந்த, எல்லா இசைக்கருவிகளையும் தழுவிக்கொள்கின்ற இசைப் பாரம்பரியம் இல்லாமல் போகிறது. இந்த அர்த்தத்தில், பாரம்பரிய சீன இசை என்று பேசுவது பொருளற்றது. அதை, *கின் இசை, யாங்க் கின் இசை, பிப்பா இசை,* இப்படித்தான் பேசவேண்டும். (இவையெல்லாமே கையினாலோ சுத்தியினாலோ இசைக்கப்படுகின்ற நரம்பிசைக் கருவிகள்.) மேற்கில், இதற்கு மாறாக, ஒருவித ஒரு சீரான பாரம்பரியம் – மேற்கத்திய இசை என்று சொல்லக்கூடியது – காலத்தால் பழமையானதும், இன்று உலகின் பல பகுதிகளிலும் பரவியிருக்கக்கூடியதுமான மரபு இருக்கிறது. இது நாம் எல்லோருமே பொதுவாக ஏற்றுக்கொண்ட கோட்டிசைக் குறிப்பு முறையினால் உருவாகியிருக்கிறது. (திறன் பெற்றிராத வர்களுக்காக உருவாக்கப்படும் இசைக் கருவிகளுக் காகத்தான் நாம் டேப்ளேச்சர்களைப் பெரும்பாலும்

பயன்படுத்துகிறோம். உதாரணமாக, இப்போது பெரும் பாலும் வழக்கற்றுப் போய்விட்ட ஆட்டோ ஹார்ப் என்னும் கருவி. இதில், ஒரு கையில் நரம்பை இசைத்துக் கொண்டே, இன்னொரு கையில் ஒரு கட்டையை அழுத்த வேண்டும். நீங்கள் வாசிக்க விரும்பும் கார்டுக் கான நரம்பை அந்தக் கட்டை தானே தேர்ந்தெடுத்துக் கொள்கிறது.) ஆகவே, பியானோ, கிளாரினெட், வயலின் என எந்த இசைக்கருவியை வாசிக்கக் கற்றுக் கொள்ளும் சிறுவனோ சிறுமியோ, சிலசமயம் கடும் உளைச்சலோடு – அந்த இசைக் கருவிகளை விட்டு விலகி நீண்டநேரம் 'தியரி' என்பதைக் கற்றுக்கொள் வதற்காகச் செலவிடுகிறார்கள். (இங்கே தியரி என்ற சொல் விசித்திரமான, சற்றும் பொருந்தாத அர்த்தத்தில் பயன்படுத்தப்படுகிறது.) அவர்கள் அடிப்படையில் கற்றுக் கொள்வது இசைக்குறிப்பு பற்றித்தான். இசைக் குறிப்பைக் கற்பதன் வாயிலாக மேற்கத்திய இசைக் கலாச்சாரத்திற்குள் அவர்கள் நுழைகிறார்கள்.

அதனால்தான், உயர்கலை, இழிகலை என்பவற்றைப் பற்றிய அழகியல் சார்ந்த சிந்தனைகளுக்கு அப்பால், நமக்கு ஜாஸ், ராக், பாப் போன்ற இசைகளெல்லாம் செவ்வியல் இசைப் பாரம்பரியத்தின் ஒரு பகுதிதானா, அல்லது இவற்றைத் தனிப் பாரம்பரியங்களாகக் காண வேண்டுமா என்பது புரியாமல் இருக்கிறது. ஜாஸ், ராக், பாப் இசைக்கலைஞர்கள் பெரும்பாலும் இசைக் குறிப்புகளை வாசிப்பதில்லை. ஆனால் வேறு பலர் வாசிக்கிறார்கள். ஜனரஞ்சக இசையின் தாள் இசைக் குறிப்புகள் விற்பனையாவதைப் பார்த்தால் எவ்வளவு எளிதாக இந்த இசைக் கோட்டிசைக்குறிப்புகளில் அடங்கிவிடுகிறது என்பதை உணரமுடியும். மேலும், ஒரு பாரம்பரியத்திலிருந்து இன்னொரு பாரம்பரியத் திற்கு எளிதாக மாறிக்கொள்ளும் இசைக் கலைஞர்கள் பலரும் இருக்கிறார்கள். ஆகவே மேற்கத்திய இசை

என்ற ஒன்று இருப்பதுபோலும் இல்லாதது போலும் தோன்றுகிறது.

ஸ்வரங்களின் இடையில் இசை

டிஏடி பதிவுக்கருவிகளும் சேம்ப்ளர்களும் தேர்ந்தெடுப்பதில் ஈடுபடுவதில்லை. நுணுக்கம் என்பதற்கு உலகின் எந்தப் பகுதியிலும் யாரும் கொடுக்கும் வரையறைகளில், அவை எதையுமே பதிவுசெய்யும். இதில் அவை இசைக் குறிப்புகளைப் போன்றவை அல்ல. அல்லது எந்தக் கலாச்சாரத்திலும் ஸ்வரங்களைக் குறிக்கும் முறைகளுக்குத் தொடர்பு உடையன அல்ல. (இங்கு இசைக் குறிப்புகள் என்பது பொதுவான சொல். இந்தியாவில் தபேலா வாசிப்பவர்கள் பயன்படுத்தும் ஞாபகத்திற்கான சிக்கலான சொற்கட்டுகள், மேற்கத்திய நடத்துநர்களின் வழக்கமான அடையாள சமிக்ஞைகள், இந்த இயலில் கூறப்பட்ட வரைதல் மூலமான எந்த வகைக் குறிப்பாயினும் இந்தச் சொல்லில் அடங்கும்.) இசைக் குறிப்புகள், எதைப் பதிவுசெய்வது, எதைப் பதிவு செய்யாமல் விடுவது என்பதில் மிகவும் இறுக்கமானவை. அவை டிஏடி பதிவுகளையோ சேம்ப்ளர்களையோ போல் அன்றி, வடிகட்டிகள் அல்லது பிரிசங்கள் போன்றவை. மேற்கத்தியமல்லாத இசைமுறைகளை ஆராய முற்பட்டு மேற்கத்திய இசைக்குறிப்புகளை அதற்காகப் பயன்படுத்தும் இனஇசையியலாளர்கள் பிறரைவிட இதனை நன்கு அறிவார்கள்.

சில இன இசையியலாளர்கள், தாங்கள் ஆராய்கின்ற இசையை எழுதிக்கொள்ள மேற்கத்திய இசைக்குறிப்பு முறையைப் பயன்படுத்துகிறார்கள். தாங்களே அந்த இசையைப் புரிந்துகொள்வதற்கும், புரிந்துகொண்டதைப் பிறருக்கு உணர்த்துவதற்கும் இந்த முறை பயன்படுகிறது. இந்திய இசையோ, சீன இசையோ, எதுவாயினும் அதை அதற்கெனத் தயாரிக்கப்படாத

மேற்கத்திய இசைக்குறிப்பில் பொருத்தும் வேலை செருப்புக்கேற்பக் காலை வெட்டும் வேலை என்பதை அவர்கள் நன்றாகவே உணர்கிறார்கள். உதாரணமாக, கோட்டிசைக் குறிப்பு எல்லா இசையையும் ஒன்று போலவே – குறிப்பிட்ட தொலைவில் அமைந்திருக்கும் தனித்தனி ஸ்வரங்களால் ஆனவை போலவே – மதிக்கிறது. எல்லா இசைக் கருவிகளும் கொள்கையளவில் பியானோவைப் போலவே இருக்கின்றன என்று நம்புகிறது. பியானோவில்தான் பிறப்பிக்கக்கூடிய எண்பத்தெட்டு ஸ்வரங்களில் ஒவ்வொன்றுக்கும் தனித்தனி ஒலியுற்பத்திச் சாதனம் இருக்கிறது. ஆனால் பல இசைக் கருவிகள் இப்படி அமைந்திருப்பதில்லை. உதாரண மாக வயலினில், ஒரு 'பி'க்கும் ஒரு 'சி'க்கும் இடையில் எத்தனை ஸ்வரங்களை வேண்டுமானாலும் ஒருவர் வாசிக்க முடியும்; அல்லது எங்கே 'பி' முடிந்தது, எங்கே 'சி' தொடங்கியது என்பதைக் கண்டறிய இயலாதவாறு பி-யிலிருந்து சி-க்குத் தொடர்ச்சியாக இழைந்து கொண்டே செல்லமுடியும். இதே விஷயம் மானிடக் குரலுக்கும் பொருந்தும். ஸ்வரத்தை வளைக்க முடியு மானால் மின்சார கிடாருக்கும் பொருந்தக்கூடியதே.

இந்திய இசையிலும், சீன இசையிலும் ஸ்வரங்களுக் கிடையே உள்ள அனுஸ்வரங்கள்தான் இசையின் குறித்த விளைவை ஏற்படுத்துபவையாக உள்ளன. வளமிக்க குரலின் அதிர்வுகளோடு ஆலாபனை செய்து பாடும் போது (மறுபடியும் இந்திய இசைதான் இதற்குச் சரியான உதாரணம்) எங்கே ஒரு ஸ்வரம் பிறக்கிறது, எங்கே அது முடிந்து இன்னொரு ஸ்வரம் பிறக்கிறது என்பதைக் கண்டறிவது கடினம். ஏனென்றால் கோட்டிசைக் குறிப்பின்படி ஸ்வரம் என்பது வரையறுக்கப்படும் – இது ஒரு நுணுக்கமற்ற பயிற்சியாக மாறிவிடுகிறது. இசை, இசைக் குறிப்பின்படி நடப்பதில்லை. இசைக்கும் அதன் குறிப்புக்குமிடையில் இசைவின்மை ஏற்படுகிறது.

இந்த மாதிரியான நிலை, எல்லையற்ற முரண்பாடு களில் இழுத்துவிட்டிருக்கிறது. சில இன இசையியலாளர்கள் கோட்டிசைக் குறிப்பை ஒரு தேவையான, ஆனால் மழுங்கிய கருவி என்று நோக்குகிறார்கள். குறிப்பிட்ட இன இசையைப் பற்றி எதுவும் அறியாதவர்களுக்கு ஏதோ ஒருவிதமான விளக்கம் அளிப்பதற்கு அதைப் பயன்படுத்தலாம் என்று கருதுகிறார்கள். இவர்களுக்கும், மேற்கத்திய கோட்டிசைக் குறிப்பு முறையை உலகளாவிய தரக்கருவியாகப் புகுத்துவது நவகாலனியச் செயல்முறை என்று கருதுபவர்களுக்கும் இடையே மோதல் ஏற்படுகிறது. ஆனால் இப்படிச் சொல்வது பிரச்சினையைக் கறுப்பா வெள்ளையா என்று எதிர்முனைகளில் காண்கிறது. ஆனால் பிரச்சினை என்னவோ கறுப்புக்கும் வெள்ளைக்குமிடையில் எத்தனையோ வித சாம்பல் வண்ணச் சாயைகளில் தான் உள்ளது.

ஏனென்றால், கோட்டிசைக்குறிப்பு முறை மேற்கத்திய மல்லாத இசைகளைத் திரித்து நோக்குகிறது என்றால், அது மேற்கத்திய இசைமுறையையே திரித்து நோக்குகிறது என்றும் கூறலாம். உதாரணமாக, சோப்பினுடைய ஈ மைனர் பிரெல்யூடினை சிந்தசைசர் பயன்படுத்தி யமைத்த இசை நிகழ்ச்சியைக் கேளுங்கள். அதில் ஒவ்வொரு ஸ்வரமும் சமமான அளவு நீளமும் சமமான அளவு உரப்பும் கொண்டிருக்கிறது. அதன் மூலமாகக் காலத்திற்கும் இயங்கியலுக்கும் உருக்கொடுப்பதில் எந்த ஒரு பியானிஸ்டும் எவ்வளவு திறன் செலுத்தி இசையின் விளைவை – அதைப் பற்றி பிரக்ஞை பூர்வமாக நினைக்காமலேயே உருவாக்க வேண்டி யிருக்கிறது என்பதைப் புரிந்துகொள்ளமுடியும் (சில பியானிஸ்டுகள் பிறரைவிட மிக நன்றாக வாசிக்க முடியலாம்; நல்ல பியானிஸ்டாக அவர் இருக்கிறார் என்பதன் அர்த்தமே அதுதான்). சிந்தசைசர் என்ற

கருவி தவறு செய்கிறது என்பது பொருளல்ல, ஏனென்றால் அது தாள்இசைக் குறிப்புக்கு முரண்பட வில்லை. ஆனால், காலம் மற்றும் இயங்கியல் வடிவம் தருதல் தாள் இசைக்குறிப்பில் இல்லை. ஆக, இதனால் தாள்இசைக்குறிப்புகள் என்ன, அவை எவ்விதம் பயன் படுத்தப்படுகின்றன என்பதைச் சற்றே உணரமுடியும்.

சில கிறித்துவ அடிப்படைவாதிகள் பைபிளைப் பயன்படுத்துவதுபோல நாம் இசைக் குறிப்புகளைப் பயன்படுத்தினால், அதாவது, இசைக்குறிப்பில் இல்லாதது எதுவும் நிகழ்த்துதலில் இருக்கக்கூடாது என்றால், கணினிகளின் கட்டுப்பாட்டில் உள்ள சிந்தசைசர்கள் நிகழ்த்துநர்களுக்கு வேலையில்லாமல் செய்துவிட்டி ருக்கும். எழுத்துக்கு எழுத்து மாறாமல், சிந்தனை யில்லாமல், உணர்ச்சியில்லாமல் நிகழ்த்த ஓர் எந்திரத்தால் முடியும். ஆனால் நாம் இசைக்குறிப்புகளை இவ்விதம் நோக்கவில்லை. இசைக்குறிப்புகளில் கால, இயங்கியல் உருக்கொடுத்தல்கள் இல்லை என்பது நாம் அவற்றைப் பற்றிக் கவலைப்படவில்லை என்று கூறுவதாகாது. இவை இல்லாமல் இசைக் குறிப்புகள் இசையை எளிமைப்படுத்தி விடுகின்றன என்றால் அவற்றின் இயல்பு அதுதான். எல்லாவற்றையும் இசைக்குறிப்பில் கொண்டுவர வேண்டும் என்று நினைத்தால் அது வாசிக்கவே முடியாத அளவு சிக்கலாகிப் போகும். (இனஇசையியலாளர்களுக்கு இது தெரிந்த விஷயம். வட அமெரிக்க இனஇசைக்கலை வரைவியலாளர்களுக்கு முன்னோடியான சார்லஸ் ஸீகர், மெலோகிராஃப் என்ற கருவியைக் கண்டுபிடித்தார். அது ஒவ்வொரு சிறிய கால மாற்றத்தையும், இயங்கியலையும், ஸ்தாயியையும் வரைபட வடிவத்தில் பதிவுசெய்த கருவி. ஆனால் அந்த வரைபடங்கள் மிகச் சிக்கலானவையாக இருந்ததால், அவற்றை வைத்து என்ன செய்வது என்று எவருக்கும் புரியவில்லை.) எல்லாவித இசைக் குறிப்புகளும்

சிலவற்றை விட்டுவிடத்தான் செய்கின்றன. வெவ்வே றான விஷயங்களை. மேற்கத்திய கலை இசையின் வரலாற்றைப் படிக்கும்போது இதை நீங்கள் காணலாம். பதினெட்டாம் நூற்றாண்டு இசைக் கலைஞர்கள், தாங்கள் என்ன விரும்பினார்களோ அதற்கு வெறும் அடிப்படைகளைத்தான் – எலும்புக்கூட்டைத்தான் – சிலசமயம் குறித்தார்கள். நிகழ்த்துநர்கள் அதற்கு உருக் கொடுத்து, வடிவமாக்கி, அலங்காரமும் செய்து கொள்ளட்டும் என்று விட்டுவிட்டார்கள். இருபதாம் நூற்றாண்டு இசையமைப்பாளர்கள், இதற்கு முரண் நிலையில், தாங்கள் விரும்புகின்ற எல்லாவற்றையும் விரிவாக எழுதிவைத்துவிடுகிறார்கள். ஆனால் மித மிஞ்சிய தீவிர நிலையிலும்கூட, பியர் போலெஸின் பியானோ இசையில் அல்லது கார்ல்ஹைன்ஸ் ஸ்டாக்ஹவுசனில்கூட மாற்றங்களுக்கு இன்னும் இடமிருக்கிறது. அவர்களுடைய இசையை வெவ்வேறு இசைக்கலைஞர்கள் வாசிக்கும்போது வெவ்வேறு வகையாகத் தெரிகின்றது (பலபேர் இதனால் வாசிப்ப தில்லை) என்பதிலிருந்து நீங்கள் உணரமுடியும்.

ஆனால் உலகத்தின் பலவேறு பகுதிகளிலும் உள்ள வெவ்வேறு வகையான இசைக் குறிப்புகளை வைத்து இதை மிகச்சிறப்பாக வேறுவழியில் விளக்கலாம். சீன நாட்டு நீண்ட *ஜிதர்* இசை (ஜிதர் என்பது ஒரு நரம்பு இசைக்கருவி – மரபு வழியாக அறிஞர்களும் மேன் மக்களும் தேர்ந்தெடுக்கும் இசைக்கருவி, படம் 17) அல்லது *கின்* இசையில் பயன்படுத்தப்படும் *டேப்ளேச்சர்* ஒரு நல்ல உதாரணம். ஒவ்வொரு ஸ்வரமும் எப்படி உருவாக்கப்படவேண்டும் என்பதை அது ஓரளவு விளக்கமாகவே (விரலின் சதையை எப்படி அழுத்த வேண்டும், உள்நோக்கியா, வெளிநோக்கியா என்பன போன்றவற்றை எல்லாம்) சொல்கிறது. இவையெல்லாம் ஒன்றிசைந்து ஸ்வரத்தின் தனிப்பண்பு அல்லது ‘டிம்பர்’

என்பதை உருவாக்குகின்றன. இதற்கு எதிர் நிலையில், கோட்டிசைக் குறிப்பில் ஈடிணையற்ற ஒட்டுமொத்தமான சிக்கலான தன்மை, சுருங்கச் சொல்லுதல் ஆகிய பண்புகள் இருந்தபோதிலும், அது எந்தக் கருவிக்கான இசை என்பதைக் குறிப்பதற்கு மேலே, தனிப் பண்பு பற்றி எதுவுமே சொல்லவில்லை. ஆனால் *கின்* இசைக் குறிப்பில் கோட்டிசைக்குறிப்பைவிடத் தெளிவற்ற இடங்கள் பல உண்டு. குறிப்பாக, அது லயத்தைப் பற்றி எதுவும் சொல்லவில்லை. இசையை ஸ்வர வரிசை போல (*அல்லது சமிக்ஞைகளின் வரிசை போல*) முன்வைக்கிறது.

நிகழ்த்துபவர்தான் எந்த ஸ்வரங்களை வேகமாகவும், மெதுவாகவும் வாசிக்கவேண்டும், ஸ்வரங்களை எப்படிச் சேர்க்கவேண்டும், தொடர்களாக்கவேண்டும் என்பன போன்றவற்றையெல்லாம் முடிவு செய்ய வேண்டும். இதனால் சீன மக்களுக்கு இவற்றில்

17. ஜா ஃபுக்சி (1895-1976), இசையறிஞர், கின் இசைக் கருவியை வாசிப்பவர்.

அக்கறை இல்லை என்பதல்ல. வயலின் இசையின் தனிப் பண்பை மேற்கத்தியவர்கள் கவனியாமலா விட்டு விடுகிறார்கள்? இதற்கு மாறாக, எவ்விதம் வெவ்வேறு வகைகளில் அதை வாசிப்பது என்று கற்றுத்தர, கின் நிகழ்த்துதலுக்கெனப் பல பள்ளிகள் இருக்கின்றன. ஓர் இசைக் களஞ்சியத்தைப் பியானோவில் வாசிப்பவர்கள் ஒரே மாதிரியாக வாசிப்பதில்லை. ஆனால் எல்லாரும் ஒரேவிதமான ஸ்வரங்களைத்தான் வாசிக்கிறார்கள். உண்மையில் நிகழ்த்துதலாகிய கலையே, இசைக்குறிப்பு களின் இடைவெளிகளுக்குள் புகுந்து வாசிப்பதில்தான் இருக்கிறது. தாள்இசைக்குறிப்பு நுழைய இயலாத இடங்களுக்குள் நுழைவதில்தான் நல்ல இசை இருக் கிறது என்று கூறுவது மிகைப்படுத்துவது ஆகாது.

இசைக்குறிப்பின் மிக வெளிப்படையான பணி பாதுகாத்து வைத்தல் என்று முன்னரே குறிப்பிட்டேன். ஆனால் அது மட்டும்தான் அதன் ஒரே பணியாக இருந்தால், டிஜிடல் பதிவு முறைகள் வந்தவுடனே மரபுசார்ந்த இசைக் குறிப்புமுறையைச் செல்லாக் காசாக்கியிருக்கும். சுருக்கம், நம்பகத்தன்மை ஆகிய வற்றில், இசைக்குறிப்புக்கு குறுவட்டைத் தவிர வேறு எதுவும் நிகராக முடியாது. (சில ஒலிவிற்பன்னர்கள், வினைல் ரிகார்டுதான் சிறந்தது என்கிறார்கள். ஆனால் நான் அந்தச் சச்சரவில் இங்கு ஈடுபடப்போவதில்லை.) ஆனால் நாம் மரபுசார்ந்த இசைக்குறிப்பையே பயன் படுத்திக் கொண்டு வருகிறோம் என்பது, அதன் வேறு பணிகளின் முக்கியத்துவத்தைக் காட்டுகிறது. இசை யமைப்பாளரிடமிருந்து செய்தியை நிகழ்த்துபவருக்குச் செலுத்துவதில், அல்லது ஓர் இசையமைப்பாளரிட மிருந்து இன்னொருவருக்குத் தருகின்ற அதே சமயத்தில், இசைக் குறிப்புகள் வேறு சிக்கலான விஷயங்கள் சிலவற்றையும் செய்கின்றன. இசையைப் பற்றிச் சிந்திக்கும் ஒட்டு மொத்தமான முறையையே அவை

கடத்துகின்றன. ஒரு தாள் இசைக்குறிப்பு, தன் சட்டகத் திற்குள், இசையின் சில கூறுகளை முக்கியமானவை என்று அடையாளப்படுத்துகிறது. அதாவது உங்கள் நிகழ்த்துதல் அந்தக் கூறுகளைக் கொண்டிருக்கா விட்டால், நீங்கள் அந்த இசையை நிகழ்த்துவதாகவே கூறமுடியாது. நீங்கள் *ஈ மைனர் பிரெல்யூட்* வாசிக்கும் போது அதில் ஒரு ஸ்வரம் தவறாகப் போய்விட்டால், மிக ஆழமான புலமைகொண்ட ஓரிருவரைத் தவிர வேறு எவரும் நீங்கள் ஈ மைனர் வாசிக்கவில்லை என்று கூறமாட்டார்கள். ஆனால் 95 சதவீத ஸ்வரங்களைத் தவறாக வாசித்தால் என்ன சொல்வார்கள் என்பது கடவுளுக்குத்தான் வெளிச்சம். இந்த இரண்டிற்கும் இடையில் எங்கோதான் ஈ மைனர் பிரெல்யூடை வாசிப்பதிலுள்ள அத்தியாவசியமான ஸ்வரத்துக்கு ஸ்வரம் ஒத்திசைவது என்பது இருக்கிறது.

ஆனால், ஸ்வரத்துக்கு ஸ்வரம் சரியாகப் பார்த்து வாசிப்பது என்பது இசையின் ஒரு பகுதிதான். ஏனென்றால், இந்த ஸ்வரங்களின் ஊடாகவும் அவற்றைச் சுற்றியும்தான் நாமாக விளக்கக்கூடிய, சொந்தமாகச் செய்யக்கூடிய சாத்தியம் உருவாகிறது. எந்த ஸ்வரங்களை வேகமாகவோ மெதுவாகவோ வாசிப்பது, உரப்புடனோ உரப்பின்றியோ வாசிப்பது, அதைத் தொகுதியாக வெளிப்படுத்துவதா வேறுவித மாகவா என்பது, எல்லாவிதங்களும் அந்தச் சாத்தியம் என்பதில்தான் அடங்குகின்றன. நீங்கள் *ஈ மைனர் பிரெல்யூட்*தான் வாசிக்கிறீர்கள் என்பதை இவற்றில் எதுவும் தடைப்படுத்துவதில்லை. மாறாக, எப்படி விளக்குகிறீர்கள் என்பதில்தான் உங்கள் தனித்தன்மை, நீங்கள் அறுவையாக இருக்கிறீர்களா, விசித்திரமாக வாசிக்கிறீர்களா, உணர்ச்சிமயமாகச் செய்கிறீர்களா என்பவையெல்லாம் அடங்கியிருக்கின்றன.

மிகச் சிறிய இணைப்பின் சிறப்பாளர்

இசைக்குறிப்பினால் எந்தெந்த விஷயங்களை அறியலாம், எவற்றை அறியமுடியாது, எதை அந்தக் குறிப்பு நமக்கு அளிப்பதாகக் கொள்வது, எதை நிகழ்த்துவதில் நாமாக விளக்குவது போன்றவற்றின் பாணி ஓர் இசைக் கலாச் சாரத்தை வரையறுக்கின்ற விஷயங்களில் ஒன்று. எப்படி இசை கடத்தப்படுகிறது என்பதை மட்டும் அது வரையறுக்கவில்லை, மாறாக, பல்வேறு மனிதர்களின் செயல்கள் ஒருங்கே இணைந்து ஒருவருக்கொருவர் தொடர்பு உண்டாக்கும் முறையில் எப்படி ஓர் இசைக் கலாச்சாரத்தை உருவமைக்கின்றன என்பதையும் வரை யறுக்கிறது. ஒரு குறிப்பிட்ட கலாச்சாரத்தினுள் மக்கள் எப்படி இசையைக் கற்பனை செய்துகொள்கிறார்கள் என்பதையும், பெருமளவு இசையமைப்பாளர்கள் தங்கள் இசையை எப்படி நோக்குகிறார்கள் என்பதையும் அது வரையறுக்கிறது. ஓர் இசைச் சமூகத்தைச் சேர்ந்த அத்தனை உறுப்பினர்களையும் கட்டுப்படுத்தக்கூடிய பகிர்ந்துகொள்ளப்பட்ட பாணிகள் என்றுகூட அதைக் கூறலாம். எனவே ஒரு குறிப்பிட்ட இசை மரபில் இசை யமைப்பது என்பது, அந்த மரபிற்குப் பொருத்தமான நிச்சயங்கள், நிச்சயமின்மைகள் ஆகியவற்றின் தனிப் பட்ட வரையறுப்புகளுக்கேற்ப ஒலிகளைக் கற்பனை செய்து அமைப்பதாகும். அதனால், இசையமைக்கும் செயலைப் பற்றிய பல்வேறு விவரிப்புகள் உங்களுக்குச் சொல்லுவதை விட இசைக்குறிப்பு என்பது மிக ஆழமாக இசையமைக்கும் செயலில் பொதிந்திருக்கிறது.

மோஸார்ட்டும் பீத்தோவனும் எப்படி இசை யமைத்தார்கள் என்பதை விளக்கும் விதமாக இரண்டு புகழ்பெற்ற செய்தி மூலங்கள் உள்ளன. பத்தொன்பதாம் நூற்றாண்டின் தொடக்கத்தில் வெளியிடப்பட்ட ஒரு கடிதத்தில் (அது 1815இல்தான் முதன் முதலில் பிரசுர மானது) மோஸார்ட், எப்படி இசைச் சிந்தனைகள்

தானாகவே அவருக்கு எழும், எப்படித் தங்களைப் பெரிதுபடுத்திக்கொள்ளும் என்பதை விளக்குகிறார். கடைசியில்,

முழுஅமைப்பும், அது நீளமாக இருந்தாலும்கூட, முற்றிலுமாக, முழுமையாக என் மனத்தில் நிற்கும். அதனால் ஓர் அழகான படத்தைப்போல, ஒரு சிலையைப் போல ஒரு பார்வையில் அதை நான் கூர்ந்தாராய முடியும்... தாளில் அதை எழுதுதல் ஏறத்தாழ உடனே முடிகின்ற ஒரு செயல். ஏனென்றால் எல்லா விஷயங்களுமே ஏற்கனவே முடிந்துபோன மாதிரிதான்... என் கற்பனையில் இருந்ததிலிருந்து காகிதத்தில் உள்ளதற்கு வேறுபாடு இருப்பின் மிக அபூர்வமாகத்தான் ஏற்படும்.

இந்த இசையமைப்புச் செயல்முறையை லூயி ஷ்க்ளாஸர் என்ற இசையமைப்பாளர் சான்றுகாட்டி உறுதிப்படுத்துகிறார். அவர் ஏறத்தாழ 60 ஆண்டு களுக்கு முன்னால் 1822இல் பீத்தோவனைச் சந்தித்த தைப் பற்றித் தமது 85ஆம் வயதில் ஒரு கட்டுரையாக வெளியிட்டார். பீத்தோவனின் சொற்களைத் தனது சொந்த வார்த்தைகளில் அவர் கூறினார்:

தாளில் எழுதுவதற்கு முன்னால் எனது சிந்தனை களை நான் நீண்டகாலம், மிக நீண்டகாலம்கூட மனத்தில் சுமந்து கொண்டிருக்கிறேன்... எனக்குத் திருப்தி ஏற்படும்வரை பலவற்றை மாற்றுகிறேன்; சிலவற்றை ஒதுக்கிவிடுகிறேன்... எனக்கு என்ன தேவை என்பது நன்றாகத் தெரியுமாதலால், அடிப் படையான சிந்தனை என்னை விட்டுச் செல்வ தில்லை – அது என் முன்னால் எழுகிறது, வளர் கிறது – அதன் உருவம் என் மனக்கண்ணில் எல்லா விதத்திலும் எல்லாப் பரிமாணங்களிலும் துல்லிய மாக ஒரு படிமம்போல் நிற்கிறது. அதன்பின் அதை

எழுதுகின்ற பணிதான்; அதை உடனே செய்து முடித்து விடுகிறேன்.

இந்த இரு கூற்றுகளுக்கிடையிலும் உள்ள ஒற்றுமை மிகக் குறிப்பிடத்தக்கதாக உள்ளது. மோஸார்ட்டும் பீத்தோவனும் எப்படி ஒரு பார்வையில் தங்கள் இசையைக் காண முடியும், கூர்ந்தாராய முடியும் என்பதை வலியுறுத்துகிறார்கள். மேலும் அதை ஒரு படத்திற்கு ஒப்பிடுகிறார்கள். இன்னும் கேட்டால் பீத்தோவன் படிமம் என்பது மோஸார்ட் கூறும் சிலை என்பதற்கு ஒப்பாக இருக்கிறது. இருவருமே இசையமைக்கும் நிஜமான பணி மனத்தில்தான் நிகழ்கிறது என்பதை வலியுறுத்துகிறார்கள். அதைக் காகிதத்தில் எழுதுவது ஒரு மிகச்சிறிய விஷயம்தான். இசையை அமைக்கும் படைப்புச் செயலுக்கு இசைக்குறிப்பு மிகத் தேவையான ஒன்றல்ல. அது கண்டிப்பாகப் படைப்புச் செயலுக்குப் பின்னால்தான் வருகிறது.

இரண்டாம் இயலில் நான் விவரித்த இசை பற்றிய சிந்தனை முறைக்கு இந்த இரண்டு கூற்றுகளுமே முழுதுமாக ஒத்துச் செல்கின்றன. மோஸார்ட்டும் பீத்தோவனும் இசையைப் பற்றி அது ஓர் இலட்சியச் செயல்முறை என்பதாகவே சிந்திக்கிறார்கள், பேனாவைத் தாளின்மீது வைத்து எழுதும் எந்திர கதியான விஷயம் குறுக்கிடாத ஒரு கற்பனையின் சாதனை என்று உரைக்கிறார்கள். ஓர் எழுச்சிபெற்ற இசையமைப்பாளர் பற்றிய முழுமையான சித்திரத்தை – 'மிகச்சிறிய இணைப்பின் சிறப்பாளர்' (இந்தத் தொடரை அளித்தவர் தியோடர் அடார்னோ) என்ற சித்திரத்தை நமக்கு அவர்கள் அளிக்கிறார்கள். 'மிகச் சிறிய இணைப்பின் சிறப்பாளர்' என்ற சொல்லின் விவிலியம்சார் முழக்க அதிர்வுகள் முற்றிலும் சார்புடையவை; இவர்களுடைய பார்வை இசை விரிவதைப் பற்றிய எல்லாக்கூறுகளையும் சூழ்ந்துகொண்டு தருகின்றன. ஒரு தெய்விக நிலைக்கு

உயர்த்தப்படும் ஆசிரியன் பற்றிய கருத்து இதில் புதைந்திருக்கிறது. இறையியலின் படைப்புக்கணம் பற்றிய விஷயத்தை இது எதிரொலிக்கிறது. தாம் படைத்த ஒவ்வொரு பொருளைப் பற்றிய மிகச்சிறிய விஷயத்தையும் கடவுள் தம் கற்பனையில் கண்டுதான் படைத்தார். கடவுளைப் போலவே மோஸார்ட்டுக்கும் பீத்தோவனுக்கும் படைப்பு என்பது ஒரு கணத்தின் உண்மையைச் சார்ந்திருக்கிறது. அதில்தான் பின்னர் காலத்தில் விரிதலாகிய அத்தனை செயலும் அடங்கி யிருக்கிறது. இந்த உண்மையின் கணத்தைத்தான் தொகுப்பாளர்கள், நிகழ்த்துபவர்கள், இசை ஆய்வா ளர்கள், விமர்சகர்கள் எல்லோருமே தங்கள்தங்கள் வழிகளில் மீள்கட்டமைப்புச் செய்ய முனைகிறார்கள். இசையமைக்கும் செயல் பற்றிய இந்தக் கூற்றுகள், மீண்டும் மீண்டும் பத்தொன்பதாம் நூற்றாண்டிலும் இருபதாம் நூற்றாண்டின் தொடக்கத்திலும் வாழ்ந்த இசைக் கலைஞர்களால் திரும்பத் திரும்பச் சொல்லப் பட்டதில் ஆச்சரியமில்லை. (உதாரணத்திற்கு, அவை ஷெங்கரின் இறுதி நூலான *டெர் ஃப்ரை சாட்ஸ்* என்பதில் முக்கியமாக எடுத்துக்காட்டப்படுகின்றன.) இவை யாவற்றையும் இருமடங்கு குறிப்பிடத்தக்கவை ஆக்குவது, ஷ்க்ளாசர் வெளியிட்ட மாதிரியாக பீத்தோவன் சொன்னதற்கும், அவருடைய இசை யமைக்கும் முறை பற்றி வெளிப்படையாக நமக்குத் தெரிந்ததற்கும் ஆன அழுத்தமான வேறுபாடுதான்.

ஏனென்றால் வியன்னாவுக்கு அருகிலுள்ள கிராமப் புறங்களுக்கு அவர் செல்லும் போது பீத்தோவன் சிறு காகிதத் துண்டுகளை எடுத்துக்கொள்வார்; பின்னாட் களில் பாக்கெட் அளவுள்ள சிறு வரைபட ஏடுகளை வைத்துக்கொள்வது வழக்கம். தான் மறந்துவிடக்கூடாது என்று அவ்வப்போது தோன்றும் எண்ணங்களைக் குறித்து வைத்துக்கொள்வார். வீட்டில் பெரிய வரைபட

ஏடுகளையே வைத்துக்கொள்வார். அதில் தமது முடிவு களை வரைந்து கொள்வார் அல்லது புதிய எண்ணங்கள் தோன்றும்போது குறித்துக்கொள்வார். மீண்டும் மீண்டும் அவற்றைச் செம்மைப்படுத்துவார். ஏற்கனவே குறித்ததைச் சரிசெய்து, அல்லது கூட்டி, வேண்டாததை அடித்து, சிறிதுசிறிதாக அதை வளர்ப்பார். அல்லது முழுமையாகவே மீண்டும் புதிதாக ஆரம்பிப்பார். பீத்தோவனுடைய மறைவுக்குப் பின் இந்த வரைபட ஏடுகளைப் பல இடங்களுக்கும் கொண்டுசென்று விட்டனர்; அல்லது பல சமயங்களில் அவை சிதிலமாகி அழிந்துபோயின. ஆனால் போருக்குப் பிந்திய இசை ஆராய்ச்சியில் அசலான தொடரை மீண்டும் கட்ட மைப்பதில் வெற்றிபெற்றனர். அதனால், நீங்கள் அவற்றை மீண்டும் செய்து பார்க்க இயலும்.

பீத்தோவன் எவ்வளவு கஷ்டப்பட்டு, எவ்வளவு வேதனைமிக்க ஒரு செயல்முறையின் வாயிலாக (சில சமயங்கள் நேரடியாகவே, அல்லது சிலசமயங்களில் பலவிதமான வழிகளில் இடர்ப்பட்டு) தமது வெற்றியை, நமக்கு இன்றைக்குத் தெரிந்த இசையை அடைந்தார் என்பதைத் தெரிந்துகொள்ளலாம். உதாரணமாக, *ஓட் டு ஜாய்* இசையின் முதற்பகுதி அவருக்கு அவ்வளவாகக் கஷ்டப்படாமலே மனத்தில் வந்திருக்கிறது என்று தோன்றுகிறது. ஆனால் நடுப்பகுதி அவருக்கு மிகப் பெரிய தொந்தரவை அளித்தது. ஒரு சிந்தனை, அதற்கான குறிப்புப்படம், அது சரியில்லை என அடுத்த முயற்சி, அதற்கான படம், பலசமயங்களில் வெவ்வேறு விதமான தேர்வுகளை அவர் ஒழுங்குபட முயற்சிசெய்து பார்த்தும் இருக்கிறார். சிலசமயங்களில் தோன்றியதை எடுத்துக் கொண்டும் உள்ளார். மீண்டும் மீண்டும் நோக்கும்போது மிகத் தனித்தன்மை கொண்ட, ஆற்றல்மிக்க இசைக் கூறுகள், இசையமைப்பின் கடைசிப் பகுதிகளில்தான் வந்திருக்கின்றன என்பதையும் நோக்கலாம். குஸ்தாவ்

நோட்டன்பாம் (பீத்தோவன் வரைபட நோட்டு களை வைத்து ஆராய்ச்சிசெய்த முதல் ஆய்வாளர்) கூறியது போல, 'பலபேரிடம், வேலை செய்யச்செய்ய படைப்பாற்றல் திறன் தொய்வடைகிறது. ஆனால் பீத்தோவனிடம் அது எதிர்மாறாக இருந்தது. படைப் பாற்றல் அவரிடம் சற்றும் தொய்வடையாமல் செயல் பட்டது. பலநேரங்களில், அவர் கடைசித் தருணத்தில் தான் இசையின் மிக உச்சமான நிலைகளுக்குச் செல்ல முடிந்தது.'

பீத்தோவன் கூறியதற்கும் அவர் செய்ததற்கும் இடையிலுள்ள வேறுபாட்டை விளக்க முயன்றால் அது மிகவும் எளியதாக இருப்பதைக் காணலாம். அந்த விஷயத்தை மேனார்டு சாலமன் விளக்கியிருக்கிறார். மோஸார்ட் எழுதியதாகச் சொல்லப்படும் கடிதம், பெரும்பாலும் ஃப்ரீட்ரிக் ரோஹ்லிட்ஸ் என்பவர் சொந்தமாக உருவாக்கிய விஷயம்தான். அவர் ஒரு பத்திரிகையாளர், விமர்சகர். அவருடைய சொந்தப் பத்திரிகையில்தான் அக்கடிதம் வெளியிடப்பட்டது. பீத்தோவனுடன் ஷ்க்ளாஸர் செய்த உரையாடலின் விஷயம், பெரும்பாலும் இந்தக் கடிதத்தின் விஷயத்தை அடியொற்றித் தரப்பட்டதுதான். அந்த இரண்டு விஷயங்களும் வேறு எந்த விவரணைக்கும் சாத்திய மில்லாத அளவு மிகவும் ஒன்றாக உள்ளன. சமகால இசைக் கலைஞர்கள் இவற்றைச் சரியானவை என நம்பியதற்குக் காரணம், மோஸார்ட்டோ பீத்தோ வனோ எப்படி இசையமைத்தார்கள் என்பதை அவை நன்கு விளக்கின என்பதால் அல்ல (பீத்தோவனின் விஷயத்திலாவது இது வெளிப்படையாகத் தெரிவது), அல்லது மோஸார்ட்டோ பீத்தோவனோ இவற்றைப் பற்றி என்ன கூறினார்கள் என்பதாலும் அல்ல (இவர் களைப் பற்றிய விஷயங்கள் ஒவ்வொன்றும் அவர்கள் இறந்து பலகாலம் பின்னரே வெளியிடப்பட்டன).

ஆனால் பத்தொன்பதாம் நூற்றாண்டில் ஒவ்வோர் இசையமைப்பாளரும் என்ன சொல்லியிருக்க வேண்டும் என்பதை அவை வெளியிட்டன. சுருங்கச்சொன்னால், ரொமாண்டிக் காலப் பகுதியினுடைய சிந்தனையைப் பற்றி அவை மிக நன்றாக வெளிப்படுத்துகின்றன. ஆனால் மோஸார்ட்டைப் பற்றியோ, பீத்தோவனைப் பற்றியோ, அல்லது இசையமைக்கும் முறையைப் பற்றியோ அவ்வளவாக எதுவுமே சொல்லவில்லை.

இந்த விஷயங்களை ஒருபுறம் தள்ளிவிட்டால், எவ்வளவு தூரம் பீத்தோவன் இசையைப் பற்றிச் சிந்தித்த விதத்திற்கு அவர் இசைக்குறிப்பை எழுதிய விதம் ஒத்துவந்தது என்பதைப் பார்க்கமுடியும். ஷ்க்ளாஸர், பீத்தோவனுடைய அடிப்படைக் கருத்து அவரிடம் ஒருபோதும் மாறியதில்லை என்று சொல் கிறார். ஆனால் பீத்தோவன் எழுதி, மறுபடியும் திருத்தி, அடித்து, வேறு பிரதி எடுத்து, முயற்சிசெய்த வெறியைப் படம் 18 காட்டுகின்றது. மாறாக, தாளில் எழுதுவதன் வாயிலாகவே அந்த இசை அடித்துத் திருத்திச் செம்மை செய்யப்பட்டது என்பதை அந்தப் படம் காட்டுகிறது. பருப்பொருளினின்றும் வேறாக்கப்பட்ட ஆவியின் செய்கை எதுவும் அதில் இல்லை. சில சமயங்களில் நீங்கள் வரைபடப் புத்தகங்களைப் பார்க்கும் போது, பீத்தோவனின் பேனா, கையால் செய்யப்பட்ட முரட்டுக் காகிதத்தில் அழுந்தி எழுந்து அவருடைய கட்டுக்கடங்காத, அரைகுறையான சிந்தனைக்கு அதில் வடிவுகொடுக்கும் காட்சி உங்களுடைய வயிற்றைப் புரட்டக்கூடும். சில சமயங்களில் இசை நீங்கள் அந்தப் புத்தகத்தின் பக்கங்களிலிருந்து அவர் என்ன கருதினார் என்பதை வெளிப்படுத்தும் விதமாகச் சரியாக எழுவதை யும் காணலாம். எனவே ஒரு சிம்ஃபனியை பீத்தோவன் எழுதினார் என்று சொல்லும்போது அதில் உருவக மான விஷயம் ஒன்றும் இல்லை. பேனா, தாளின்மீது

18. பீத்தோவனின் முடிக்கப்பெறாத பியானோ கான்சர்ட்டோ, ஹெஸ் 15, ப.18. அரைவாசி முடிக்கப்பட்ட இந்தக் காகித இசைக் குறிப்பு, ஒரு பழைய மோஸ்தரிலான முறையைப் பின்பற்றுகிறது. அதில் உயரத்திலுள்ள கோடுகள் வயலின்களையும் வயோலாக்களையும் காட்டுகின்றன. அடியிலிருந்து மேலே நான்காவது கோடு, செல்லோக்கள், பாஸ்களைக் காட்டுகிறது.

வரையும் பௌதிகமான காரியத்தையே நாம் இங்குச் சொல்கிறோம். மேலும் மேற்கத்திய இசைக்குறிப்பு முறையிலிருந்து பிரிக்க முடியாத ஒரு படைப்புச் செயல் தன்னுடைய இடர்ப்பாடுகள், தடைகள் ஆகியவற்றைக் கடந்து வருவதையும் காண்கிறோம்.

பீத்தோவன் இசையமைத்த விசித்திரமான முறை யினால் நாம் அவருடைய இசையமைக்கும் முறை யைப் பற்றி (ஓவிய வரைவு, கிறுக்குதல், கணக்கிடுதல், சொந்தமாக உருவாக்குதல்) எவ்வளவோ அறிந்து கொள்ளமுடிகிறது. இது அவர் செவிடாவதற்குப் பலகாலம் முன்னரே உருவான ஒரு பண்பு. இப்படி

அவர் செய்து பழக்கம்பெற்றிராவிட்டால், அவர் செவிட்டுத்தன்மை முற்றிய பின்னரும் தொடர்ந்து இசையமைத்துக் கொண்டே இருந்திருக்க இயலாது. ஆனால் பெரும்பாலான செவ்வியல் இசையமைப் பாளர்கள் இவ்விதம் இசையமைப்பதில்லை. அதனால் அவர்கள் எப்படி இசையமைத்தார்கள் என்பதை நம்மால் அறிந்துகொள்ளமுடியாது என்பது அர்த்தம். ஆகவே பீத்தோவன் இசையமைத்த முறையைப் பிறருக்கு விஸ்தரிக்கமுடியாது என்பதும் அர்த்தம். ஆனால் இசையமைப்பாளர்கள் எல்லோரும் தமது மனத்தில் இசை வந்து நிரம்பும்வரை காத்திருந்துவிட்டுப் பிறகு காகிதத்தில் அவற்றைக் கொட்டிவிட்டார்கள் என்று கருதுவது அர்த்தமற்றது. (மோஸார்ட்டும் ஷூபர்ட்டும் இசையமைத்த முறை இதற்கு ஒப்பானதுதான் என்று சமகாலக் கருத்துகள் சொல்கின்றன; என்றாலும் அவர் களும்கூட குறிப்புகள் வரைந்தார்கள், திருத்தினார்கள், மறுதிருத்தம் செய்தார்கள்.) செவ்வியல் இசையமைப் பாளர்கள் கையாண்ட இன்னொரு முறையும் இருக் கிறது. சிலர் இசையைத் தட்டுத் தடுமாறி ஓரளவு உருவாக்கியபிறகு மக்களிடம் அதை வாசித்துக்காட்டி அனுபவத்தில் பெற்ற பாராட்டு அல்லது எதிர்ப்பை வைத்துத் தங்கள் இசையை உருவாக்கினார்கள். ஆனால் இந்த முறையில் இன்று பீத்தோவனின் இசைக் குறிப்பு களைப் போலவோ, (அல்லது செயின்ட் டிரினியன் இசைப் பாடங்களைப் போலவோ) நாம் காணக்கூடிய சுவடுகள் எதுவும் இருப்பதில்லை. அப்படி அவர்கள் பயன்படுத்திய கருவி பியானோ.

பொதுவாக, நல்ல இசையமைப்பாளர்கள் தங்கள் மேஜையில் உட்கார்ந்து இசையை உருவாக்குகிறார்களே அன்றி (பியானோ, கீபோர்டு போன்ற) கருவிகளின் முன்னால் உட்கார்ந்து உருவாக்குவதில்லை என்ற கருத்தை நாம் சொல்லக் கேட்கிறோம். (இசை ஒருங்கமை

விலும் எதிர்நிலையிலும் பொதுத் தேர்வுகள் இந்தக் கருத்தின் அடிப்படையில்தான் அமைகின்றன என்று தோன்றுகிறது. இல்லையென்றால் தேர்வு மண்டபங் களில் மாணவர்களை அடைத்துவைத்து, தயாரித்த இசையோடு வெளியே வர என்று சொல்வதில் அர்த்த மென்ன இருக்கிறது?) ஆனால் இப்படிச் செய்யக்கூடிய இசையமைப்பாளர்கள் இருக்கிறார்கள். இதற்கு ஒரு கதை: பிரெஞ்சு இசையமைப்பாளர் மாரிஸ் ரேவல் என்பவர் மாரிஸ் வாகனுடைய (ஆங்கிலேயர்) படிப்பறைக்குள் ஒரு நாள் நுழைந்தாராம். அவர் தனது மேஜைமுன் அமர்ந்து வேலை செய்து கொண்டிருப் பதைப் பார்த்து பயம்கலந்த அதிர்ச்சியடைந்தாராம். ஒரு பியானோவுடைய உதவியில்லாமல் நீங்கள் எப்படி புதிய கார்டுகளை உருவாக்குகிறீர்கள் என்று கேட்டாராம்.

சோப்பின், மாலர் போன்ற இசையமைப்பாளர்கள் தங்களுக்கு உரிய நேரத்தில் இசைக்கருவியை அளிக்காத திறமையற்ற பியானோ விற்பவர்களுக்கு, அதனால் தங்கள் இசைப்பணி கெட்டுப்போய்விட்டது என்று கோபத்துடனும், மிகுந்த மன வேதனையுடனும் கடிதங்கள் எழுதியிருக்கிறார்கள். எனவே ரேவலுக்கு ஆதரவளிக்கக்கூடிய இசையமைப்பாளர்களும் நிறைய இருக்கிறார்கள் என்பதில் சந்தேகமில்லை. (நல்ல வேளை, சோப்பின், மாலர், ரேவல் போன்றவர்கள் தேர்வு அறையில் போய் இசையமைக்க வேண்டிய சோதனை இல்லாமல் போய்விட்டது.) கீபோர்டு கருவியின்முன்னால் அமர்ந்து இசையமைப்பது தவறு என்ற கருத்தும், பத்தொன்பதாம் நூற்றாண்டில் இசை என்பது தூய்மையானது, அருவமானது, ஆன்மிக உலகிலிருந்து தன்னிச்சையாக இறங்கிவருவது என்ற கருத்துகள் நிலவி வந்ததற்கு ஓர் உதாரணம். வானிலை போலத் தன்னிச்சையாக நிகழக்கூடியது அல்ல இசை

என்பது இசையமைப்பாளர்களுக்கு நன்றாகவே தெரியும். அது நீங்களாகவே உருவாக்குகின்ற ஒன்று.

இசையின் முரணெதிர்நிலை

அவந்-கார்டு இசையமைப்பாளர் கியோர்கி லிகெட்டி ஹங்கேரியில் பிறந்தவர். ஆனால் **1956**இன் ரஷ்யப் படையெடுப்புக்குப் பிறகு அமெரிக்காவுக்கு வந்து விட்டவர். அவர் **1973-74**இல் *சான்ஃபிரான்சிஸ்கோ பாலிஃபனி* என்ற இசைக்குழு இசையை அமைத்தார். அந்தச் சமயத்தில் அமைக்கப்பட்ட பிற இசைகளைப் போலவே இதுவும் அடர்த்தியாக, இறுக்கமான தசைநார் போன்ற கோடுகோடான தவழ்கொடிகள் இருக்கும் காடு போன்று இருந்தது. இதுபோன்ற உட்புக முடியாத இறுக்கமான இசைகளை ஒழுங்கான எல்லைகளுக்குள் கொண்டு வருவதை விளக்க லிகெட்டி வேறு ஓர் உருவகத்தைப் பயன்படுத்தினார். 'ஒரு மேஜையின் இழுப்பறையில் எந்த ஒழுங்கும் அற்ற நிலையில் வெவ் வேறான பொருள்கள் இருப்பதாகக் கற்பனை செய்து கொள்ளுங்கள். இந்த இழுப்பறைக்கும் திட்டவட்டமான ஒரு வடிவம் இருக்கிறது. அதற்குள் குழப்பமே இருந் தாலும் அது தன்னை வரையறுத்துக் கொள்கிறது' என்று அவர் எழுதினார். பிறவற்றைப் பற்றி ஒன்றும் கூறாமல் போனாலும், இந்த உருவகம் இசையின் முனைப்பான கூறுகள் சிலவற்றைப் பற்றிச் சொல்கிறது. அதனால் இதே போல உள்ள பிற சில இசையமைப்புகளுக்கும் இதனைப் பயன்படுத்தலாம். அதேபோல *சான்பிரான்சிஸ்கோ பாலிஃபனி* இசைக்குப் பொருந்தக்கூடிய வேறுபிற உருவகங்களும் இருக்கலாம்.

நீங்கள் கேட்கின்ற இசை உட்புகமுடியாத ஒலி களைக் கொண்ட காடுபோலத் தோன்றினால், நீங்கள் லிகெட்டியின் இழுப்பறை உருவகத்தை மனத்தில் கொண்டால் உள்ளே நுழைய வழி கிடைக்கலாம்.

அல்லது என்னுடைய உருவகத்தைப் பயன்படுத்த வேண்டுமானால், உங்களுக்குக் காட்டின் அளவு எல்லை தெரிந்தால் புதர்களுக்கிடையே நீங்கள் செல்லக்கூடிய சில பாதைகள் புலப்படலாம்.

பொதுவாக நாம் இசையைப் பற்றி இழுப்பறைகள் என்றோ காடுகள் என்றோ சிந்திப்பதில்லை. இந்த உருவகங்கள், அந்த இசையின் கற்பனை உருமாதிரிகள். எனவே இவை இசை பற்றிய நமது அனுபவங்களை மேம்படுத்தவோ அதற்கு ஆதிக்கம் வழங்கவோ உதவக் கூடும். (இசைபற்றிய பல விமர்சன எழுத்துகள் சாராம்சத்தில் தனிப்பட்ட இசையமைப்புகளை விளக்கு வதற்காக ஒளியூட்டும் உதாரணங்களைத் தேடுவதாக உள்ளன. இசையின் பின்னால் மறைந்திருக்கின்ற குறிப்புப் பொருளை அறிவது என்ற அர்த்தத்தில் பத்தொன்பதாம் நூற்றாண்டில் இம்மாதிரி விளக்க முறை, பைபிள் ஆய்விலிருந்து எடுத்த உரைகோள் (ஹெர்மனியூடிக்ஸ்) என்ற சிறந்த பெயரைப் பெற்றது. ஆனால் இசையைப் பற்றி விவரிக்க வேண்டுமானால் உருவகங்களைத்தான் தேடவேண்டும். பலசமயங்களில் இந்த உருவகம்தான் அவ்வளவு தெளிவாக வெளிப் படுவதில்லை.

இசையின் ஒரு ஸ்வரம் இன்னொன்றை விட உயர்வாக இருக்கிறது என்றோ தாழ்வாக இருக்கிறது என்றோ சொல்வதுதான் இசையில் அடிப்படை யான கூற்று. அதனால், உச்ச ஸ்வரங்கள் வானத்திலிருந்து குதிக்கின்றன என்றோ, மந்தர ஸ்வரங்கள் (மந்தர – கீழ்நிலையிலுள்ள) பாதாளத்திலிருந்து எழுகின்றன என்றோ அர்த்தமில்லை. (ஆனால் வாகன் வில்லியம்ஸின் *லார்க் அசெண்டிங்* அல்லது வாக்னரின் *ரெயின்கோல்டு பிரெல்யூட்* என்ற இசைகளைக் கேட்கும்போது இப்படிப் பட்ட உணர்ச்சியே எழக்கூடும்.) இது ஓர் உருவகம் தான். எப்படியோ உச்ச ஸ்வரங்கள் செறிவாகவும்,

பளிச்சென்றும், எளிதாகவும், உயரத்திலிருப்பதாகவும் தோன்றுகின்றன... ஆம், கோட்டிசைக் குறிப்பில் அவை எழுதப்பட்ட பக்கத்தில் உயரத்திலேயே காணப் படும். அப்புறம், நீங்கள் ஓர் இசையின் இழைவமைதி பற்றிப் பேசலாம். இழைவமைதியா? மரப்பட்டை, பாசி, வெல்வெட், கித்தான் ஆகிய இவற்றிற்கெல்லாம் இழைவமைதி உண்டு. ஆனால் இசையை நீங்கள் தொட்டுப்பார்க்க இயலாது என்கிறபோது இழைவமைதி அதற்கு எப்படி வந்தது? அப்புறம் ஓர் இசைப்பகுதி என்று சொல்வது எப்படி? துணிபோன்றவற்றிலிருந்து அதைப் பிய்த்து எடுக்கிறீர்களா? அல்லது ஒரு கட்டையி லிருந்து வெட்டி எடுக்கிறீர்களா? அப்புறம், கட்டை என்றால் என்ன? எதனால் ஆனது?

உருவகம் நமது மொழியில் உட்புதைந்திருக்கிறது. அதனால் அது இருப்பதை நாம் உணர்வதுகூட இல்லை. மேற்கண்ட உருவகங்கள் எல்லாம் உட்புதைந்த உருவகங்கள். இழுப்பறை, காடு போன்றவை வெளிப் படையான உருவகங்கள். உட்புதைந்த உருவகங்கள், மேற்கத்திய இசைக் கலாச்சாரத்தின் அடியாழத்தில் இருக்கின்ற வேர் உருவகங்கள் என்று கூறலாம். ஆக இசை என்பது ஏதோ ஒருவகையான பொருள். மோஸார்ட்டும் பீத்தோவனும் – அல்ல, ரோஹ்லிட் ஸூம் ஷ்க்ளாஸரும் – இசையை ஒரு சித்திரம், அல்லது சிற்பம் என்று கூறியபோது இதைத் தெளிவாகவே உணர்த்திவிட்டார்கள். ஆனால் பத்தொன்பதாம் நூற்றாண்டின் இசை அழகியலின் தொன்ம உருவாக்கச் செய்கையைவிட இசை என்பது ஒரு பொருள் என்பது மிக ஆழமாகப் பழங்காலத்திற்குச் செல்லக்கூடியது. நீங்கள் இசையைப் பற்றி அறவே பேசுவதில்லை என்று முடிவு செய்தாலொழிய உருவகமாகப் பேசுவதிலிருந்து நீங்கள் தப்பிக்கமுடியாது (மக்கள் தாங்கள் அதிகமாக விரும்பக்கூடிய இசைபோன்ற ஒன்றைப் பற்றிப் பேசா

மலும் இருக்கமாட்டார்கள்). இசையை எழுதுவது என்ற கருத்து அதன் அடிப்படையில்தான் அமைந்திருக்கிறது. மேற்கத்திய கோட்டிசைக்குறிப்பு, இசை மேலும் கீழும் நகர்வதையும், இடப்பக்கத்திலிருந்து வலப்பக்கத் திற்குச் செல்வதையும் காட்டுகிறது. ஆனால் இப்படி இயங்குவதைச் செய்வது எது? நேராகச் சொன்னால், ஒன்றுமில்லை. ரோஜர் ஸ்க்ரூடன் தெளிவாக்கியது போல, இசை நகர்கிறது என்று சொன்னால் அதை நீங்கள் ஒரு கற்பனைப் பொருளாகவே பார்க்கிறீர்கள். ஒரு காகிதத் தாளைச் சொடுக்கி, இரண்டு இசைப் பகுதிகளைப் பக்கம்பக்கமாக அருகில் வைத்து ஒப்பிடும் போதும் அதைத் தான் செய்கிறீர்கள். உங்களால் இசை யைக் காகிதம் போல் மடிக்க இயலாது. முன்பக்கத்தி லுள்ள இசையை அடுத்த பக்கத்திலிருப்பதற்கு ஒப்பிடும் போது, உண்மையில் நீங்கள் இசையை அதன் காலத் தன்மையிலிருந்து பிரித்தெடுத்து ஒரு பொருளாக உருமாற்றிக் கால அனுபவத்தை இட அனுபவமாக்கு கிறீர்கள். தாள்இசைக்குறிப்புகளின் முக்கியமான வேலையே இதுதான் (காலப்பொருளை இடப்பொருள் ஆக்குவது.)

இங்கேதான் இசையின் அடிப்படையான முரணெதிர் நிலை இருக்கிறது. நாம் அதைக் காலஓட்டத்தில் அனுபவிக்கிறோம். ஆனால் அதைக் கையாள்வதற்கு, இன்னும் அதைப் புரிந்துகொள்வதற்குக்கூட, அதை நாம் காலத்திலிருந்து வெளியே இழுத்து (இடத்தில் எழுதி வைத்து) அந்த அர்த்தத்தில் பொய்யானதாக ஆக்குகிறோம். ஆனால் இப்படிப் பொய்யாக்குதல் இன்றி நாம் இருக்க முடியாது. இசை இருப்பின் அடிப்படையான விஷயம் இது. (இது மேற்கத்திய இசைக்குச் சொல்லப்படுவது மட்டுமல்ல, எல்லா இசையுமே அதைக் குறிப்பதற்கான முறையைக் கற்பித மாகவோ, சைகையசைவு மூலமாகவோ உருவாக்கி

யிருப்பதால், அவை எல்லாவற்றிற்கும் இது பொருந்தும். ஆனால் இந்த விஷயத்தில் நான் வாதிட விரும்பவில்லை.) முக்கியமான விஷயம், இந்தப் பொய்யாக்கல் எதற்காக என்பதைப் புரிந்துகொள்வதுதான். இசையின் கற்பனை யான பொருளாக்கலை, காலத்தில் அது தருகின்ற அனுபவத்தோடு போட்டுக் குழப்பிக் கொள்ளக்கூடாது.

இரண்டாம் உலகப்போருக்குப் பின்னால் செவ்வியல் இசை என்பது பல்கலைக்கழக இசைத் துறைகளின் ஆதிக்கத்தில் போய்விட்டதால், புதிதாக வந்த இசைக்கு ஏற்பட்ட பிரச்சினைகளில் இது ஒன்று எனப் பரவலான, கொஞ்சம் உண்மையான கருத்தும்கூட உண்டு. ஏதோ ஒலிகளை வைத்துக் கணித நிரூபணங்கள் செய்வதுபோல சில இசையமைப்பாளர்கள் மேலும் மேலும் இசைக் குறிப்புகளைக் கடினமாக – அறிவார்த்த மாக ஆக்கினார்கள். அவற்றில் எதுவுமே குறைந்து கொண்டே வந்த அவர்களது இரசிகர்களுக்குப் போய்ச் சேரவில்லை என்பதை அவர்கள் மனத்தில் கொள்ள வில்லை. ஆனால் கற்பனைப் பொருளையும் அனுபவத் தையும் குழப்பிக்கொள்ளுகின்ற விஷயத்தைத் தவிர்க்க முடியவில்லை. நீங்கள் கடைக்குப்போய், 'உங்களிடம் சோரப்ஜீயின் இசை ஏதாவது இருக்கிறதா?' என்று கேட்கும்போது அவர்களிடம் இசைக் குறிப்போ குறுவட்டோ இருக்கிறதா என்று கேட்பதாகத்தான் அர்த்தம். இந்த இயலின் தொடக்கத்திலேயே நான் சொன்னதுபோல, இசை என்பது இதிலிருந்து வேறானது. (பிகினினி தனக்கு முன்னால் உள்ள இசையை மட்டுமே வாசிக்கக் கூடியவர். அவருக்கு 'இசையை' வாசிப்பது எப்படி என்று கற்றுத்தரவேண்டியிருந்தது.) நாம் யாவரும் இசையைப் பற்றிப் பேசும்போது, நாம் என்ன கருதுகிறோம் என்பதை முற்றிலுமாகச் சொல்வதில்லை; அல்லது சொல்வதற்கு என்ன அர்த்தம் என்று பார்ப்ப தில்லை. அல்லது வேறுவிதமாக இதைச் சொன்னால்,

இசையைப் பற்றி நாம் பேசும்போதெல்லாம் விஷயத்தை மாற்றுவதில் சென்று நிற்கிறோம்.

ஆக, இரண்டாம் இயலில் நான் வருணித்த, இசைப் படைப்புகளுக்கான, மிகச் சிக்கலான, தேர்ந்தெடுத்த கற்பனைப் பொருள்களுக்கான துத்தன்காமுன் சமாதியை, அந்தக் கற்பனைக் காட்சியகத்தை இது எங்கே கொண்டு வைக்கிறது? கற்பனை அருங்காட்சியகம் என்பதே கற்பனைப் பொருள்களுக்கும் கால அடிப்படையிலான அனுபவத்திற்குமான குழப்பத்தில் எழுந்த ஒன்றல்லவா? இதற்கு இரண்டு விடைகளை என்னால் யோசிக்க முடியும். ஒன்று தீவிரமானது, இன்னொன்று தீவிரம் குறைந்தது. தீவிரம் குறைந்த பதிலை முதலில் பார்க்கலாம். இசைப் படைப்புகள் என்பன இசைக்கான அனுபவங்கள் அல்ல; அவற்றின் பதிலீடுகள் என்றால், வேறுஎந்தக் காட்சியகத்தின் பொருள்களைப் பற்றியும் அப்படித்தான் என்று சொல்ல முடியும். சித்திரங்கள், உதாரணமாக, பௌதிகப் பொருள்களைப்போல வாங்கவும் விற்கவும் படுகின்றன. (காப்பீடும் செய்யப் படுகின்றன, திருடப்படுகின்றன.) ஆனால் அந்தப் பொருள்களுக்காக நாம் அரங்கத்திற்குச் செல்வதில்லை, அவற்றிலிருந்து நாம் பெறக்கூடிய அனுபவத்தை அடைவதற்காகத்தான் செல்கிறோம். எத்தனை பேர் அந்தச் சித்திரங்களைப் பார்க்கிறார்களோ அத்தனை விதமான அனுபவங்களும் உள்ளன. இந்தச் சிந்தனையின் விரிவுகளை அடுத்த இயலில் சிறிது பார்க்கலாம்.

தீவிரமான விடை (அல்லது முன்புபார்த்த விடையையே தீவிரமாகச் சொல்லுதல் என்றும் வைத்துக் கொள்ளலாம்) என்பது, உயிரியலாளர் ரிச்சர்ட் டாக்கின்ஸினுடைய மிக ஆழமான, நமக்கு அதிர்ச்சி தரக்கூடிய 'மரபணுக் (ஜீன்)களின் ஆறு' என்ற படிமத்தால் பெறப்படுகிறது. தனித்தனி மக்களின் மிகப் பரந்த தொகுதிகளாக நாம் மனித வரலாற்றை யோசிக்

கிறோம். நமது இனத்தின் வரலாற்றுக்கு முந்திய காலத் தன்மைகளை யோசிக்கிறோம். அவர்கள் ஒருவருக் கொருவர் கலந்து பல்கிப் பெருகியபோது, மரபணுக்கள் அவர்களிடையே கலந்தன. ஒரு தலைமுறையிலிருந்து இன்னொரு தலைமுறைக்குப் பாய்ந்தன. அவ்வாறு பாய்ந்ததால், இன்றைய மானிடக் குழுவின் இனம் சார்ந்த, பௌதிக, மனம் சார்ந்த அமைப்புகள் உருவாயின. ஆனால் டாக்கின்ஸ் இதைத் தலைகீழ் ஆக்குகிறார். இந்தக் கதையின் முதன்மை மாந்தராக மரபணுக்களை வைக்கிறார். வரலாற்றை உண்மையாக உருவாக்குபவை அவைதான். அவற்றின் நோக்கம் (மரபணுக்களுக்கு நோக்கம் என்ற மனித மைய வார்த்தை யைப் பயன்படுத்துவது சரியானால்) பலவாகப் படியெடுத்துப் பெருகுதல் என்ற ஒன்றுதான். இந்த வகையான வரலாற்றில், மனிதகுலம் என்பது, உயிர் வாழ்க்கையாகிய ஆற்றில் ஆங்காங்கு காணப்படுகின்ற மரபணுத் தொகுதிகள்தான், அல்லது அந்த ஆற்றின் சுழல்கள்தான். ஒருவேளை நாமும் இசைக் காட்சி யகத்தின் உள்ளடக்கத்தையும் இதே விதத்தில் பார்க்க வேண்டும் போலும். ஏனென்றால் இதுவரை இசையின் வரலாறு என்பது தொடர்ந்த படிநிலைகளாகக் காட்டப் படுகிறது. ஒரு பெரும்படைப்பிலிருந்து இன்னொன் றிற்கு. மிகுந்த பழங்காலத்திலிருந்து தொடங்கி இன்று வரையும், அதற்கு அப்பாலும்கூட. (பழைய வகை யிலான இசை வரலாற்றுப் புத்தகங்களில், வரலாற்றின் வழி, அல்லது பெரிய இசையமைப்பாளர்களின் வரிசை என்பது போன்ற தொடர்களைக் காணலாம்.) அல்லது, இன்னும் கொஞ்சம் சரியான படிமத்தைப் பயன் படுத்துவதாயின், இசை வரலாறு ஒரு காட்சியகப் பயணம்போல வருணிக்கப்படுகிறது. அதில் ஒவ்வொரு கற்பனைப் பொருளையும் கண்டு ரசித்து, அடுத்த கற்பனைப் பொருளுக்கு நகர்கிறோம்.

டாக்கின்ஸ் மாதிரிப்படி, இது வேறு வகையானது. வரலாற்றுச் செயல்முறை என்பது இசைப்படைப்புகளில் - அதாவது படிநிலைகளில் இல்லை. மாறாக, அந்தப் படிநிலைகளுக்கு இடையில் என்ன இருக்கிறது என்பதே முக்கியமானது. அந்தப் படிநிலைகளை இருப்பில் தொடர்ந்து வைக்கின்ற - தொடர்ச்சியாக மாறிக்கொண்டிருக்கின்ற (புவியியல் படியும் மாற்றம் எய்துகின்ற) இசைச் சிந்தனை, இசைநோக்கு ஆகிய வற்றின் பாணிகள்தான் முக்கியமானவை. வரலாற்றுச் செயல்முறைகளின் சுவடுகளாகத்தான் இசைப் படைப்பு களைக் காண்போம். அவற்றிற்கு ஒரு காலத்தில் அர்த்த மளித்த இசை அனுபவங்களைக் கற்பனையாகச் செய்த மீட்டுருவாக்கத்தின் மூச்சு அந்தக் காலிக் கூடுகளில் படும்போதுதான் அவற்றிற்கு உயிர் கிடைக்கிறது. இதில் சொல்லப்படுகின்ற கற்பனை என்பது நமது சொந்தக் கற்பனைதான். நாம் காண்கின்ற இசையின் வரலாறு என்பது, இசைப் படைப்புகளின் கற்பனைக் காட்சியகத்தில் நமது பயணத்தில் நாம் கண்டதுதான் என்று நீங்களும் கூறலாம். நாம் இசையைக் கற்கும் போது, நம்மிலிருந்து வேறுபட்ட ஒன்றைக் கற்க வில்லை. ஏதோ 'அங்கே' - வெளியில் இருப்பதைக் கற்கவில்லை. நாம் நம்மைத்தான் கற்கிறோம் என்பதும் அங்கே பொருளாகிறது. இசை என்பது ஒரு கற்பனைப் பொருளானால், அப்படித்தான் இருக்கவும் முடியும்.

இயல் 5

மறுஆக்க விஷயம்

கலையின் இரண்டு மாதிரிகள்

ஒரு வாக்கியத்தின் அர்த்தத்தை உணர்வது என்பது ஓர் இசைப் பொருளை உணர்வதுபோல என்று தத்துவ ஞானி லுட்விக் விட்ஜென்ஸ்டீன் ஒருமுறை குறிப்பிட்டார். அர்த்தத்தின் சித்திரக்கொள்கை என்று அவர் பெயரிட்ட ஒரு விஷயத்திற்கு எதிராகப் பேசும்போது இப்படிச் சொன்னார். அர்த்தத்தின் சித்திரக்கொள்கை என்பது புறத்தில் ஏதோ ஒரு யதார்த்தம் இருக்கிறது, அதைச் சொற்கள் (சித்திரம்போலப்) பிரதிபலிக்கின்றன என்னும் கொள்கை. அதாவது மொழி என்பது வெறும் ஊடகம்தான். இந்தக் கொள்கையைப் பற்றி நான் முதல் இயலிலேயே குறிப்பிட்டிருக்கிறேன். அவர் சொல்ல வந்தது என்ன என்றால், ஜான் மேரியை அடித்தான் என்ற விஷயத்தை மொழிக்குச் சம்பந்தம் இல்லாத ஒன்றைப் போல, புறத்தில் உண்மையாக நடந்ததைப் போல நாம் ஒருவேளை கூற இயலும். ஆனால், ஓர் இசைப்பொருள் அப்படியல்ல. ஓர் இசைப் பொருளை இசைப்பொருளாகத்தான் புரிந்துகொள்ள முடியும். அந்த இசைப்பொருள் குறிக்கின்ற ஏதோ ஒரு புற யதார்த்தமாக அதை உணரமுடியாது.

ஆனால் அர்த்தத்தின் சித்திரக்கொள்கை என்பது மேற்கத்திய கலாச்சாரத்தில் ஆழமாகப் பதிந்திருக் கிறது. செவ்வியல் அழகியல் என்று சொல்லப்படுகின்ற ஒன்று – அடிப்படையாக பிளேட்டோவின் கொள்கை யிலிருந்து தொடங்கி, பதினெட்டாம் நூற்றாண்டின் கொள்கைகள் பரவலாகக் கலந்து வந்த ஒன்று- கலை களுக்கு இந்தச் சித்திரக்கொள்கையைப் பொருத்திப் பார்க்கின்ற ஒரு முயற்சிதான். காட்சிக்கலைகள் இதற்கு மிகச் சிறந்த உதாரணம். ஓர் ஓவியத்தின் அல்லது சிற்பத்தின் விஷயம், நிஜமாகப் புறத்திலே பொருள்கள் எப்படி இருக்கின்றன என்பதைச் சித்திரமாக்குவது தான் என்றால், அல்லது, எவ்விதமாக அவை இலட்சியத் தன்மையோடு இருக்க வேண்டும் என்பதைச் சித்திரப் படுத்துவது என்றால், (இதற்கு உதாரணமாக, மைக்கேல் ஆஞ்சலோவின் டேவிட் சிற்பத்தில் மானிட உடலை அவர் எடுத்துக்காட்டியிருக்கும் விதத்தைக் கூறலாம்) கலையைத் தீர்மானிக்க முழுமையான தர அடிப் படைகள் இருக்கின்றன என்பது பொருள். இந்தத் தர அடிப்படைகளுக்கும், அந்தக் கலை எழுந்த சூழல் களுக்கும் எவ்விதமான தொடர்பும் இல்லை. அல்லது ஏன் அந்தக் கலைப்படைப்பு உருவாக்கப்பட்டது என்ப தற்கும் தொடர்பு இல்லை. அவை கலைப் பொருளை மட்டுமே பார்க்கின்றன. அது மட்டுமல்ல, உண்மை யான கலையின் அடையாளமே அது தனது சமூக மற்றும் வரலாற்றுச் சூழலைவிட்டு மீறி வெளிவந்து, என்றென்றைக்குமான மதிப்புகளைத் தன்னகத்தே கொண்டிருக்கிறது என்பதுதான். இதனால் கலையை அதற்காகவே பாராட்டி மகிழவேண்டும் என்றாகிறது; ஏறத்தாழ ஒரு சமயச் சிந்தனையைப் போல. செவ்வியல் அழகியல், ஒரு கலை வல்லுநர் அல்லது விமர்சகர் என்பவரின் படிமத்தை இப்படித்தான் உருவாக்கியது. அவர் கலைப் படைப்பிலிருந்து விலகியிருப்பவர்,

ஆனால் காலத்திற்கு அப்பாலான – அதீதமான கலை உண்மை, அழகு ஆகியவற்றின் தரநிர்ணயங்களை உயர்த்திப் பிடிப்பவர், பயன்படுத்துபவர் அவர்.

ஒரு காலாதீதமான, சமயப்பண்புகொண்ட கலை என்னும் சிந்தனைதான் பத்தொன்பதாம் நூற்றாண்டின் இசை பற்றிய சிந்தனை. ஆனால் செவ்வியல் அழகுக் கலைகளின் சட்டகத்திற்குள் இசையை அதற்கு முன்னரே கொண்டுவந்தாயிற்று. இசைக்கு அப்பாலான ஏதோ ஒரு விஷயத்திற்கு இசை இட்டுச் செல்வதன் தொடக்கம் என்ற வகையான சிந்தனை பற்றி நான் ஏற்கனவே விளக்கி, உதாரணமும் கொடுத்துள்ளேன். இந்தச் சிந்தனை – இசை என்பது பிரபஞ்சச் சீர்மை அல்லது ஒழுங்கு பற்றியது, பேரண்டத்தை எடுத்துக் காட்டுகின்ற ஒரு சிற்றமைப்பு என்ற சிந்தனை - பிதாகரஸ் என்ற கிரேக்க மேதையிலிருந்து தொடங்கியது. இன்றைக்கு இது ஓர் இனிமையான, மனம்போன போக்கிலான கற்பனையாகத் தோன்றலாம். ஆனால் இந்தச் சிந்தனைதான் மத்திய காலத்திலும், மறுமலர்ச்சிக் காலத்திலும் மேலோங்கியிருந்தது. ஆனால் பதினெட்டாம் நூற்றாண்டு அளவில், கலையைப் போலிசெய்தல் பற்றிய இன்னும் நெகிழ்ச்சியான ஒரு கொள்கை அதைப் பின்னுக்குத் தள்ளிவிட்டது. அதற்கு உணர்ச்சி விளைவுக்கொள்கை என்று பெயர். உணர்ச்சி விளைவு என்பது இங்கே, ஒரு மனநிலைக்கும் பேருணர்ச்சிக்கும் இடையிலான ஒரு பொருளைக் குறிப்பதாகக் கொள்ள லாம். இந்தக் கொள்கையின்படி, அன்பு, கோபம், பொறாமை போன்ற எந்த உணர்ச்சியையும் கிரகித்து வெளிப்படுத்த முடிகின்ற தனது திறமையால் இசை தனது அர்த்தத்தைப் பெறுகிறது. இப்படி நோக்கும் போது, சங்கீதத்தோடுகூடிய நாடக அரங்குகளில்தான் அது தனது முழு ஆற்றலையும் வெளிப்படுத்துவதாக அமைந்தது. ஏனென்றால் நாடகச் சொற்கள், உணர்ச்சி

நடிப்புகள் ஆகியவற்றுக்கு ஏற்றாற்போல அது உணர்ச்சிப் பின்னணியை அளிக்கமுடிந்தது. இந்த நோக்கில், தூய இசை - சொற்களோடு, மொழியோடு தொடர்பற்ற இசை என்பது நிஜமான விஷயத்தின் மோசமான வெளிப்பாடு அல்லது சிதறிய வெளிப்பாடு என்று கருதப்பட்டது. தனக்கு அப்பாற்பட்ட, புறத்திலிருக்கின்ற யதார்த்தத்தை வெளிப்படுத்துவதனால், இசைக்கு அர்த்தம் இருந்தது.

ஆகவே ஓர் இசைப்பொருளைப் புற யதார்த்தத்திலிருந்து உணரமுடியாது, இசையாகத்தான் உணர முடியும் என்ற விட்ஜென்ஸ்டீன் கொள்கையை வரலாறு முற்றிலுமாக ஆதரிக்கவில்லை. ஆனால் இசையாயினும், மொழியாயினும், பொருளைக் காண வேறொரு வழி இருக்கிறது என்பதுதான் விட்ஜென்ஸ்டீன் சொல்லவந்த விஷயம். நான் முதல் இயலில் கூறியது போல, மொழி வெறுமனே யதார்த்தத்தைப் பிரதிபலிக்கவில்லை; அதைத் தானே கட்டமைக்கிறது என்பதுதான் அவர் சொல்லவந்த மையமான கருத்து. இப்படித்தான் மொழி செயல்படுகிறது என்பதைக் காட்டுவது மிகவும் சுலபமானது. நீங்கள் ஏதோ ஒரு வாக்குறுதி அளிக்கிறீர்கள் என்றால், புறத்தில் நடந்த யதார்த்தமான ஒரு விஷயத்தைப் பற்றிய எடுத்துரைப்பு அல்ல அது. அந்த வார்த்தைகள்தான் வாக்குறுதி. 'நான் என் கணவருக்கு எதிர்காலத்தில் விசுவாசமாக இருப்பேன் என்று வாக்களித்தேன், ஆனால் அன்றைய காலைவரை நான் அப்படித் தான் இருந்ததை அவருக்குச் சொல்லவில்லை' என்ற கூற்றுக்கு அர்த்தமில்லை. அதாவது நடந்த ஒன்றைப் பற்றிய எடுத்துரைப்பு அல்ல வாக்குறுதி. வேறுவகையில் சொன்னால், நான் வாக்குறுதி அளிக்கிறேன் என்பதில் ஏதோ ஒன்றைச் செய்கிறீர்கள்; ஆனால் நடந்த ஏதோ ஒன்றைப்பற்றிய அறிவிப்பல்ல அது. இதனை ஒரு விதிவிலக்கான உதாரணமாகக் காணக்கூடாது.

இதைத்தான் மொழியின் பொது இயல்பாகக் காண வேண்டும் என்பதுதான் விட்ஜென்ஸ்டீனின் கருத்து.

தமது கேம்பிரிட்ஜ் அறைகளில் விட்ஜென்ஸ்டீன் இந்த மாதிரிச் சிந்தனைகளில் ஈடுபட்டிருந்தபோது, அமெரிக்கப் பழங்குடி மக்களைப் பற்றி ஆராய்ச்சி செய்துகொண்டிருந்த மொழியியலாளர்களும் மானிட வியலாளர்களும் இதே மாதிரியான ஒரு முடிவுக்குத் தான் வந்திருந்தார்கள். பழங்குடி இனத்தவர்களின் சொற்களை நேரடியாக ஆங்கிலத்தில் மொழிபெயர்ப்பது சாத்தியமில்லை என்பதை அவர்கள் அறிந்தார்கள். இதற்கு அவர்கள் தந்த உதாரணம் பிரபலமானது. 'ஸ்னோ' என்ற ஓர் ஆங்கிலச் சொல்லுக்கு எஸ்கிமோக் களிடம் எண்ணற்ற சொற்கள் இருந்தன. இந்த உதாரணம் அவ்வளவு சரியன்று; என்றாலும், மொழியின் பல்வேறு வகையான தன்மைகளில் இத்தன்மை வெளிப்படுவது தான். உதாரணமாக எத்தனை வகையான காலங்கள் (Tense-கள்) இருக்கின்றன, செய்வினை, செயப் பாட்டுவினை போன்ற வகைகள் உள்ளனவா போன்ற விஷயங்கள் மொழிக்கு மொழி மாறுபடும்.

ஆங்கில மொழியின் வகைமைகளும், பழங்குடியின மக்களின் வகைமைகளும் ஒன்றுக்கொன்று பொருந்த வில்லை. காரணம், ஆங்கிலேயர் உலகத்தை நோக்கிய வாறு அந்தப் பழங்குடி மக்கள் நோக்கவில்லை. இது எவ்வாறு நிகழ்கிறது என்பதற்கு மொழிவல்லுநர்களில் ஒருவரான பெஞ்சமின் லீ வோர்ஃப் ஒரு வித்தியாச மான கொள்கையை முன்வைத்தார். இப்போது *வோர்ஃப் கொள்கை, அல்லது சபீர்-வோர்ஃப் கொள்கை* என அது அறியப்படுகிறது. பலவேறு கலாச்சாரங்கள் உலகத்தை நோக்குகின்ற பலவேறு விதமான தன்மை களை அப்படியே மொழி பிரதிபலிக்கவில்லை. எப்படி நோக்குவது என்ற விதத்தையே மொழிதான் கட்ட மைக்கிறது என்றார் அவர். சுருக்கமாகச் சொன்னால்,

யதார்த்தத்தை மொழி பிரதிபலிக்கவில்லை, உருவாக்குகிறது.

இந்தச் சிந்தனையை அப்படியே அழகியலுக்கு மாற்ற முடியும். அதாவது, புறத்திலுள்ள, ஏற்கனவே இருக்கின்ற ஒரு யதார்த்தத்தைக் கலை எடுத்துக் காட்டுவதற்குப் பதிலாக, நமது யதார்த்தம் பற்றிய உணர்வை உருவாக்குவதற்குப் புதிய வழிகளை அது கண்டுபிடிக்கிறது என்று இன்னொரு தத்துவவாதி, ஜோன்னா ஹாட்ஜ் சொல்லுகிறார். இதனால், டிக்கன்ஸ் மூடுபனியை நமது அனுபவத்தில் தோன்றச் செய்தார், அல்லது வான் கோ சூரியகாந்திப் பூக்களை உள்ள வாறே ஒளியுடன் ஆக்கினார் என்று நம்மால் கூற முடிகிறது. அதாவது, நாம் உலகத்தை அனுபவத்தில் உணர்கிறோம், அல்லது குறிப்பாகச் சூரியகாந்திப் பூக்களை வித்தியாசமாக உணர்கிறோம் என்றால், வான் கோவின் ஓவியங்கள் அப்படி இருப்பதால்தான். நாம் முன்னரே அந்தப் பூக்களை அவ்வாறே கண்டு வந்திருக்கிறோம். வான் கோ செய்ததுபோல ஒளியுடன் கூடியவாறு அவற்றை இன்னொருவர் செய்துகாட்ட வில்லை என்பது அர்த்தமல்ல. ஒரு கலைப் படைப்பின் முக்கியத்துவம், அர்த்தமுணர்த்தல் என்பது கூடத்தில் தொங்கும் ஓவியத்திற்குள் இல்லை. மாறாக, யதார்த்தத்தை அது கட்டமைக்கின்ற, அல்லது நம்மைக் காணத் தூண்டுகின்ற விதத்தில் உள்ளது. (இதனால் ஹாட்ஜ், இதனைக் கலையின் கட்டமைப்புக் கொள்கை என்று அழைக்கிறார்.) புற யதார்த்தத்தில் ஊறியிருக்கின்ற முழுமையான கலைத்தரக் கோட்பாடுகள் என்று எவையும் இல்லை. மாறாக, பார்வையாளருடைய கலை அனுபவத்தில்தான் அந்தக் கலைப் படைப்பின் மதிப்பு இருக்கிறது. இப்போது அவர் கலைப் படைப்பு உருவாக்கத்திலிருந்து தன்னை விடுவித்துக்கொண்ட வரல்ல. அதன் உருவாக்கத்தில் பங்கேற்பவர் அவர்.

செவ்வியல் அழகியல் கோட்பாடுகளை இது தலை கீழாக்கி விடுகிறது.

இந்த அணுகுமுறையை இசைக்கு எப்படிப் பயன் படுத்துவது என்பதை நீங்களே உணர முடியும். ஒரு வகையில், நான் நான்காம் இயலில் எடுத்துரைத்த இசையைப் பற்றிய உரைவிளக்க விமர்சனத்தை (இசைப் படைப்புகளை விளக்கத்தக்க மாதிரியான உருவகங் களைப் பயன்படுத்துகின்ற முறை இது) நன்கு புலப் படுத்துகிறது இது. நீங்கள் ஏற்கனவே அனுபவித்துணர்ந்த ஏதோ ஒன்றை உணர்த்துவன அல்ல அந்த உருவகங்கள். அந்த இசையை வேறாக அனுபவிக்க அவை வழிகாட்டு கின்றன. (அதாவது, அவை புறத்தில் இருப்பதைப் பிரதி பலிக்கவில்லை, அவற்றை மாற்றிக் காட்டுகின்றன. இசையின் அர்த்தம் அது எடுத்துரைப்பதில் இல்லை, அது செய்து காட்டுவதில்தான் (உணர்த்துவதில்தான்) இருக்கிறது என்று நாம் கூறமுடியுமானால், அதற்கு வேறு பரந்த பயன்பாடு இருக்கிறது. இந்தப் பார்வை எழுத்தில் மிகவும் குறைவாகவே வெளிப்படுத்தப்பட்ட இசையின் இயல்பை – அதாவது ஒரு *நிகழ்த்து கலையாக அதன் அந்தஸ்தை* – நாம் வெளிக்கொணர உதவுகிறது என்பதுதான் அடிப்படையான விஷயம். நாம் எவ்வாறு இசையைக் கற்கிறோம் என்பதில், குறிப்பாக இசை யைப் பொறுத்த அளவில் நம்மை எங்கே வைத்துக் கொள்கிறோம் என்பதில் இப்பார்வையின் பரிணமிப்பு மேலும் உள்ளது.

உதாரணமாக, செவ்வியல் இசைக்குழு ஒன்றைப் பற்றிப் பார்க்கலாம். அதில் (வயலினிஸ்டுகள், ஓபோ வாசிப்பவர்கள், இந்த மாதிரியான) இசைவல்லுநர்கள் அடங்கியுள்ளனர். ஏற்கனவே தயாரிக்கப்பட்ட ஓர் அச்சின்படி, அல்லது ஒரு செம்மைத் திட்டத்தின்படி (இசைக்குறிப்பின்படி) அவர்கள் எல்லோரும் பணி புரிகின்றனர். ஒரே துறையில் பல வல்லுநர்கள் இருந்தால்,

அவர்களுக்குள் படிநிலைகள், மேலாண்மைப் பதவிகள் உள்ளன (முதல் வயலின், இரண்டாவது வயலின், தலைவர்...). பதினெட்டாம் நூற்றாண்டு முழுவதிலும், ஒருவர் இந்த இசைநிகழ்த்தல் முழுவதற்கும் பொறுப்பாக இருப்பார் (வழக்கமாக ஒரு வயலினிஸ்டு, அல்லது ஹார்ப்ஸிகார்டு வாசிப்பவர்). பத்தொன்பதாம் நூற்றாண்டில், இந்தப் பொறுப்பு ஒரு சிறப்பான பதவி யாகவே வளர்ந்தது (கண்டக்டர் அல்லது நிகழ்த்துநர்). இப்போது அவர்தான் முழு நிகழ்த்துதலுக்கும் பொறுப்பு. பிற குழு உறுப்பினர்களைவிட நிர்வாக அந்தஸ்து கொண்ட ஒரு மேலாளராக அவர் மாறினார். அதற்காக அவருக்குப் பிறரைவிட அதிக ஊதியமும் அளிக்கப் பட்டது. இப்படி இதனைக் கூறும்போது, இசைக்குழு வுக்கும் ஒப்பிடக்கூடிய பிற சமூக-பொருளாதாரக் குழுக்களுக்கும் இடையில் ஒருபோக்குத் தன்மையை நான் சுட்டிக் காட்டுகிறேன். (உதாரணமாக, கட்டு மானக் கம்பெனி போன்றதொரு அமைப்பு.)

இசையை ஒரு யதார்த்த எடுத்துரைப்புமுறை என்று சிந்தனை செய்தால், செவ்வியல் இசைக்குழு, அதன் வளர்ச்சி ஆகியவை சமகாலச் சமூகத்தின் நிர்வாக அமைப்பு முறைகளின் வளர்ச்சியை மீட்டுருவாக்கம் செய்கிறது எனலாம்.

இப்படிச் சொல்வது, செவ்வியல் அழகியல் செய்வது போல, இசை சமூகத்திற்கு அப்பால் நிற்கிறது என்று சொல்வதாகும். ஆனால் ஒரு கட்டுமானக் கம்பெனி சமூகத்திற்குள் நிற்கிறது என்பதற்கும், ஓர் இசைக்குழு சமூகத்தின் வெளியே நிற்கிறது என்று சொல்வதற்கும் அர்த்தம்தான் என்ன? இசைக் குழுவும் சமூகக் கட்ட மைப்பின் ஒரு பகுதி இல்லையா? அப்படியானால், இசைக்குழுவின் செயல்பாடுகளில் ஏற்படும் வளர்ச்சிகள், பரந்த சமூக அளவில் நிகழும் மாற்றங்களுக்கு (வெறுமனே அவற்றைப் பிரதிபலிக்காமல்) உதவக்கூடியவை

அல்லவா? பரந்த சமூக வளர்ச்சிகளை இசை முன்னறி குறியாகக் காட்டக்கூடியது ஆகாதா? கடந்த இருபதாண்டு களில் நிகழ்த்துநர்கள் அற்ற இசைநிகழ்ச்சிகள் மிகுதி யாக நிகழ்ந்ததும், அவ்வப்போதான இசைக்குழுக்கள் தோன்றியதும், பலவேறு துறைகளில் இன்றைய மேலாண்மைப்பாணிகளில் ஒரு மாற்று ஏற்பாடாக, படிநிலைகள் குறைவாக உள்ள அமைப்புகளை உருவாக்குவதற்குக் காரணமாக இருந்தன என்று சொல்லலாம் அல்லவா? என்னைத் தவறாகப் புரிந்து கொள்ளவேண்டாம். சமூகத்தைப் பிரதிபலிப்பதாக இசை முன்னர் கருதப்பட்டது போலவே சமூகத்திற்கு ஓர் முன்னெச்சரிக்கை மணியை அடிப்பதாக இசையின் பங்கு இருக்கவேண்டும் என்று நான் சொல்லவில்லை (ஆனால் இப்படிப்பட்ட ஆலோசனை ஏற்கனவே தரப்பட்டிருக்கிறது). மிகச் சுருக்கமாகச் சொன்னால், இசை சமூகத்தின் ஒரு பகுதி. ஆகவே சமூகத்தின் எந்த ஒரு பகுதியையும் போலவே அதுவும் மாற்றம் பெற்று முன்செல்லலாம்; அல்லது பின்தங்கவும் செய்யலாம். எவற்றையெல்லாம் இசை பிரதிநிதித்துவம் செய்ய முடியும் என்பது பற்றிய நிரூபணத்திற்கு உட்பட இயலாத கருதுகோள்களை நாம் உருவாக்குவதைக் காட்டிலும், இசையின் நடைமுறைக்குள் நிகழ்ந்து வரக்கூடிய சமூகக் கொள்வினை – கொடுப்பினைகளை நாம் புரிந்துகொள்ள முற்படும்போது – அதாவது என்னதான் நிகழ்ந்துகொண்டிருக்கிறது என்பதைக் காணும்போது நாம் உறுதியான தளத்தில் இருக்கிறோம்.

இசைபற்றியதோர் உள்ளடக்கு அணுகுமுறை

நிஜமான இசைக்கு இந்தச் சிந்தனையை எவ்விதம் பயன்படுத்துவது? இசைக்குழு பற்றிய உதாரணத்தை வைத்தே தொடரலாம். நீங்கள் ஓபோ வாசிப்பவராக இருந்தால், இசைக் குழுவுக்கான குறிப்புகளை எழுதுவதில்

மோஸார்ட்டுக்கும் பீத்தோவனுக்கும் இடையில் ஒரு பெரிய இடைவெளி இருப்பதை உணரமுடியும். மோஸார்ட்டின் வரிகள் வாசிப்பவருக்குப் புரிகின்றன. அவை இசையின்ப அளவில் தன்னிறைவு பெற்றவை அல்லது குறைந்தபட்சம் ஒத்தியலுகின்றவை. எனவே அவற்றை வாசிப்பது மகிழ்ச்சியைத் தருவதாக உள்ளது. பீத்தோவனுடைய இசைக்குறிப்புகளை நோக்கும் போது, அதில் தனித்த, புரியாத, அர்த்தமற்ற வரிகளையும் காண்கிறோம். அதனால் இசைக்குழுவின் அமைப்பில், ஓபோ முதலில் ஆரம்ப தளத்தில் ஒட்டிச் சேர்க்கப் படுகிறது; பிறகு இன்னொன்றில் ஒட்டப்படுகிறது. மோஸார்ட்டின் ஓபோ வரிகளை இசைக்கும்போது கிடைக்கும் மகிழ்ச்சி, பீத்தோவனுடைய ஓபோ வரி களை வாசிக்கும் போது கிடைப்பதில்லை. இதை இப்படிக் கூறுவது சுலபம்: மோஸார்ட்டின் சிம்ஃபனிகள், குடும்ப அறையிசை மரபிலேயே இன்னும் அமைந்திருக் கின்றன. ஒருவர் தானே இசைக்கும்போது கிடைக்கும் மகிழ்ச்சிக்காகவும், பிறருக்கும் அந்த மகிழ்ச்சியை வழங்குவதற்காகவும் ஏற்பட்ட இசை மரபு அது. இதற்கு மாறாக, பீத்தோவனின் சிம்ஃபனிகள், அரங்கத்தில் ஏற்படுத்தும் விளைவுக்கென எழுதப்பட்டவை. எனவே அவற்றில் குறுக்கிலும் நெடுக்கிலும் உள்ள இசைக் கலைஞர்கள் தொழில்நுட்பக்காரர்களாகி விடுகிறார்கள். இசை உற்பத்தி முறையில் உள்ள தொழிலாளிகள் ஆகி விடுகிறார்கள். (இரண்டாம் இயலில் நான் உணவகப் பணியாளர்கள் பற்றியும் டின்னர் ஜாக்கெட்டுகள் பற்றியும் சொன்னதை நினைவுபடுத்திக் கொள்க.)

இப்படியாக இசையின் உண்மையான உள்ளடக்கம் – ஒரு பக்கத்திலிருக்கின்ற புள்ளிகளின் வரிசைப்படுத்தல் – சமூகத்தைப் பிரதிபலிப்பது மட்டுமல்ல, அதன் இயற்கையை – மக்கள் ஒருவருக்கொருவர் எப்படித் தொடர்புகொள்கிறார்கள் என்பதை உருவாக்கவும்

செய்கிறது. ஒரு ராக் இசைக் குழுவின் உறுப்பினர்கள் தங்களுக்குள் எப்படி உறவுகொள்கிறார்கள், இரசிகர்கள் அவர்களோடு எப்படித் தொடர்புகொள்கிறார்கள் என்பதன் வாயிலாக நீங்கள் இதை உணரமுடியும். தன் அரசியல் முக்கியத்துவம் காரணமாக இதற்கு ஒரு மிகச் சிறந்த உதாரணமாக அமைவது, புதிய தென் ஆப்பிரிக்காவின் தேசிய கீதம் *என்கோசி சிகலெலி' ஆஃப்ரிகா* (Nkosi Sikelel' iAfrica). காலங்காலமாக அது நிறவேற்றுமைக் கொள்கை அரசாங்கத்திற்கு எதிராகப் பாடப்பட்டுவந்த கீதம். இப்போது, நிறவேற்றுமை அரசாங்கம் முடிவுக்கு வந்த பிறகு, அது புதிய தென்ஆப்பிரிக்கர்களின் நம்பிக்கைகள், ஆதங்கங்கள், பயங்கள் ஆகியவற்றோடும், உலகில் அவர்கள் மீது பரிவுகொள்பவர்களோடும் ஒத்திசைப்பதாக அமைகிறது.

ஒருவகையில், இது நேரடியான இயைபுக்கு உதாரணம். *என்கோசி சிகலெலி' ஆஃப்ரிகா* என்பது ஆப்பிரிக்காவைச் சிந்திக்கச் செய்கிறது. ஆனால் ஒரு பகுதிதான். ஏனென்றால், *என்கோசி சிகலெலி' ஆஃப்ரிகா* என்பது அதை நிகழ்த்தும் செய்கையிலிருந்து கிடைக்கும் ஒருவித அர்த்தத்தையும் பெற்றுள்ளது. துதிப்பாடல்களைப் பாடுவதிலிருந்து, ஒரு கால்பந்து விளையாட்டில் செய்யப்படும் உச்சாடனங்கள் வரை, எல்லாக் குழு நிகழ்த்துதல்களையும்போல, இதில் அந்த இனத்தின் அல்லது சமூகத்தின் பங்கேற்றலும் தொடர்புகொள்ளலும் இருக்கின்றன. ஒவ்வொருவரும் பிற ஒவ்வொருவரையும் செவிமடுக்க வேண்டும்; பின்னர் முன்னேறிச் செல்லவேண்டும். ஒருமைப்பாட்டினை அது வெறுமனே எடுத்துரைப்பதில்லை; அதை நடத்திக்காட்டுகிறது. இன்னும் இருக்கிறது. பகுதி பகுதியாக அமைந்த ஒருங்கிசைந்த அமைப்பினாலும், அதன் ஒரே மாதிரியான தொடரமைப்பினாலும், *என்கோசி சிகலெலி' ஆஃப்ரிகா* ஓர் உறுதிப்பாட்டையும், ஒருவர்க்கொருவர்

சார்ந்திருக்கும் தன்மையையும் உண்டாக்குகிறது. குரலினால் பாடும் அதன் எப்பகுதியும் பிறவற்றின் மீது ஆதிக்கம் கொள்வதில்லை. (இத்துடன், வெறும் ராகத்துடன் கருவிகள் சேர்ந்திசைக்கின்ற பிரிட்டிஷ் தேசிய கீதத்தையோ ஒழுங்கற்ற, தனித்துவமான தொடரமைப்புள்ள 'மார்செய்ல்லாய்'ஸையோ ஒப்பிட்டுப் பாருங்கள்.) மேலும், அது, ஐரோப்பியப் பொது நடைமுறை ஒருங்கிசைவு, ஆப்பிரிக்க மரபான குழுவாகப் பாடும் தன்மை ஆகியவற்றின் சந்திப்பில் உருவாகியிருக்கிறது. இவை புதிய தென்ஆப்பிரிக்காவின் விழைவுகளுக்கு முழுவதும் பொருத்தமானதோர் உள்ளடக்குகின்ற தன்மையை அளிக்கின்றன. இவை யெல்லாவற்றிலும் *என்கோசி சிகலெலி' ஆஃப்ரிகா* புதிய தென் ஆப்பிரிக்காவை வெறுமனே எடுத்துரைப்பதை யெல்லாம் மீறிச் செல்கிறது. தனிப்பட்ட அடையாளத் தைக் கட்டமைப்பதில் இசைக்கு இருக்கும் திறமை யைக் கருத்தில்கொண்டு, *என்கோசி சிகலெலி' ஆஃப்ரிகா* செயலூக்கத்தோடு புதிய தென்ஆப்பிரிக்காவான சமூகத்தைக் கட்டமைப்பதற்கு மிகவும் உதவுகிறது. இந்த வகையில், பாடுவதுகூட ஓர் அரசியல் செய்கையாகிறது.

மொழி மட்டுமே கருத்தமைவை, சிந்தனையைக் கட்டமைக்கிறது என்ற வோர்ஃபியக் கருதுகோளின் அழுத்தமான கூற்றை மிகச்சில மொழியியலாளர்கள் மட்டுமே இன்று ஏற்கிறார்கள். ஆனால் சிந்தனையைக் கட்டமைக்கும் கூறுகளில் மொழியும் ஒன்று என்பதைப் பெரும்பாலோர் ஏற்கிறார்கள். இதேபோல, தான் என்ன செய்கிறது, எதை எடுத்துரைக்கிறது என்பனவற்றால் இசை மட்டுமே அர்த்தம் தருகிறது என்று கூறுவது மடத்தனமாகும். ஏனென்றால், *என்கோசி சிகலெலி' ஆஃப்ரிகா* வெறுமனே ஓர் அரசியல் செய்கை மட்டுமல்ல. அது ஒரு கற்பனைச் செய்கையும்கூட. தனக்கென ஒரு வரலாறு கொண்ட ஓர் இசைப்படைப்பு. (அது 1897இல்

ஜொஹான்னஸ்பர்கில் மெதடிஸ்டு மிஷன் பள்ளியொன்றில் ஆசிரியராக இருந்த ஈனாக் சொன்டோங்கா என்பவரால் உருவாக்கப்பட்டது.) மக்கள் *என்கோசி சிகலெலி' ஆஃப்ரிகா* என்று பாடும்போது அவர்கள் புதிய ஆப்பிரிக்காவை உருவாக்குவதைச் செய்வது மட்டுமல்ல, ஹேமர்கிளாவியர் சொனாடாவை இசைக்கும்போது பீத்தோவன் எழுதியதை மீளாக்கம் செய்வது போலவே, சொன்டோங்கா எழுதிய ஒன்றை மீளாக்கமும் செய்கிறார்கள். ஆனால் ஒரு வித்தியாசம். *என்கோசி சிகலெலி' ஆஃப்ரிகா* என்பதைக் கேட்போருக்கு அல்லது பாடுவோருக்கு அதன் அர்த்தம் ஆப்பிரிக்காவுடன் பிரிக்க வியலாமல் பிணைக்கப்பட்டுள்ளது – சொன்டோங்காவுக்கு எப்படிப்பட்ட பிணைப்பு இருந்ததோ அது மாதிரியானதல்ல அது. அது சொன்டோங்காவால் இயற்றப்பட்டது என்பதை அறிவது ஆர்வத்தை ஏற்படுத்துகிறது. ஆனால் அதன் அர்த்தத்துக்குத் தொடர்புடையதல்ல அது. ஹேமர் கிளாவியரைப் பொறுத்த அளவில் இது ஏற்புடையதல்ல. நாம் பீத்தோவனின் இசையைக் கேட்கும்போது அது எழுப்பும் ஒலிக்காக மட்டும் கேட்பதில்லை, பீத்தோவனால் இயற்றப்பட்ட இசை அது என்ற உணர்வையும் பெறுகிறோம். அவரைப் பற்றிப் படித்ததனாலும், அவருடைய இசையைக் கேட்டதனாலும் மனத்தில் அவரைப்பற்றி உருவாகியுள்ள படிமத்துக்குத் தொடர்புபடுத்தியே அந்த இசையைக் கேட்கிறோம். நீங்கள் அதை மிக நன்றாக அறிந்தவரானால், அதன் பிற நிகழ்த்தல்களோடு அல்லது அதைச்சுற்றி வளர்ந்துள்ள விமர்சன உரைகளோடு நீங்கள் கேட்கின்ற ஹேமர் கிளாவியர் நிகழ்த்தலையும் தொடர்புபடுத்தி அதை ஒரு நிகழ்வாகவே கேட்கிறீர்கள்.

அப்படியானால், இதுவா அதுவா என்ற கேள்வியல்ல இது. இது சமநிலை பற்றிய ஒரு கேள்வி. ஒரு

கற்பனை அருங்காட்சியகம் என்னும் வழிகாட்டும் உருவகத்திற்குள்ளாக உருவமைக்கப்பட்ட, ஓர் இணையற்ற முழுமையுடன்கூடிய இசைக் குறிப்பினால் வெளிப்படுத்தப்படக்கூடிய, மீளாக்கம் செய்வதற்காக வடிவமைக்கப்பட்ட ஒன்றுதான் மேற்கத்திய கலை மரபின் இசை. அதாவது ஏற்கனவே இருக்கும் ஒன்றின் மறு நிகழ்த்துதலாகக் கேட்கப்படுவதற்கு உரியது அது. அதற்கெனத் தனித்த அடையாளமும் வரலாறும் இருக்கின்றன. முன்நிகழ்த்துதல் ஒன்றிலிருந்து அதன் அர்த்தத்தைப் பெறுகிறது. தானாகச் செய்யப்படுவது என்பதற்கு மாறாக, முன்நிகழ்த்துதல் ஒன்றின் மீளாக்கம் என்ற நிலையில் அதன் அர்த்தம் எழுகிறது. இப்படிப் பார்க்கும்போது, இசையை அச்சின் வாயிலாகப் படித்தறிய முடியாத இரசிகர்களுக்கு இசையை அவருடைய விளக்கப்படுத்தல்களால் புரியக்கூடியதாக்கக்கூடிய அளவிலன்றி, ஒரு நிகழ்த்துபவர், சகிக்க முடியாத இறுமாப்புடன் நடந்துகொண்டாலும் தேவையற்ற ஒருவரே ஆவார் என்று ஷோன்பெர்க் ஒருமுறை கூறியதாகத் தெரியவருகிறது.

ஆனால், நான் ஏற்கனவே பலமுறையும் கூறியிருக்கின்ற காரணத்தால், அதாவது, இசைக்குறிப்பு எந்த அளவு வெளிப்படுத்துகிறதோ அந்த அளவுக்கு மறைக்கவும் செய்கிறது – எனவே இசைக் கலாச்சாரத்தில், நிகழ்த்துபவர்கள் வெறுமனே மீளாக்கம் செய்யும் பங்கு வகிப்பவர்கள் அல்ல. படைப்புப் பங்கு அவர்களுக்கு இருக்கிறது என்பதால், மீளாக்க அழகியலின் இந்தத் தீவிர ஒருமுனைப்பட்ட வாதம் நிஜமாகவே செல்லக்கூடியதல்ல. மேலும் இசைச் சந்தையை சற்றே நோக்கினாலும், பலபேருடைய ஆர்வம், இசையை நிகழ்த்திக் காட்டுவதில்தான் இருக்கிறது என்பதைக் கண்டுகொள்ளலாம். தன்னளவிலே, மீளாக்க அழகியல், செவ்வியல் இசையைப் பற்றிச் சிந்திப்பதற்குப்

போதுமான அடிப்படை கொண்டதல்ல. அது எவ்வளவோ விஷயங்களை விட்டுவிடுகிறது.

செவ்வியல் இசையின் தன்மை இப்படிப்பட்டது என்றால், பிற எல்லா வகையான இசைகளுக்கும் இது மேலும் பொருந்தவே செய்கிறது. பிற இசைகளைத் தீர்மானித்து அறியப் போதுமான தர அளவையாக மேற்கத்திய இசை இல்லை. மேற்கத்திய கலை மரபின் இசை, மிகப் பிரமாதமான, வரன்முறையற்ற ஒரு தனித்த விஷயமாக இருக்கிறது. காலத்தை மீறிச் செல்வதில் முனைப்பாக இருப்பதாலும், இசைப் படைப்புகள் என்ற மிகக்கடினமான, இயலாத விஷயங்களைப் படைப்பதாலும் மிகப் பிரமாதம் என்று சொல்கிறோம். செவ்வியல் இசையை வெறும் மீளாக்கமாக நினைப்பது பல விஷயங்களை விட்டுவிடுகிறது என்றால், வேறுபல இசைகளின் விஷயத்தில் – ஜனரசஞ்சக இசை, ஜாஸ், மேற்கத்தியமல்லாத பிற இசைகள் ஆகியவற்றில், அது எல்லாவற்றையுமே விட்டுவிடுகிறது என்றே சொல்ல லாம். அப்படிப்பட்ட மரபுகள், எதை நிகழ்த்துவது என்று முடிவுசெய்து மீளாக்கம் செய்பவை அல்ல; தாங்களாகவே நிகழ்த்துபவை. உதாரணமாக, *ரவுண்ட் மிட்நைட்* போன்ற ஜாஸ் இசையின் தர மரபுகள் தங்களுக் கெனத் தனித்த வரலாறு உடையவை. *என்கோசி சிகலெலி' ஆஃப்ரிகா* போன்றவற்றிலும் நிகழ்த்துதல் வாயிலாக என்ன நடிக்கப்படுகிறது என்பதில்தான் அதன் அர்த்தம் அடங்கியிருக்கிறது. இது வேறுவகையாக இருக்கமுடியாது. ஏனெனில் ரவுண்ட் மிட்நைட்டின் நிகழ்த்துதல்களுக் கிடையே பகிர்ந்துகொள்ளப்படுவது அடிப்படையில் ஓர் இன்னிசையும், ஒருங்கிசைவும் சேர்ந்த ஒரு கோட் டுருவம்தான். இது பீத்தோவனின் ஒன்பதாம் சிம்ஃபனி யின் இசைக் குறிப்பிலிருந்து முற்றிலும் மாறுபட்டது.

இன்னொரு விஷயத்தையும் இங்கே சொல்லியாக வேண்டும். செவ்வியல் இசையின் அழகியல் என்பது

எல்லாவிதத்திலும் வெளியொதுக்கும் தன்மை உடையது. அது ஒரு தனிப்பட்ட கலைஞனின் மிகச்சிறந்த படைப்பு என்ற கருத்தை அடிப்படையாக உடையது. அதை யாராவது இரசிக்கிறார்களா இல்லையா என்பதைப் பொறுத்ததன்றி, அதன் மதிப்பு உள்ளார்ந்ததும் நிரந்தர மானதுமாகும். (ஆனால் நடைமுறையில், கற்பனை அருங்காட்சியகத்தின் காப்பாளர்கள் என்ற முறையில் இசை சார்ந்த நிறுவனங்கள்தான் இந்த நிரந்தர மதிப்புகள் எவை, அவற்றை எந்தப் படைப்புகள் உள்ளடக்கி இருக்கின்றன என்பதை முடிவு செய்கின்றன.) மிகச்சிறந்த இசையமைப்பாளர்களால் (இங்கே *க்ளைன்மேஸ்டர்* எனப்படும் அவ்வளவாகச் சிறந்த படைப்புகளை உருவாக்காதவர்கள் பற்றிய சிந்தனை எழுகிறது) சிறந்த படைப்புகள் உருவாக்கப்படுகின்றன. அவை தனித் திறன் வாய்ந்த நிகழ்த்துநர்களால் நிகழ்த்திக்காட்டப் படுகின்றன. (தொழில் ரீதியாக அன்றி ஆர்வத்திற்கென நிகழ்த்துதலும் – குறிப்பாக பியானோவில் இருக்கிறது. ஆனால் ஹேமர்கிளாவியர் சொனாடா, ஆர்வக்காரர் களைச் செவ்வியல் இசை மரபிலிருந்து திறன்வாய்ந்த முறையில் புறமொதுக்கித் தள்ளிவிட்டது. ஏனென்றால் மிகச் சிறந்த இசையை வாசிப்பது மேலும் மேலும் கடின மாகி வந்தது. ஆர்வக்காரர்களின் இசை ஒரு தனித்த கீழ்ப்பட்ட வகையாகிவிட்டது.) நீங்கள் இசையமைப் பாளரோ, நிகழ்த்துநரோ இல்லையென்றால், ஆனால் இசைப்பயிற்சி பெற்ற யாரோ ஒருவராக நீங்கள் இருப் பினும், நீங்கள் இசைக் கலைஞரல்ல.

நீங்கள் கச்சேரி களுக்குச் செல்லலாம், இசைத் தட்டு களை வாங்கலாம், இந்த மாதிரியான நூல்களையும் வாசிக்கலாம். ஆனால் இவையெல்லாம் உங்களை இசைக் கலைஞர் ஆக்குவதில்லை. செவ்வியல் அழகியலாளர்கள் உங்களை ஒரு பொருட்டாக மதிக்கமாட்டார்கள். இதற்கு மாறாக, இசைச் செயல்பாடு பற்றியதோர்

அணுகுமுறை, இசையமைப்பது, நிகழ்த்துவது, கேட்பது, நேசிப்பது, வெறுப்பது, சுருக்கமாகச் சொன்னால் அதை ஏதோ செய்வதோர் அணுகுமுறை, இசையில் சம்பந்தப்பட்ட எல்லோரையும் அதற்குள் கொண்டு வந்துவிடுகிறது.

இது, முந்தைய இயலின் கடைசியில் நான் எழுப்பிய இசையின் வரலாறு பற்றிய பிரச்சினைக்குக் கொண்டு செல்கிறது. பாரம்பரியமாக, இசையின் வரலாறு என்பது இசை அமைப்புகளின் வரலாறாகத்தான் இருக்கிறது. நான் இந்தப் படிக்கட்டு அணுகுமுறைக்கு உங்களை ஈர்க்க விரும்பவில்லை. இசையின் ஏற்பினைவிட முழு அழுத்தமும் இசை உற்பத்திக்குத் தரப்படுகிறது. இது கலை பற்றிய சித்திர நோக்கிலிருந்து பிறப்பது என்பதை நீங்கள் உணரமுடியும். மேலும் முதல் இயலில் நான் பேசிய அடிப்படையான மொழியியல் நோக்கிலிருந்தும் பிறக்கிறது. தேசியக் கல்வித்திட்டத்தின் முக்கூறுகளில் முதல் கூறான இசையமைப்பை உங்களால் விளக்க முடியுமானால், நிகழ்த்துதலும் மதிப்பிடுதலும் தங்களைத் தாங்களே பார்த்துக்கொள்ளும் என்பதுதான் இதன் அடிப்படையான கருதுகோள். ஆனால் கலைபற்றிய கட்டமைப்பு நோக்கு இதனைத் தலை கீழாக்குகிறது. ஏனென்றால், அது கலையின் முதன்மையான பணி, புலனறிதலின் புதிய முறைகளைக் கட்டமைப்பதும், தொடர்புபடுத்துவதும் என்று நோக்குகிறது. இதுதான் வழக்கமான வரலாற்றுச் செயல்முறை. இப்படி நோக்கும் போது, கலையின் வரலாறு என்பது, மக்கள் விஷயங் களை எப்படிப் பார்க்கிறார்கள் என்பதன் மாறும் வழிவகைகளின் வரலாறுதான்.

இதெல்லாம் இசைக்கு எளிதாகப் பொருந்துகிறது. பீத்தோவன், மாலர், ஸ்டீவ் ரேய்க், மைக் ஓல்டுஃபீல்டு, இன்னும் பீட்டர் கேப்ரியலும்கூட, நமக்கு இசையைக் கேட்பதில் புதிய வழிமுறைகளை உண்டாக்கியிருக்

கிறார்களே தவிர, புதிய விஷயங்களை நமக்குக் கேட்கத் தரவில்லை. இசையில் ஏற்பு என்பதை எப்படி நாம் வரையறுக்கிறோம் என்பது கடினமானதுதான். ஏனென்றால், ஓவியத்தில் நாம் பார்வையாளர்களை மட்டும் கணக்கில் கொண்டால் போதுமானது. ஆனால் இசையில் நாம் நிகழ்த்துபவர்கள், இரசிகர்கள் இரண்டு தரப்பையும் கவனிக்கவேண்டும். ஆனால் நிகழ்த்துநர் களும் கேட்பவர்களும் இவர்கள் எல்லோரும் ஒரே செயல்முறையில் தான் ஈடுபட்டிருக்கிறார்கள் – இசையை விளக்குதல். (இதில் நாம் இசை எழுதுபவர் களையும் சேர்க்க வேண்டும்; ஏனெனில் பெரும்பாலும் அவர்கள்தான் நிகழ்த்துநர்களாகவும், கட்டாயம் கேட்ப வர்களாகவும் இருப்பார்கள்.) மக்கள் எப்படி விஷயங் களைக் காலங்காலமாக உணர்ந்திருக்கிறார்கள் என்ற கதையில்தான் இசையின் வரலாறு உள்ளது என்றால், நாம் அறிவுபூர்வமாக, இசை விளக்கத்தை – அதாவது நிகழ்த்துதல், கேட்டல், எழுதுதல் ஆகியவற்றை – இசை வரலாற்றின் விளிம்பில் இருப்பதாக நினைக்கலாகாது, மையத்தில் இருப்பதாகவே கருதவேண்டும்.

ஏற்பின் அடிப்படையிலான இசை வரலாறு, பாடப் புத்தகங்களிலுள்ள ஒழுங்கான கால வரிசையை நீக்கி விட்டு அந்த இடத்தில் இசை ஒரு காலப் பகுதியிலிருந்து அடுத்த காலப் பகுதிக்கு மாறும்போது ஏற்படும் குறுக்குமறுக்கு நிலைகள், செல்வாக்குகள், ஞாபகங்கள், உலகின் ஒரு கோடியிலிருந்து இன்னொரு கோடிக்கும் அதற்கு எதிராகவும், உயர் கலையிலிருந்து இழிகலைக்கும் அதற்கு மாறாகவும் பரவியமுறை ஆகியவற்றை உணர்த்துவதாக அமையும். (சில உதாரணங்கள்: பாரிசில் உருவான நிகழ்வாகிய *வேர்ல்டு பீட்* என்ற இசையில், ஆப்பிரிக்காவிலிருந்தும் உலகின் பிறபகுதிகளிலிருந்தும் எடுத்துக்கொள்ளப்பட்ட இசைக்கு 1980களில் பாப் இசை வடிவம் தரப்பட்டு, புதிய சர்வதேசச் சந்தை

களுக்கு அளிக்கப்பட்டது. அதேபோல, செயின்ட் டொமினிகோ டி சைலோஸின் ஸ்பானியத் துறவிகளின் *கிரகோரிய உச்சாடனங்கள்*, **1994**இல் ஈஎம்ஐக்கு மிகப் பெரிய விற்பனையை அளித்தன. இன்னும் சமீபத்தில், மெடீவல் பேப்ஸ் என்னும் குழுவினர் இடைக்கால இசைக்கு பாப் வடிவத்தை அளித்தார்கள். அதனால் அவர்களுக்குக் கொஞ்ச காலத்தில் ஸ்பைஸ் கேர்ல்ஸ் என்ற பெயர் அளிக்கப்பட்டது.) இந்த விஷயங்கள் தற்செயலாக நடப்பவை அல்ல. ஒரு காலத்திய, இடத்திற்கான இசை, இன்னொரு காலத்தின், இடத்தின் தேவைகள், ஆசைகள், விருப்பங்களைத் திருப்திப் படுத்துவதால் இவ்வாறு நிகழ்கிறது. ஏற்றல் நோக்கில், இசையின் தேவைகள், ஆசைகள், விருப்பங்கள்தான் வரலாற்றின் விஷயத்தை உருவாக்குகின்றன.

கலையின் சித்திரம், கட்டமைப்பு ஆகிய நோக்குகளில், நமக்குத் தேவையானது சமநிலை. இசைக்கு இசையமைப்பு அடிப்படையிலான, ஏற்றல் அடிப்படையிலான இரு அணுகுமுறைகள் நமக்குத் தேவை. ஏனெனில் இரண்டும் ஒன்றுக்கொன்று எதிராக, நிறைவு செய்வதாகச் செயல்படுகின்றன (வேறு வார்த்தைகளில் சொன்னால், கேட்பதற்கு என்ன இருக்கிறது என்பது மக்கள் எதைக் கேட்க விரும்புகிறார்கள் என்பதை நிர்ணயிக்கிறது; மக்கள் எதைக் கேட்க விரும்புகிறார்கள் என்பது கேட்பதற்கு என்ன இருக்கிறது என்பதை நிர்ணயிக்கிறது). மேலும் நமக்கு ஏற்றல் அடிப்படையிலான அணுகுமுறை தேவை என்பதற்கு இன்னொரு காரணம், அது உள்ளடக்கு அணுகுமுறை கொண்டிருப்பதுதான். ஏற்றல் அடிப்படையிலான அணுகுமுறை மரபுரீதியான இசை வரலாறுகளிலும், பாராட்டு முறை பிரதிகளிலும் காணப்படும் விடுபட்ட, பங்கேற்பில்லாத, நோக்கு நிலையைவிட, நாம் இசையின் மத்தியில் இருந்தால் அதை நன்றாகப் புரிந்து

கொள்ளலாம் என்று சொல்கிறது. தொடக்கப்புள்ளி, நாம் (இச்சொல் இங்கே உங்களையும் என்னையும் குறிக்கிறது) எப்படி உண்மையில் இசையைப் பயன் படுத்துகிறோம், எப்படி உள்வாங்கிக் கொள்கிறோம், அல்லது கச்சேரி அரங்குகளுக்கும் டிஸ்கோக்களுக்கும் செல்கிறோமா, வரவேற்பறையில் உட்கார்ந்து கேட் கிறோமா, பணியின்போது விசிலடித்துக் கொண்டே ரசிக்கிறோமா என எப்படி அதைக் கவனிக்கிறோம் என்பதைப் பொறுத்தது. இது விதிமுறைப்பட்ட மதிப்பீடுகளைத் தவிர்க்கிறது. குறிப்பாக இன்னொரு காலத்திலிருந்து பெறப்பட்ட விதிமுறைகளை வைத்து மற்றொரு காலத்தின் படைப்புகளை மதிப்பிடுவதைத் தவிர்க்கிறது. மேலும் நாம் (இச்சொல் இங்கு உங்களைக் குறிக்கிறது) எதைக் கேட்க வேண்டும், எப்படிக் கேட்க வேண்டும் என்ற விதிகளுக்கு ஆளாவதைத் தவிர்க்கிறது. இசையை ஆராய்வது என்பது இசையில் உங்களுடைய சொந்தப் பங்கேற்பினை ஆராய்வது. முந்தைய இயலின் இறுதியில் நான் கூறியதுபோல அது உங்களை நீங்களே ஆராய்வது ஆகும். அடுத்த இயலில், இந்த ஆழ்நோக்கு இசை பற்றிய கல்வியியல் சிந்தனை களில் அண்மைக்காலத்தில் ஏற்பட்டுள்ள பிரமாதமான மாற்றங்களைச் செலுத்தும் சக்தியாக இசை இருக்கிறது என்பது தெளிவாகும்.

இயல் 6

இசையும் கல்விநிறுவனங்களும்

எப்படி நாம் இதில் புகுந்தோம்...

1985இல் இசை ஆய்வாளர் ஜோசப் கெர்மன்-அப்போது அவர் பெர்க்லியில் இசைப் பேராசிரியராக இருந்தார்; அதற்குமுன்பு ஆக்ஸ்·ஃபோர்டில் - இசையைச் சிந்தித்தல் (காண்டெம்பிளேடிங் மியூசிக்) என்ற நூலை வெளியிட்டார். (குறைந்தபட்சம் அப்படித்தான் அமெரிக்கப் பதிப்பின் தலைப்பு இருந்தது. சிந்தித்தல் வேண்டாம் ஐயா - நாங்கள் பிரிட்டிஷ்காரர்கள் - அதன் தலைப்பு இசை ஆராய்ச்சியியல் என்று சிலர் கூறலாம்.) இசை ஆராய்ச்சியின் வரலாறு - அதன் புகழ்பெற்ற, அல்லது அவப் புகழ்பெற்ற நடைமுறைப் படுத்துபவர்களின் நோக்கில் அது கல்விக்கழக ஆராய்ச்சி யின் மிகவும் அந்தரங்கமான, அந்தரங்கமானதாக்கப் பட்ட நூல். அதன் திண்ணைப்பேச்சு மதிப்பிற்காக இசை ஆய்வாளர்கள் அதை விரும்பிப் படித்தார்கள். ஆனால் அதற்கு இன்னும் ஒரு தீவிரமான நோக்கமும் இருந்தது. இசை ஆராய்ச்சியின் ஒரு விதமான சமூக வரலாற்றை அது முன்வைத்தது. அவருடைய வாழ்க்கைக் காலத்தில் இசை ஆராய்ச்சியின் வரலாற்றை அக் காலத்திய பரந்த கல்விக்கழக, கல்வி நிறுவனப் போக்கு களோடு தொடர்புபடுத்திக் கூறியது.

வளர்ச்சி என்பதுதான் சரியான வார்த்தை. மத்திய காலக் கல்வித்திட்டத்தில் இசை பற்றிய ஆய்வு (அக்காலத்தில், நடைமுறை சார்ந்தது என்பதைவிடக் கோட்பாடு சார்ந்ததாக அறியப்பட்ட ஒன்று) கணிதம், இலக்கணம், அணியியல் ஆகியவற்றுடன் பெருமிதமான இடத்தைப் பிடித்திருந்தது. அதற்குப் பிறகு இந்தத் துறை நீண்ட, பரிதாபமான வீழ்ச்சியை அடைந்தது. இருபதாம் நூற்றாண்டின் முதல்பாதியில், இசைப் பள்ளிகளில் இசையை ஒரு நடைமுறைத்திறனாகக் கற்றுக் கொள்ளமுடியும். ஆனால் ஒருசில பல்கலைக் கழகங்களே அந்தக் கல்வியை அளித்தன. இரண்டாம் உலகப்போருக்குப் பிறகு, அட்லாண்டிக் சமுத்திரத்தின் இரு பக்கங்களிலும் பல்கலைக்கழகங்கள் எண்ணிக்கை யில் வேகமாக விரிந்தன.

இந்தச் சமயத்தில்தான் இசை பற்றிய கல்விசார் ஆய்வு என்பது தன்னளவில் ஒரு முக்கியத் துறையாக நிறுவப்பட்டது. (குறைந்தபட்சம் ஐரோப்பாக் கண்டத் திற்கு வெளியிலேனும், அது நடைமுறை நிகழ்த்துதலோடு இணைந்த ஒரு படிப்பாக இருந்தது. மத்தியகால இசைத் துறை அவ்வாறு இல்லை.) உண்மையில் கெர்மன், இசை ஆராய்ச்சியின் நிகழ்ச்சித் திட்டம், அது வளர்ச்சியடைந்த நிறுவனச் சூழலின் விளைவாக ஏற்பட்டதே என்று வாதிட்டார். இதை அப்படியே ஏற்றுக்கொள்வதற்கு மாறாக, இசை ஆய்வில் ஈடுபட்டவர்களை ஏன் தாங்கள் செய்வதைச் செய்கிறார்கள் என்று சிந்திக்கத் தூண்டி னார். சுருங்கச் சொன்னால், கெர்மனின் சொற்களில், இந்தத் துறையில், 'அப்போதிருந்த சிந்தனையற்ற, நேர்க்காட்சிவாத அணுகுமுறைக்கு மாறாக, ஒரு விமர்சன அணுகுமுறையைக் கையாளவேண்டும்' என்ற பார்வையை முன்வைத்தார். கெர்மனின் நூல் பரவலாக வாசிக்கப்பட்டது. ஒரு நல்ல சொல், ஒரு மோசமான சொல் - இந்த இரு சொற்கள் ஒரு தசாப்த

மாற்றத்தைப் புரிந்துகொள்வதற்கான சட்டகத்தை அளிக்கின்றன. ஆனால் பின் தெளிவாக்கப்படுவது போல, கெர்மன் மனத்தில் கொண்டிருந்த விதத்திற்கு மாறான ஒரு விதத்தில் இசை ஆராய்ச்சியியல் விமர்சன பூர்வமாக உருவாகியது.

அப்போதிருந்த இசைஆராய்ச்சியில் எதனைக் கெர்மன் தாக்குதலுக்குள்ளாக்கினார் என்பதை விளக்க, நான் அந்தத் துறை பற்றிய ஒரு முழு மேலோட்டப் பார்வையை இங்கே அளித்தாக வேண்டும். இது உடனடி யாக கல்விசார் புவியியல் பற்றிய பிரச்சினைகளை எழுப்புகிறது. பின்வரும் பகுதியில் நான் ஆங்கிலம் பேசும் நாடுகளில் இசை ஆராய்ச்சியியல் பற்றி முழு கவனத்தையும் செலுத்துகிறேன். (உதாரணத்திற்கு ஐரோப்பாவின் கண்டப்பகுதி நாடுகளில் இசையின் நடைமுறை, சிந்தனை ஆகியவை பெருமளவு வேறுபடு கின்றன.) அப்போதும் இதில் ஒரு சிக்கல் உள்ளது. பிரிட்டிஷ்காரர்களுக்கும் ஆஸ்திரேலியர்களுக்கும் இசை ஆராய்ச்சியியல் என்பது ஓர் உள்ளடக்கும் சொல். இசைக் கோட்பாட்டாளர்கள், இனஇசையியலாளர்கள் யாவருமே இசை ஆராய்ச்சியாளர்கள் தாம். இசை வரலாற்றாசிரியர்கள் அதே பெயரில் தங்களை அழைத்துக் கொள்கிறார்கள்; அல்லது வரலாற்றியல் இசை ஆய்வாளர்கள் என்று கூறிக்கொள்கிறார்கள். வடஅமெரிக்காவில், இதற்கு மாறாக, இசை வரலாற்றா சிரியர்கள் தங்களை இசை ஆராய்ச்சியாளர்கள் என்று அழைத்துக் கொள்கிறார்கள். அப்படி அழைப்பதன் மூலம் தங்களை இசைக் கோட்பாட்டாளர்கள், இன இசை வரைவியலாளர்களிடமிருந்து வேறுபடுத்திக் கொள்கிறார்கள். பிரிட்டனில் இருப்பதைவிட இந்த வேறுபாடு முக்கியமாகக் கருதப்படுகிறது. அமெரிக்க ஆராய்ச்சியாளர்கள், தங்களை இசை ஆராய்ச்சியாளர்கள், இசைக்கோட்பாட்டாளர்கள், இன இசையியலாளர்கள்

எனத் தனித்தனியே அடையாளப் படுத்திக்கொள் கிறார்கள். ஒவ்வொரு குழுவுக்கும் வெவ்வேறு தொழில் ரீதியான தொடர்பு இருக்கிறது. வேலைக்கான விளம்பரங்கள், இவர்களில் யார் பணிக்குத் தேவை என்பதைத் தெளிவாகத் தெரிவிக்கின்றன. (பிரிட்டனில், இசை விரிவுரையாளர் தேவை என்று குறிப்பிட்டு விடுவார்கள்.) பெர்னாட் ஷாவிடமிருந்து ஒரு கூற்றைக் கடன்பெறுவதாக இருந்தால், 'பிரிட்டனும் அமெரிக் காவும் ஒரு பொதுமொழியால் பிளவுபடுத்தப்படு கின்றன என்பதற்கு இது ஒரு செம்மையான உதாரணம்.

இவற்றையெல்லாம் கூறிய பிறகு, வரலாற்று இசை ஆராய்ச்சியாளர்கள்தான் (இனிமேல் இவர்களை இசை ஆராய்ச்சியாளர்கள் என்றே சுருக்கமாகக் குறிப்பிடுவேன்) எண்ணிக்கையில் மிகவும் அதிகமான வர்கள். எனவே இந்தத் துறைக்குள்ளாகவே அவர் களுக்கு ஓர் ஆதிக்கப்போக்கு இருக்கிறது. எனவே அவர்கள் மீதே கெர்மன் தமது தாக்குதலைத் தொடங்கி யதில் ஆச்சரியமில்லை. அத்தாக்குதலுக்கு இரு முனைகள்: ஒவ்வொன்றும் இசை ஆராய்ச்சியாளர்கள் பணிபுரியும் ஒவ்வொரு முக்கியப் பகுதியைப் பற்றியது. ஆனால் இரண்டிலும் கடைசியாகச் செய்தி ஒன்றுதான். முதல் பகுதி, தமது முழுமையான, அதிகாரபூர்வமான இசைப் பதிப்பொன்றை வெளியீட்டாளர்களின் வாயிலாக உருவாக்குவதற்கு முயன்றார். அதில் அவருக்கு வெற்றி கிடைக்கவில்லை. இது பீத்தோவன் எதிர்பார்த்த ஒன்று தான். நான் கூறியதுபோல, அது அதிகாரபூர்வமானதாக இரண்டு அர்த்தங்களில் இருந்திருக்கும். அவருடைய படைப்புகள் அதுவரை வெளியான பல பதிப்புகளில் காணப்படும் பிழைகளையும், முரண்பாடுகளையும் களைதல் ஒன்று; இன்னொன்று, எல்லாப் படைப்பு களுக்கும் தனித்தனியே அவருடைய இறுதியான உள்நோக்கங்கள், ஒரே சமயத்தில் வெளிப்படுமாறு

செய்வது. ஆனால் பீத்தோவனின் பணி நிறைவடைய வில்லை. ஆனால் இருபதாம் நூற்றாண்டு இசை ஆராய்ச்சியியலின் மிகப்பெரிய நாட்டத்துடன் கூடிய திட்டத்திற்கு – தனிப்பட்ட இசையமைப்பாளர்கள், மற்றும் தேசியக் களஞ்சியங்களின் அதிகாரபூர்வப் பதிப்புகளைக் கொண்டுவரும் முயற்சிக்கு – அது ஒரு முன்மாதிரியாக அமைந்தது. இந்தப் பணி இன்றும் தொடர்கிறது; ஆனால் முன்பிருந்த பெரு நம்பிக்கை இப்போது இல்லை.

இந்தத் திட்டத்தில் இரண்டு பிரச்சினைகள் இருக்கின்றன. முதலில், அது கடினமானது. இரண்டாவது, அது சாத்தியமற்றது. முதல் பிரச்சினைக்குக் காரணம், பெரும்பாலான இசையின், குறிப்பாக முந்திய காலத்து இசையின் மூலங்கள் பலவாறாகப் பரந்து இருப்பது. இந்த மூலங்கள் பெரும்பாலும் வழுக்களைக் கொண்டிருக்கின்றன; முழுமையற்றவையாக உள்ளன; முரண்படுவனவாக உள்ளன. நீங்கள் பதினைந்தாம் நூற்றாண்டின் பிரெஞ்சு சான்ஸன் (ப.ாட்டு) ஒன்றை நீங்கள் செம்மையாக்கம் செய்வதாக வைத்துக்கொள்வோம். இசையமைப்பாளரின் மூலக் கையெழுத்துப் பிரதி கிடைக்காது. ஆனால் இந்தப் பாட்டைக் கொண்ட வெவ்வேறு ஐந்து கையெழுத்துப் படிகள் உங்களுக்குத் தெரியும். இவை அசலாக இசையமைக்கப்பட்ட காலத்திற்கு முப்பது முதல் ஐம்பதாண்டுகள் பிற்பட்டவை. ஒவ்வொன்றும் இன்னொன்றிலிருந்து சிறிய அளவில் மாறுபடும். ஒரு பிரதியைத் தவிரப் பிற அனைத்திலும், ஒரு குறித்த பகுதி இசைக்கச் சாத்தியமற்ற வரிகளைக் கொண்டிருக்கும். அது ஒருவேளை பிரதியெடுத்தவரின் பிழையாகலாம். எது சிறப்பான பிரதி என்றால், மிகப் பிந்தியதாக இருக்கிறது. அந்த இசையமைப்பாளரின் இசைக்குறிப்பை எப்படி நீங்கள் மீளாக்கம் செய்ய முடியும்? ஒவ்வொரு பிரதியும் தனக்கு முந்திய

ஒன்றிலிருந்து (அது கிடைக்கலாம், கிடைக்காமலும் இருக்கலாம்) படியெடுக்கப்பட்டது என்ற அடிப்படையில், நீங்கள் ஒரு பிரதியின் குலவழி முறையை உருவாக்க முனைகிறீர்கள். குலவழி முறை என்பது ஒரு குடும்பக் கிளை வரைபடம். அது எந்தப் பிரதி எதிலிருந்து படியெடுக்கப்பட்டது என்பதைக் காட்டும். அதிலிருந்து எந்தப் பாடம் அல்லது பாடங்கள் இசையமைப்பாளரின் மூலப் பிரதிக்கு மிக நெருக்கமானது என்று கண்டறிய முயற்சி செய்கிறீர்கள். அந்த ஸ்டெம்மாக்களின் சில பிரதிகள் கருத்துப் பூர்வமானதாக மட்டுமே இருக்கக் கூடும். (உதாரணமாக, கையெழுத்துப்பிரதி டி-க்கும் கையெழுத்துப் பிரதி ஜி-க்கும் இடையே காணப்படும் ஒற்றுமைகள் அவை ஒரே பிரதியிலிருந்து படியெடுக்கப் பட்டிருக்கலாம் என்று காட்டுகின்றன. அது இப்போது கிடைக்கவில்லை.) நிஜமாகவே கிடைக்கக்கூடிய பிரதிகள் பிரான்ஸ், பிரிட்டன், அமெரிக்கா, ஒரு வேளை ஜப்பானிலும்கூடப் பலவேறு நூலகங்களுக் கிடையில் சிதறிக் கிடக்கலாம்.

இவையெல்லாமே அலமாரிகளில் நீங்கள் காணக் கூடிய இடைக்கால இசையின் பிரதிகளைச் செம்மைப் படுத்த மிகப் பெரிய முன்னேற்பாட்டுப் பணி; ஆய்வு ரீதியான ஒரு நல்ல தீர்மானத்திற்கான ஒப்பந்தம்; இவற்றுடன் வழக்கமாகவே பெருமளவு யூகத்தின் உதவி ஆகியவை வேண்டும் என்பதைக் காட்டுகின்றன. இடைக்கால இசைக்குத்தான் இப்படிப்பட்ட உழைப்பு தேவை என்பதல்ல; ஆனாலும், இசை பழங்காலத்திய தாக, ஆக ஆக நிறையச் செம்மையாக்கப் பிரச்சினைகள் தோன்றும் என்பது உண்மை. இசைக் களஞ்சியத்தின் அடையாள மூலங்களான பீத்தோவன் சிம்ஃபனிகள் கூட பிரச்சினைகளுக்குக் காரணமாக இருக்கின்றன. இருபதாம் நூற்றாண்டின் இறுதியாண்டுகளில் எழுதும் போதுதான் செம்மையான சில பதிப்புகளில் முன்னர்த்

தோன்றிவிட்ட வெளிப்படையான தவறான வாசிப்புகள் களையப்பட்டு அவை வெளிவருகின்றன என்பது எனக்கு ஆச்சரியமாகப்படுகிறது. உதாரணமாக, இசைக் குறிப்பு எழுத்துகளை வரைபவர், சுருதிகளைக் குறிப் பிடும் இணைக் கோடுகளில் தவறான ஒரு பகுதியில் ஒரு ஸ்வரத்தைக் குறித்துவிட்டார். மிகப் பெரிய சுருதி பேதத்தை உருவாக்குவதாக அது அமைந்துவிட்டது. ஆனால் பின்வந்த நிகழ்த்துநர்கள் மிக மரியாதை யோடு அதை அப்படியே பின்பற்றி வந்திருக்கிறார்கள். (ஜொனாதன் டெல் மார் ஒன்பதாம் சிம்ஃபனிக்கு அண்மையில் செய்த செம்மையாக்கம், இசைத்தொகுதி யில் மிகச் சிறந்த கற்பனைத்திறனும் அசலான கணங் களும் கொண்ட பகுதிகள் சில அச்சாளர்களின் பிழை களால் விளைந்தவை என்னும் சங்கடமான உண்மையை வெளிப்படுத்துகிறது.)

இரண்டாவது பிரச்சினைக்கு வரலாம். பத்தொன் பதாம் இருபதாம் நூற்றாண்டுகளில், இசையமைப் பாளர் தமது முத்திரையைப் படைப்புகளில் பதிப்பது வழக்கம். ஆனால் பலவிதமான பாடங்களில் அவர் களுடைய முத்திரைகள் காணப்படும்போது பிரச்சினை எழுகிறது. உதாரணமாக, சோபினுடைய பியானோ படைப்பு ஒன்றில், நிகழ்த்துநரின் அடையாளக்குறிப்பு இருக்கும் (அதாவது அவரே, தமது கையால் அதை எழுதியிருப்பார்). பிரசுரக்காரர்களுக்குத் தம் கைப்பட எழுதிய பிரதிகள் இருக்கும்; பிரசுரக்காரர்களின் திருத்தங்கள், அடையாளக் குறிப்புக்கொண்ட பிரதி யோடு திரும்ப வரும். பிறகு இந்தத் திருத்தங்களின் அடிப்படையில் முதன்முதலில் பிரசுரமான படைப்பின் இசைக்குறிப்பு. சில சமயங்களில் ஒரேசமயத்தில் மூன்று வெவ்வேறு வெளியீட்டாளர்கள் முதல் பதிப்பைக் கொண்டுவரலாம். (ஒன்று பிரான்சிலும், இன்னொன்று இங்கிலாந்திலும், இன்னொன்று ஜெர்மனியிலும் என்று

143

வைத்துக் கொள்வோமே.) இந்த மூன்று பிரசுரங்களும் ஒரேமாதிரி இருப்பதில்லை. ஏனெனில் பிரசுரகர்த்தர் களுக்கு அனுப்பப்பட்ட பிரதிகள் ஒரே மாதிரியானவை அல்ல. (சோபின் இவற்றைச் சரிபார்த்தார் என்று நாம் கொள்ள இடமிருக்கிறது என்றாலும்) அல்லது ஒவ்வொன்றிலும் திருத்தம் பார்க்கும்போது சோபின் சற்றே வெவ்வேறு மாதிரியாகச் செய்திருக்கலாம். இப்படி நேர்ந்தால், இந்த மூன்று பாடங்களில் எது சரியானது? இசையமைப்பாளர் நன்கு சிந்தித்து எழுதி யிருப்பார் என்பதால் கடைசிப் பாடத்தைச் சரியானது என்று கொள்ளமுடியுமா? அல்லது தாம் அசலாக முதன் முதலில் சிந்தித்ததற்கு மிகவும் நெருக்கமானது என்ற முறையில் முதல் பாடத்தைச் சரியானது என்று கொள்ள லாமா? சோபினுடைய உதாரணத்தில், ஒரே இசை யமைப்புக்குத் தம் சொந்தக் கையெழுத்து முத்திரை யுடனும் குறிப்புகளுடனும் வெவ்வேறு பிரதிகளைத் தம் மாணவர்களுக்குக் கற்பிப்பதற்குப் பயன்படுத்தி யுள்ளார். ஒருவேளை கவனக்குறைவான மாணவர்களும் எளிமையாகக் கற்றுக்கொள்ள அந்த விளக்கங்களை அவர் அளித்தார் என்று கொள்ள முடியுமா? அல்லது தமது இசையை அவர் ஒவ்வொரு முறையும் மேம்படுத் தினார் என்று கூறலாமா? எப்படி நமக்குத் தெரியும்?

இம்மாதிரிச் சூழல்கள் தெளிவுபடுத்தக் கடின மானவை அல்ல; ஆனால் சாத்தியமற்றவை. ஏனென்றால் இந்த நோக்கின் அடிப்படை, சோபின், தமது வாழ்நாள் முழுவதும் ஒரே ஓர் இசைப்பிரதியை அதிகாரபூர்வ மாக்குவதற்குப் பாடுபட்டுக் கொண்டிருந்தார்; அது ஏற்கப்பட்டதும் அதிகாரபூர்வமான ஒற்றைப் பிரதியாகி, மற்றப் பிரதிகளைத் தவறானதாக்கிவிடும் என்ற சிந்தனை, இப்படிப்பட்ட நோக்கு எதுவும் சோபினுக்கு இருந்திருக்க முடியாது. மாறாக, சோபின் போன்ற பியானோ இசையமைப்பாளர்கள், குறிப்பாக லிஸ்ட்,

ஒவ்வொரு முறை நிகழ்த்தும்போதும் சற்று மாறுபட்டே தங்கள் இசையை வாசித்தார்கள் என்று நமக்குத் தெரிகிறது. (லிஸ்டின் விஷயத்தில், அவரது சொந்த இசை மட்டும் இப்படிப்பட்ட நடத்தைக்கு ஆளாகவில்லை. பார்த்துப் படிக்கும்போது மட்டும்தான் லிஸ்ட் இசைக் குறிப்பில் உள்ளது போலவே வாசிப்பார், அப்போதுதான் அவருடைய இசை சிறப்பாக இருக்கும் என்று ஒரு தமாஷ் உண்டு.) இரண்டாம் இயலில் நான் குறிப் பிட்டது போன்ற சிந்தனைக்கு ஆளான பீத்தோவனின் அதிகாரபூர்வச் செம்மையாக்கப் பதிப்பு என்ற மாதிரி, சோபினுக்கும் லிஸ்டுக்கும் முற்றிலும் பொருந்த வில்லை. அவர்கள் இசைக்கு ஒற்றை அதிகாரபூர்வப் பிரதி எதுவும் கிடையாது. இசை அருங்காட்சியகத்திற்கு ஒத்துச் சென்ற வாழ்க்கை முறைகளைக் கொண்ட சோபினுக்கும் லிஸ்டுக்கும் இந்தக் கதி என்றால், அவர்களுக்கு முந்திய இசையமைப்பாளர்களின் கதி?

நான் மேலே குறிப்பிட்ட நம்பிக்கை இழப்புக்கு மூலம் இதுதான். அதிகாரபூர்வப் பதிப்புகளை வெளி யிடுவது கடினமானது ஒன்றும் அல்ல; அல்லது அவை, வெவ்வேறு அறிஞர்கள் வெவ்வேறுவிதமான முடிவு களுக்கு வருவார்கள் என்பதால் நிச்சயமற்றவையாகவே இருந்துகொண்டிருக்கும் என்பதும் அல்ல; பல (அல்ல, விவாதத்திற்கு என்றால் எல்லா) இசையமைப்பாளர் களுக்குமே, இந்தப் பணியைச் சிந்திப்பதில் ஏதோ ஒரு தவறு இருக்கிறது. ஆனால் இதற்கு, பலவிதமான, ஆங்காங்கு சிதறிக் கிடக்கின்ற மூலங்களை ஒத்துச் சரிபார்த்து நவீன, பயன்படுத்தக்கூடிய செம்மையாக்கப் பிரதிகளாக்குவது பயனற்ற வேலை என்று அர்த்தமாகாது. அது முற்றிலும் தேவையானதொரு பணிதான். ஃபோர்த் பாலத்தை வரைய எடுத்துக்கொண்ட முயற்சிபோல, இந்த வேலை ஒருபோதும் முடிவடைவதில்லை என்பது தான் இதற்கு அர்த்தம். ஆனால் கெர்மனின் புகாருக்கு

அடிப்படை இது அல்ல. இசை ஆராய்ச்சியாளர்கள் ஒரு குறிப்பிட்ட இசைப் பிரதியைச் செம்மை செய்து முடித்தவுடனே இன்னொன்றுக்குத் தாவிவிடுகிறார்கள் என்பதுதான் அவருடைய ஆட்சேபணை. தாங்கள் கஷ்டப்பட்டு அடைந்த இசையறிவை அதனை விமர்சன பூர்வமாக ஆராய்வதற்காகப் பயன்படுத்துவதில்லை. இந்தப்பணிதான் இசை ஆராய்ச்சியின் அடிப்படை யான பணி என்று கெர்மன் நினைத்தார். கடந்த காலத்தின் இசையை, அதற்காகவே, அதாவது, அழகியல் நோக்கில் ஆராய்தல் ஒருவகை, எந்தச் சமூக வரலாற்றுச் சூழலிலிருந்து அது வந்ததோ, அதனை அறிந்துகொள்ள அது உதவியாக இருக்கும் என்று ஆராய்தல் இன்னொரு வகை. இது இசையின் சரியான தோற்றக் காலத்தையும் இசையமைப்பாளரின் அடையாளத்தையும் நிர்ணயிப் பதிலிருநது, அந்தக் குறிப்பிட்ட இசை சமகாலத்தில் எந்த நோக்கத்திற்காக எழுதப்பட்டது, சமகாலப் பொருளா தார, அரசியல் கட்டமைவுகளுக்கிடையே, சமூகத்தில் இசையமைப்பாளர்களுக்கும் பிற இசைக் கலைஞர் களுக்கும் என்ன விதமான இடம் என்பதை நிர்ணயிப்பது வரை உதவக்கூடியது. பரந்த கலைப் படிப்புகளின் ஒரு துறை என்ற வகையில் செம்மையாக்கம் இசைக்கு உதவக் கூடியது என்று அவர்கள் நினைக்கவில்லை. மாறாக, ராகங்களின் ஸ்வரங்களை மட்டும் பயிற்சிசெய்துவிட்டுக் கிருதிகளை இசைக்காத ஒரு பியானிஸ்டு போல அவர்கள் நடந்துகொண்டார்கள். நேர்க்காட்சிவாதிகள் என்ற அடைமொழியை அவர்களுக்கு மோசமான விதத்தில் பயன்படுத்தும்போது இத்தகைய உத்திகளின் பயன்பாட்டைத் தான் கெர்மன் குறை கூறியிருந்தார்.

இசை ஆராய்ச்சிச் செயல்முறைக்கு இன்னொரு முக்கியப் பகுதி இருக்கிறது. அதுதான் கெர்மனின் தாக்குதலுக்கு ஆளான இரண்டாவது முனை. இதனைப் பிரதிச் சூழல் ஆய்வு என்று நாம் கூறலாம். இங்கே

ஆராய்ச்சிக்கு எடுத்துக்கொள்ளும் முதன்மைப் பொருள் ஒரு கலைஞனின் இசை அல்ல; மாறாக, அந்த இசைக்குப் பிறப்புக் கொடுத்த சமூக, வரலாற்றுப் பின்னணிகள் தான். இதன் பரவெல்லை ஓர் இசைப்பிரதியின் சரியான காலம் என்ன என்பதை ஆராய்வது, அதன் இசையமைப் பாளரை அடையாளப்படுத்துவது (இதனை அந்த இசைப் படைப்பின் நடைப்பாணி, இசைக் களஞ்சியச் சான்று ஆகியவற்றின் மூலம் ஒருவேளை உறுதிப்படுத்திக் கொள்ளலாம்) ஆகியவற்றிலிருந்து அந்தக் குறிப்பிட்ட இசைப்படைப்பு உருவாக்கப்பட்டதன் நோக்கம் என்ன, சமகாலப் பொருளாதார, அரசியல் கட்டமைப்புகளுட னான தொடர்பிலும் சமகால இசைக் கலைஞர்களுட னான தொடர்பிலும் அதன் பணி என்ன என்பது வரை இருக்கலாம். இங்கு கெர்மனின் புகார், அடிப்படையில் அவர் பதிப்பாளர்கள்மீது வைத்த ஒன்றுதான். அந்தப் பணி நடந்தவரை நியாயமானதுதான்; ஆனால் இசையை இசையாக அனுபவிக்கப் புதிய ஆழ்நோக்கு களை அளிக்கும் மூலமாக அவை உதவவில்லையானால் அந்த ஆராய்ச்சியினால் என்ன பயன்? பதிப்பாளர்களைப் போலவே, இசைக்களஞ்சியங்களை ஆராய்பவர்களும் தோண்டித்துருவி அறிவைக் கட்டமைத்துக் கொண்டி ருந்தார்கள். ஆனால் அதற்கு நோக்கமென எதுவும் இல்லை. ஆரம்பநிலைகளைத் தாண்டி அவர்கள் எப்போது விமர்சனபூர்வமாக இசையை ஆராயப் போகிறார்கள்? இசையாராய்ச்சி ஒரு மானிடவியல் துறை என்ற முறையில் எப்போது அவர்கள் நிஜமான பிரச்சினைகளை எதிர்கொள்ளப் போகிறார்கள்?

இசை ஆராய்ச்சியின் ஓர் உள்துறையான (அல்லது இணைத் துறையாகவும் கொள்ளலாம்) இசைக் கோட்பாடு பற்றியும் இதே குற்றச்சாட்டைக் கெர்மன் வைத்தார் என்பது விசித்திரமானது. அதன் குறிப்பான நோக்கம், இசையை இசையாகக் காண்பதுதான்.

விளக்கமாகச் சொன்னால், இசையின் பிரதிகள் எப்படி உருவாகிக் காலம்காலமாக எடுத்துச் செல்லப்பட்டன, அதன் சமூகப் பின்னணி போன்றவற்றையெல்லாம் விட்டு, இசை பற்றியே ஆராய்வதுதான் இசைக் கோட்பாட்டின் நோக்கம். இரண்டாம் இயலில் நான் விளக்கிய சமூகச் சிந்தனைப் பின்னணிதான் இசையை இசையாகப் பார்க்கும் நோக்கிற்கும் காரணமாக அமைந்தது. இன்றைக்கு நமக்குத் தெரியவரும் இசைக் கோட்பாடு, அதன் நடைமுறைச் செயல்பாடு (பகுப் பாய்வு என்று நாம் சொல்வது) ஆகியவை, பீத்தோவனின் இசையின் ஏற்றல் பற்றிய கொள்கைகளிலிருந்து உருவாகியது. அவரது இசையில் காணப்படும் தோற்ற முரண்களையும், ஒத்துச்செல்லாத கணங்களையும் விளக்க வேண்டி இவற்றிற்கு அடிப்படையாக ஒரு கட்டமைப்பு அல்லது எடுத்துரைப்பு முறை இருக்கிறதா என மக்கள் ஆராய முற்பட்டார்கள். இதற்கு உதாரண மாக, இசையை ஒரு சுயகண்டுபிடிப்பு என்ற வகையில் ஒன்பதாம் சிம்ஃபனிக்கு ஃப்ராலிக் அளித்த விளக்கத் தையும் நான் முன்பே கூறினேன். இது உரை விளக்கத் திறனாய்வுக்கு ஓர் எடுத்துக்காட்டு. இசையின் அனுபவ விளக்கத்திற்குக் காரணமாக ஓர் ஒளிதரும் உருவகத்தை அமைப்பது. நாம் இன்று கோட்பாடு, பகுப்பாய்வு என்று கருதுவனவற்றிலிருந்து மிகவும் வித்தியாசப்பட்ட அணுகுமுறை இது.

ஆனால் நம் முன்னே இருக்கும் அடிப்படையான அமைப்பு அல்லது எடுத்துரைப்பு முறைக்கு மேலும் அரூபமான, கட்டமைப்பு இயல்பும் இருக்கலாம். ஹென்ரிக் ஷெங்கர் உருவமைத்துள்ள பகுப்பாய்வு முறைக்கு இது பொருந்துகிறது. ஒன்பதாம் சிம்ஃபனி யில் *ஓட் டு ஜாய்* பாட்டின் கருப்பொருளை ஆராய்ந்த போது, அவர் ஒருவகையான தலைகீழானதொரு உத்திக் கட்டமைப்பைக் கையாண்டார்: அதை அவர்

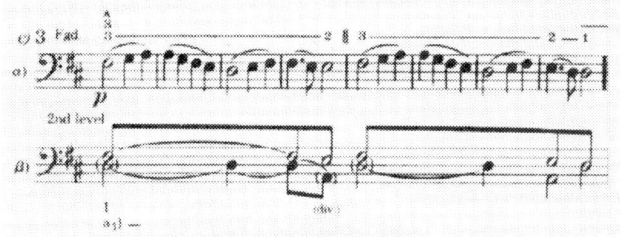

19. 'ஓட் டு ஜாய்'க்கு ஷெங்கரின் பகுப்பாய்வு. (*டெர் ஃப்ரீ சாட்ஸ்*, ii, படம் 109, ஈ3)

ஓர் ஒத்திசைவும் இன்னிசையும் கொண்ட பாணிகளின் வரிசைக்குக் குறைத்தார். பீத்தோவன் எழுதிய இசையில் இந்த அடிப்படைப் பாணிகள் எவ்விதம் விரிவாக்கப் பட்டுள்ளன என்று காட்டினார். *(19ஆம் படத்தில் அவருடைய பகுப்பாய்வின் ஒரு பகுதியை நீங்கள் காணலாம். மேல் பகுதியில் 'முன்னணி'* - foreground *என்பதைக் குறிப்பதற்கு* fgd *என்று குறிக்கப்பட்டுள்ளது. அது பீத்தோவன் கருப்பொருளின் முதற் பகுதி. அதற்குக்கீழ் '2ஆவது நிலை'. இதில் ஒவ்வொரு தொடரும் மூன்று ஸ்வரங்களாகவும் அவற்றிற்குரிய ஒருங்கிசைவு ஆதரவுக்கு குறைக்கப்பட்டிருக்கிறது. ஒரு '1ஆவது நிலை'யும் உள்ளது. அதை நான் காட்ட வில்லை. அதில் இவையெல்லாம் ஒற்றை சுருதியாகக் காட்டப்பட்டுள்ளன. ஒரு நிலையிலிருந்து இன்னொரு நிலைக்குச் செல்லும் விதிகளின் கணம்தான் ஷெங்கரியக் கொள்கையின் மையம்.)*

இந்த வகையான இசை மாதிரி பீத்தோவன் எந்தக் கால முறைப்படி தன் படைப்புகளை உருவாக்கினார் என்பதை எடுத்துரைப்பதற்கு ஏற்பட்டதல்ல. வேறு வகையில் இதனை அறிய முடியாது என்றவகையில் இசையை இதன்மூலம் புரிந்துகொள்ள உருவாக்கப் பட்டது. இன்னும் குறிப்பாக, மேலோட்டமான

பார்வைக்குக் காணப்படும் பொருத்தமின்மைகளைக் கீழிருக்கும் அமைப்பின் விரிவாக்கத்தின் விளைவாக ஏற்படும் *மேலோட்டமான நிகழ்வுகளே* என்று அது நிரூபிக்க முற்பட்டது. *கீழிருக்கும் அமைப்பை மேற்பரப்பின்* வாயிலாகக் கேட்க அது அனுமதித்தது.

சாய்வெழுத்துகள் காட்டுவனவற்றில் ஓர் உருவகம் செயல்படுகிறது. பீத்தோவனின் இசையை ஓர் ஆதரவுச் சட்டகத்தின் மீது போர்த்தப்பட்ட துணியாகவோ, ஒரு விலங்கின் தசை மற்றும் எலும்புக்கூட்டைப் போர்த்தியுள்ள தோலாகவோ உதாரணப்படுத்தியுள்ளதாக நீங்கள் கூறலாம். ஆனால் இந்த உருவகம் ஒழுங்கமைக்கப்பட்ட ஒன்று. இந்தப் பிரதிக்காக மட்டும் உருவாக்கப்பட்டதல்ல. இது ஷெங்கரின் கொள்கை. அவர் தமது வாழ்நாளின் பணியாக அதன் உண்மையை – இவ்வாறாகத்தான் இசை (குறைந்தபட்சம், மேன்மையான இசை – அவருக்கு இசை என்பது மேற்கத்தியக் கலை இசை, பாஹ் முதல் ப்ராம்ஸ் வரையிலானது) புரிந்துகொள்ளப்பட வேண்டும், புரிந்துகொள்ளப்பட முடியும் என்பதாக அவர் நிறுவிக் காட்ட நினைத்தார். ஏற்கெனவே மதிப்புப் பற்றிய பிரச்சினைகள் இந்தச் சமன்பாட்டிற்குள் வந்துவிட்டன. ஆனால் உண்மையில் அவை தொடக்கத்திலிருந்தே இருந்தன. ஏனென்றால், முதலில், பீத்தோவனின் இசையை விளக்க முற்பட்ட முயற்சியே, அதன் மேல்தோற்றத்திற்கு மாறாக, எவ்வாறு அது ஒரு மேதையின் உருவாக்கம் என்பதைக் காட்டுவதற்காக ஏற்பட்டதுதான். ஷெங்கரின் பகுப்பாய்வு – அல்லது இந்த விஷயம் எல்லாப் பகுப்பாய்வுகளுக்குமே பொருந்தும் – எனவே, பாஹ், பீத்தோவன், ப்ராம்ஸ் ஆகியோரின் இசை மதிப்புமிக்கதா என்ற கேள்வியை எழுப்பவில்லை. இவை எல்லாமே உயர்ந்த இசை என்று தானாகவே ஏற்றுக்கொண்டது, பிறகு (நீங்கள் ஆழமாகச் செல்ல விரும்பினால்) எவ்வாறு அந்த இசை

நிஜமாகவே ஒருங்கிசைவோடு இருக்கிறது என்று காட்ட முயற்சி செய்தது. ஆக, அது ஒரு தற்காப்புக்கான துறை. ஓர் உன்னத நிலை அளிக்கப்பட்ட படைப்புத் தொகுதியைக் காப்பாற்ற எடுத்துக்கொண்ட முயற்சி.

இதற்குப்பிறகு கோட்பாடுகளும் பகுப்பாய்வும் எத்தனையோ விதமான தொழில்நுட்ப மாற்றங்களுக்கு உட்பட்ட போதிலும், மிக சமீபத்தில்தான் இந்த அடிப் படை நிகழ்வு கேள்விக்குட்படுத்தப்படலாயிற்று. இரண்டாம் உலகப் போருக்குப் பிந்திய பத்தாண்டு களில், அமெரிக்கக் கல்வி நிறுவனங்களில் அறிவியல் தான் பெருமிதமான இடத்தைப் பெற்றிருந்தது. இசைக் கொள்கை போன்ற துறைகள் விளிம்புத் துறைகளாக இருந்தன. அவை அறிவியல்சார்ந்த மொழியையும் குறி களையும் பயன்படுத்தித் தாங்களும் கடினமான துறை களே என்று நிறுவிக்கொள்ள முயற்சி மேற்கொண்டன. உள்ளுணர்வும் உணர்ச்சியும் சார்ந்த மொழி சற்றும் இரக்கமின்றிக் கைவிடப்பட்டது. இவற்றின் இடத்தில் கணிதம் சார்ந்த, கணக்கிடும் அணுகுமுறைகள் வந்தன. (1970 வாக்கில், ஷெங்கரின் பகுப்பாய்வு முறையை ஒரு கணினித் திட்டமாக நடைமுறைப்படுத்தும் முயற்சி யும் நிகழ்ந்தது.) இதன் விளைவாக, கோட்பாடும் பகுப்பாய்வும் மிகவும் நுட்ப ரீதியாக மாறின. வல்லுநர் களுக்குத் தவிர வேறு எவருக்கும் புரியாத நிலையை எய்தின. முதற்கண் தன் அந்தரங்கமான, வாழ்வனு பவத்தால் ஈர்க்கப்பட்டு வந்த இசைக் கொள்கையாளர் களை, இசை தனது சொந்த அறிவியல் கலைச்சொற் களால் ஆன மொழியால் நிரப்பிவிட்டது என்று கெர்மனும், வேறு பல உரைவிளக்க ஆசிரியர்களும் சொல்கிறார்கள். கெர்மன் தமது உணர்ச்சிகளைப் பரவலாகப் படிக்கப்பட்ட ஒரு கட்டுரையின் தலைப்பில் இவ்வாறு வெளிப்படுத்துகிறார்: 'நாங்கள் எப்படிப் பகுப்பாய்வில் புகுந்தோம், எப்படி அதிலிருந்து வெளி

வருவது.' இவ்வாறாக, கோட்பாட்டாளர்கள், இசை ஆராய்ச்சியாளர்களைப்போல இசையில் ஈடுபட மறுத்த குற்றத்திற்கு ஆளானார்கள். அவர்களின் குற்றம்தான் பெரியது - இசைமீதான ஈடுபாட்டை இசைஆராய்ச்சி யாளர்கள் போல ஒத்திப்போடுவதற்குப் பதிலாக, இவர்கள் அதனைத் தேவையற்றது அல்லது தத்துவ நோக்கில் சந்தேகத்திற்குரியது என்று கூறிவிட்டார்கள்.

சமச்சீராக்கியும் சமநிலைப்படுத்தியும் உலகத்தை எவரும் மாற்றமுடியாது. கெர்மனின் இசை ஆராய்ச்சி பற்றிய பார்வை மிகவும் தனிப்பட்ட ஒன்று. கோட்பாடு, பகுப்பாய்வு பற்றிய அவரது சித்திரப்படுத்தல், கேலிச் சித்திரப்பாங்கானது. ஷெங்கரின் பகுப்பாய்வு பற்றிய அவரது பார்வை நையாண்டி செய்து கீழாக்குவது. இருந்தாலும் இசையின் எல்லாத் துறைகளிலும் பணி யாற்றியவர்கள் கெர்மனின் நூலை ஆர்வத்தோடு படித்தார்கள். தங்களைப் பற்றித் தனிப்பட்டமுறையில் கெர்மன் என்ன கூறியிருக்கிறார் என்று அறிவதற்காக அல்ல, இசை ஆராய்ச்சிக்கும் இசைக்கும், கல்விசார் துறைக்கும் தனிமனித அனுபவத்திற்கும் உள்ள இடைச் சுவர்தான் இப்போதிருப்பதுபோல எல்லாமே என்றல்ல என்ற உணர்வை அது ஏற்படுத்தியதால்தான்.

...எப்படி வெளிவருவது

இதைவிடச் சிறப்பான இடைத்தொடர்பு இசைக்கும் கல்வித் துறைக்கும் எவ்விதம் இருக்க முடியும்? வரலாற்று நிகழ்த்துதல் இயக்கத்தின் வாயிலாக ஒருவித விடை தரப்படுகிறது. இந்த இயக்கம் கெர்மனின் புத்தகம் வெளிவருவதற்குமுன் ஓரிரு பத்தாண்டுகளுக்குள் விரைவாக வளர்ச்சியடைந்த ஒன்று. வரலாற்று நிகழ்த்துதல் (அல்லது வரலாற்றுத் தெளிவுடைய நிகழ்த்துதல் என்றுதான் உண்மையில் அதை அழைக்க வேண்டும்) என்பதன் அடிப்படைச் சிந்தனை, மிகவும்

எளிமையானது. பழையகால இசையை அந்தக் காலத்தில் எப்படி வாசித்தார்களோ அதுபோலவே வாசிக்க வேண்டும் என்பது தான் அக்கொள்கை.

பாஹ் இசையைப் பியானோவிலும், பரோக் ஓபோ சொனாடாக்களை நவீன இசைக் கருவிகளிலும் வாசித்து வந்த காலத்தில், அல்லது ப்ராம்ஸ்ுக்கு உண்டான அதே அளவு இசைக்கலைஞர்கள் தொகுதியைக் கொண்டு மோஸார்ட்டையும் இசைத்த காலத்தில் இது வெளிப் படையாகவே புரிந்த ஒன்றாக இருந்தது. பாஹ் தமது இசையை ஹார்ப்ஸிகார்டு அல்லது கிளேவிகார்டு இசைக் கருவியில் வாசிப்பதற்காகத்தான் எழுதினார். இவையிரண்டுமே பியானோவிலிருந்து வித்தியாச மான ஒலியையும் வாசிப்பு முறையையும் உடையவை. (பியானோ அக்காலத்தில் கண்டுபிடிக்கப்படவில்லை.) மிகச் சில இசைக்கட்டைகளால் வாசிக்கப்படும் பரோக் ஓபோக்கள், நவீன கருவிகளிலிருந்து முற்றிலும் வேறு பட்டவை. ஒன்றிலிருந்து இன்னொன்றுக்கு மாற வேண்டுமானால், நீங்கள் வாசிப்புமுறையை மறுபடி கற்றுக்கொள்ளவேண்டியே வரும். மோஸார்ட்டின் சிம்ஃபனிகள் அக்காலத்தில், இருபதாம் நூற்றாண்டின் இசைக் குழுவைவிட மிகச்சிறிய குழுக்களாலேயே இசைக்கப்பட்டன. அப்படியானால், அவற்றின் தோற்ற மூலங்களைப் பற்றிய கவலை இன்றி, ஒரேவிதமான இன்றைய தரப்படுத்தப்பட்ட கருவிகள், கருவித் தொகுதி களால் வாசிப்பதற்கு என்னவிதமான நியாயம் இருக்க முடியும்? இது இசைக் கருவிகளுக்கு மட்டுமல்லாமல், இயங்கியல் வடிவமைப்பு, வெளிப்படுத்தல், அலங்காரப் படுத்தல் என அக்கருவிகள் வாசிக்கப்பட்ட முறைக்கும் பொருந்தும். நிகழ்த்துதலின் இப்படிப்பட்ட கூறுகள் யாவும் காலப்போக்கில் மாறிவிட்டன. அவ்வக்கால நூல்களைப் படிப்பதன் வாயிலாகவே அவற்றை ஓரளவு மீட்டுருவாக்க இயலும். இசை ஆராய்ச்சியாளர்கள்

நிகழ்த்துதலுக்குப் பெரும் பங்காற்றக் கூடியது இந்த இடத்தில்தான்.

வரலாற்று நிகழ்த்துதல் இயக்கம், படிப்படியாக வளர்ந்த ஒன்று. இருபதாம் நூற்றாண்டின் முதல் பாதியில் ஒரு விலை மதிப்பற்ற சந்தனப் படிமத்திலிருந்து உருவானதல்ல. நன்கு கற்றறிந்த, ஆனால் நடைபாதையில் வாசிக்கக்கூடிய நிகழ்த்துவோர் வாயிலாக உருவானது. இவை **1950-60**களில் ஜெர்மானிய *ஆர்க்கிவ்* என்ற பெயரின்கீழ் பதிவு செய்யப்பட்டன. **1970**களின் ஒருவகை இசை எதிர்க் கலாச்சாரத்தினால் இவை மறைந்தன. இப்பெயரால் அவற்றை அழைப்பது சமகால ராக் இசைபோன்ற ஒரு தோற்றத்தை அளிக்கிறது. ஆனால் ஒப்புமை பொருத்தமானதுதான்: 'வரலாற்று' நிகழ்த்துநர்கள் தங்கள் சொந்தக் குழுக்களை அமைத்துக் கொண்டார்கள். பொதுவாக மத்தியக்கால, மறுமலர்ச்சிக் கால இசைகளை வாசித்தார்கள். ராக் இசைக்குழுக் களைப் போலவே தங்கள் பாதையை அமைத்துக் கொண்டார்கள். இவர்களில் மிகக்குறுகிய காலமே வாழ்ந்த, கவர்ச்சியான டேவிட் மன்றோ வரலாற்று நிகழ்த்துதல்களில் ஈடுபட்டபோதுதான் நிஜமான இரசிகர்கள் இக்குழுக்களால் ஈர்க்கப்பட்டார்கள். பல்கலைக்கழகத்திற்குச் செல்வதற்கு முன்னால், மன்றோ தென் அமெரிக்காவுக்குச் சென்றார். அங்கிருந்து அந்தந்தப் பகுதிக்குரிய இன இசைக் கருவிகள் சிலவற்றைத் தம்முடன் கொண்டுவந்தார். இவற்றை மேடையில் சர்வசாதாரணமாகக் கையாளலானார். இந்த இசைக் கருவிகளில் எந்த வகையான இசைகள் முன்பு வாசிக்கப் பட்டன என்பது தெரியாததால் அவரைக் குறை கூறுவோரும் இல்லை. மேலும் அவற்றில் 'பழங்கால இசை'யை (அப்படித்தான் மக்கள் கூறினார்கள்) வாசிக் கிறேன் என்றார். அணுகுமுறையில் ஒரு நெகிழ்ச்சியை யும், புறவயமான வாசிப்பையும் அவர் முன்வைத்தார்.

அவர் வாசித்த முறை, வரன்முறையான வரலாற்று நிகழ்த்துதல் போல புலமைத்திறனோடு கூடிய முறையை விட சமகால ராக் இசை போன்றிருந்ததே காரணம்.

இப்போது வரலாற்று நிகழ்த்துதல், கல்விநிலையங்களில் ஏற்கப்படுகிறது. பல இசைப் பள்ளிகளில் நீங்கள் இப்போது பரோக் ஓபோவைக் கற்கமுடியும். இப்போது பாஹ் அல்லது மோஸார்ட்டின் இசையை வரலாற்று முறையிலும், வரலாறல்லாத முறையிலும் இரண்டிலுமே வாசிப்பதை நீங்கள் கேட்க முடியும். பல இசை மரபுகள் ஒருங்கே இசைக்கப்படக் கூடிய பன்மைத்தன்மை கொண்ட கலாச்சாரத்திற்கு இது ஒத்ததுதான். ஆனால் ஒரு போராட்டம் இல்லாமல் இந்த மாற்றத்தைச் சாதிக்க இயலவில்லை. 1980களில் அதிகாரபூர்வ இசை பற்றிய விவாதம் நடந்தது. இதுதான் இசை ஆராய்ச்சி இயலிலோ நிகழ்த்துதல்களிலோ அண்மைக்காலத்தில் நடந்த பகைமை கொண்டதும் காரசாரமானதும் என்று கூறாவிட்டாலும், உணர்ச்சிபூர்வமான செயல். ஒரு முழக்கமாக, அதிகாரபூர்வம் என்பது இரண்டு விஷயங்களைத் திறமையாக ஒன்றிணைத்தது. ஒருபுறம், வரலாற்று நூல்களில் விதிகளாகக் கூறப்பட்டுள்ளவாறு, நிகழ்த்துதல் என்பது அவ்வக்காலத்திற்கு ஏற்புடைய இசைக்கருவிகளால் அமைந்திருக்க வேண்டும். இது வரலாற்று அளவில் சரியானது என்பதால் அதிகாரபூர்வமானது. இன்னொரு விதத்தில், இந்த நூலில் முதல் இயலில் அதிகாரபூர்வம் என்பதற்கு நான் கூறிய உடன்பாடான உள்ளர்த்தங்கள் அனைத்தையும் கொண்டு வந்தது. அதாவது கபடற்றமுறையில், நேர்மையாக, தனக்கு உண்மையான விதத்தில் வாசித்தல். இந்த விதத்தில், நீங்கள் பாஹ் இசையைப் பியானோவில் வாசித்தால், உங்கள் நிகழ்த்துதல் அதிகாரபூர்வமானது அல்ல. ஒரு பண்டித அர்த்தத்தில் மட்டும் நீங்கள் தவறு செய்கிறீர்கள் என்பதல்ல. ஒழுக்க அடிப்படையிலும்

நீங்கள் தவறிழைக்கிறீர்கள். மங்கீஸ் மீது குற்றம் சுமத்தப் பட்டது போலவே உங்கள்மீதும் கரிபூசப்படுகிறது.

பலவழிகளில் அதிகாரபூர்வ நிகழ்த்துநர்களுக்கும், இசை நிறுவனஅமைப்புக்கும் இடையிலுள்ள சண்டை, பிரிட்டனில் ஏறத்தாழ இதேசமயத்தில் நிகழ்ந்த 'ரியல் ஏல்' (நிஜமான சாராய) முகாமை நினைவூட்டுகிறது. (இதைச் சுருக்கிக் காம்ரா என்றார்கள்.) காம்ரா, மிகப் பெரிய சாராயத் தயாரிப்பாளர்களின் தரப்படுத்தப் பட்ட உற்பத்திப்பொருள்களை எதிர்த்தது. தனது வழக்கமான மகிழ்ச்சியான முட்டாள்தனங்களோடு கூடிய பழைய முறையிலான, வட்டார அளவிலான பீர் தயாரிக்கும் முறையை ஆதரித்தது. ஏறத்தாழ வரலாற்று நிகழ்த்துதல் இயக்கமும் இவ்வாறுதான் செய்தது. இரண்டுமே பெரிய அளவில் வெற்றியடையத்தான் செய்தன. வரலாற்று நிகழ்த்துதல் கல்வி நிறுவனங் களின் ஆதரவைப் பெற்றது மட்டுமல்ல, இன்றுவரை அதன் நீட்சி ஒரே சீராக இருக்கத்தான் செய்கிறது. இந்த நூலை எழுதும்போது, இருபதாம் நூற்றாண்டின் முதல் சில பத்தாண்டுகளில் அதன் நிகழ்த்தல்கள் தொடர்ந்து இருந்தன. உதாரணமாக, நியூ குவீன் ஹால் இசைக் குழு நிகழ்த்திய எல்கர் சிம்ஃபனிகளின் அதிகாரபூர்வ நிகழ்த்தல்கள். இவை எல்கர் தாமே பதிவுசெய்த, உலகப் போருக்கு முந்திய இசைக்குழு நிகழ்த்தல்களின் மறு ஆக்கங்கள். அப்படியானால், வரலாற்று நிகழ்த்தல் என்பது நீங்கள் இசைக்கும் இசையைக் கூடக் குறிக்க வில்லை. எந்த விதமான அணுகுமுறையை அதற்கு நீங்கள் அளிக்கிறீர்கள் என்பதையே குறிக்கிறது.

அந்த அணுகுமுறைதான் என்ன? அவ்வப்போது, வரலாற்று நிகழ்த்துதல்களை ஆதரிப்பவர்கள் (இதற்கு, வரலாற்று நிகழ்த்துதல்களைச் செய்பவர்கள் என்று தான் அர்த்தம், காரணம், அவர்களில் பலர் நன்கு வாதிடக்கூடியவர்கள்), இசையமைப்பாளர் எவ்விதம்

விரும்பினாரோ அவ்விதம் இசையை நிகழ்த்துதல்தான் வரலாற்று நிகழ்த்தல் என்று வரையறை தந்திருக்கிறார்கள். ஓர் இசையமைப்பாளர் எவ்விதம் விரும்பினார் என்பதை அறிந்துகொள்ள வழியில்லை என்பதுதான் இந்தக் கூற்றிலுள்ள பிரச்சினை. அவர்கள் என்ன எழுதினார்களோ அதை வைத்துப் புரிந்துகொள்ளக் கூடிய அளவுதான் அவர்களின் நோக்கத்தை அறிய முடியும். எனவே அந்தக் காலத்தில் அந்த இசையை ஒரு நல்ல நிகழ்த்துதலில் எவ்விதம் வாசித்தார்களோ அவ்விதம் வாசிப்பது என்பது இதற்கு ஒரு நல்ல மாற்று ஏற்பாடு. இந்த முறையிலுள்ள குறையை நான் 4ஆம் இயலில், அலெக்சாண்டர் மோரெஸ்கியைப் பற்றிப் பேசும்போது விவாதித்திருக்கிறேன். நிகழ்த்துதலுக்கான பாணியை இசைக்குறிப்பு அதிகமாகக் குறிப்பிட முடிவதில்லை. அதன் பணி அதுவன்று. அவ்வக்கால ஆய்வுக் கட்டுரைகளில் காணப்படுவதுபோல அதற்குச் சொற்களைச் சேர்த்தாலோ, மிகத் தொல்லை தருகின்ற ஒருங்கிசை வற்ற குறிப்புகளின் தொடர் ஒன்று நமக்குக் கிடைக்கும். அதனை நமது மதிப்பிடுதல், கற்பனை, யூகம், இசை சார்ந்த உள்ளுணர்வு ஆகியவற்றினால் இணைத்துக் கொள்ள வேண்டிவரும். ஆனால் இவையெல்லாம் இருபத்தொன்றாம் நூற்றாண்டின் தொடக்கத்தில் ஓர் இசைக் கலைஞனாக நீங்கள் பெற்ற பயிற்சி, உங்கள் அனுபவம் ஆகியவற்றை எடுத்துக்காட்டுபவை. உங்கள் காலத்தின் பயிற்சியை உங்களால் மீறமுடியாது. ஆகவே அதிகார பூர்வ நிகழ்த்துதலை ஆதரிப்பவர்களின் திட்டம், அதிகார பூர்வப் பதிப்புகளைக் கொண்டுவரும் திட்டம் போல ஆகிவிடுகிறது. கடினமானதல்ல, ஆனால் சாத்தியமற்றது.

பெர்க்லியிலுள்ள இன்னொரு பேராசிரியர் ரிச்சர்ட் டாருஸ்கின். வரலாற்று நிகழ்த்துதல்களில் மிக விரிவான பயிற்சியுள்ளவர். தமது பலதரப்பட்ட கல்விசார் செயல்பாடுகளோடு அதனை இணைத்து நோக்கி,

அதிகாரபூர்வ திட்டத்தைப் பற்றிய ஏற்றுக்கொள்ளக் கூடிய விமர்சனம் ஒன்றை முன் வைத்துள்ளார். அதன் சாத்தியமின்மையில்தான் அவர் தொடங்குகிறார். இருபதாம் நூற்றாண்டுக்கு முன்னால் இசை எப்படி வாசிக்கப்பட்டது என்பதைத் தெரிந்துகொள்ள முடியாது என்பதுதான் அது. ஆவணச் சான்றுகளுக்கு விளக்கம் அளிக்கும்போது வரலாற்று நிகழ்த்துதலைச் செய்வோர் யூகங்களைக் கையாளாமல் இருக்கமுடிவதில்லை என்பதை அவர் ஒப்புக்கொள்கிறார். ஆனால் இந்தச் சான்றுகளின் ஒளியில், வரலாற்று நிகழ்த்துவோர் ஆழ்ந்து சிந்திக்கவும் தங்கள் நிகழ்த்தல்முறைகளை விமர்சனப் படுத்தவும் தெரிந்துகொள்ளும் விதத்தை அவர் வலியுறுத்து கிறார். தொடர்ச்சியான மரபில் நிகழ்த்துபவர்கள் சிந்திக்கவே வாய்ப்பில்லாத ஒரு சமயத்தில், இவர்கள் நிகழ்த்துதல்களைப் பற்றிச் சிந்திக்கிறார்கள். சான்றுகள் தொடர்பற்றவையாகவும், தங்களுக்குள் முரண்பட்டவை யாகவும் இருக்கும் நிலை வரலாற்று நிகழ்த்துவோருக்கு விளக்கமளிப்பதில் மிகுந்த சுதந்திரத்தை அளிக்கிறது. எனவே வரலாற்று நிகழ்த்தல் முறைகள், இருபதாம் நூற்றாண்டு இசையமைப்புக்கு ஒட்டி அவற்றின் பல பண்புகளை ஏற்றுக்கொண்டுள்ள நிலையை டாருஸ்கின் எடுத்துக்காட்டுகிறார். ஸ்ட்ராவின்ஸ்கி இசையின் மிக நேர்த்தியான உள்இழைவுகள், இயக்க உந்துதல் ஆகியவற்றை உதாரணமாகக் காட்டுகிறார். இவ்வாறு நோக்கும்போது, அதிகாரபூர்வ நிகழ்த்துதல் என்பது அதிகார பூர்வமானதே என்ற முடிவுக்கு வருகிறார். ஏனெனில் அது இருபதாம் நூற்றாண்டுக் கலைஞன் – தன்மையை வெளிப்படுத்துகிறது. ஏறத்தாழ மிகக் குறைவான (முடிவெடுக்க இயலாத) வரலாற்றுப்பூர்வ மான சரியான தன்மையை வைத்து அல்ல.

வரலாற்றுப் பதிவுகளை நிகழ்த்துவோர் எவ்விதம் கையாளுகிறார்கள் என்பதிலிருந்து டாருஸ்கின்

சொல்வது சரிதான் என்பதற்கான சான்று மேலும் வெளிப்படுகிறது. ஏறத்தாழ 1900 அளவிலிருந்து நீங்கள் அவ்வக்கால நிகழ்த்துதலைக் கேட்கமுடியும். பலசமயங் களில் இசையமைப்பாளரே அதைச் செய்திருப்பார் (எல்கர் தமது சிம்ஃபனிகளை நிகழ்த்தியமை, டி புஸ்ஸியும் பர்தோக்கும் தங்கள் பியானோ இசையைத் தாங்களே இசைத்தது போன்றவை.) நவீன நிகழ்த்துவோர்கள் இந்தப் பதிவுகளைக் கேட்கிறார்கள். ஆனால் போலி யான குழுக்களோ எல்விஸ் வேடக்காரர்களோ தங்கள் மாதிரிகளைச் செய்ததுபோல அவற்றைப் போலச் செய்வதில்லை. ஆனால் அந்தக் குறிப்பிட்ட இசை யமைப்பாளர் விரும்பியதுபோல இசைக்கவேண்டு மென்றால் இவை போலத்தான் செய்திருக்க வேண்டும். ஆனால் பதிவுகளிலிருந்து வெளிப்படும் நிகழ்த்து தல்களின் நடைப்பாணிகளைத் தாங்கள் நீட்டிக்கொண்டு, பிறகு அதன் அடிப்படையில் மறுஉருவாக்கம் செய்வ தாகக் கூறுகிறார்கள். (இந்தக் கூற்றினை முன்வைத்தவர் ஜான் பாய்டன். அவர் நியூ குவீன்ஸ் ஹால்ஸ் ஆர்க்கெஸ்டிராவின் கலை இயக்குநர்.) ஆனால் இது ஒரு திரிக்கப்பட்ட விவாதக் கூற்று. இக்குழுவின் முதன்மையான நோக்கம், நிகழ்த்துவோர்களும் இரசிகர் களும் ஆகிய இருவருமே போற்றும் அதன் விளக்கச் சுதந்திரத்தையும் படைப்பாற்றலையும் காப்பாற்றிக் கொள்வது என்ற முடிவுக்கு வருவதைத் தவிர்க்கமுடிய வில்லை. ஆனால் நமது குழப்பமான, முரண்பட்ட நிகழ்த்துதலுக்கான மொழியமைப்பில், நாம் வெளிப் படையாகச் சொல்லமுடியவில்லை. எனவே வரலாற்று நிகழ்த்துதல், கல்விசார்புலமை என்னும் போர்வைக்குள் தன்னை மறைத்துக்கொள்கிறது.

இப்படிப்பட்ட வரலாற்று நிகழ்த்துதலின் கல்விசார் அணிச் சொல்லாடலைத் தொன்ம நீக்கம் செய்ய டாருஸ்கின் இசை வரலாற்றின் நட்டநடுவில் நிகழ்த்துதல்

பாணியை வைக்கிறார். ஒருவேளை, இனிமேல், நிகழ்த்துதலைப் புறக்கணித்து, இருபதாம் நூற்றாண்டின் இசையமைப்பை மட்டுமே கருத்தில் வைக்கின்ற இசையின் இருபதாம் நூற்றாண்டு வரலாற்றை வரைய முடியாமலே போகலாம். நிகழ்த்துதல் ஆய்வு பற்றிய வேறுபிற அண்மைக்கால முயற்சிகளும் இதே திசையில் தான் செல்கின்றன. சோதனை முறை உளவியலிலிருந்து கடன்பெற்ற உத்திமுறைகள் இசை ஆராய்ச்சியாளர்களையும் கொள்கையாளர்களையும் இதுவரை அவர்கள் இசைக்குறிப்புகளை ஆராய்ந்த முறையிலேயே பதிவு செய்யப்பட்ட நிகழ்த்துதல்களையும் ஆராய வைக்கின்றன. எனவே இந்த நூலில் நான் திரும்பத்திரும்பச் சொல்லிவருகின்ற சமநிலையற்ற அணுகு முறையைத் திருத்திக்கொள்ள இவை உதவுகின்றன. இசைக்கும் இசை ஆராய்ச்சிக்குமுள்ள பொருந்தாமை பற்றிக் கெர்மன் கூறிய குறையைச் சீர்செய்யும் ஒருவிதம் இது. ஆனால் அவர் இசை ஆராய்ச்சியாளர்களைத் தங்கள் நேர்க்காட்சிவாதத்தைக் கைவிட்டு, இசையில் விமர்சன பூர்வமாக ஈடுபடுமாறு கூறினார். அவர் விமர்சனத்தை நோக்கிய இசை ஆராய்ச்சியியல் என்று குறிப்பிட்ட போது அவர் மனத்தில் இருந்தது வேறு ஏதோ ஒன்று.

அவர் மனத்தில் மிகச் சிறந்த உதாரணங்களாக இருந்தவை அவருடைய சொந்தப் புத்தகங்களேயாகலாம். அவை பதினாறாம் நூற்றாண்டு இசை, பீத்தோவனின் ஸ்ட்ரிங் குவார்ட்டெட்டுகள், இசை நாடகம் போன்ற தொடர்ச்சியான பல்வேறு தலைப்புகளிலும் காணப்படுபவை. இவற்றில் ஒவ்வொரு நூலும் பல்வேறுவகையான பின்னணி சார்ந்த, பகுப்பாய்வு அணுகுமுறைகளைப் பயன்படுத்தின. ஆனால் இவற்றிற்குச் சிறப்பளித்தது, இந்த அணுகுமுறைகள் இசைமீது கருத்தை வைக்க முன்னிறுத்தப்பட்ட வழிமுறைதான். ஓர் இரசிகர் தாமே கொண்டிருக்கும் இசைபற்றிய இரசிகத்

160

தன்மையைவிட, இன்னும் அதிக அளவிலான, அறிவு அடிப்படையிலான, உணர்ச்சிபூர்வமான நயத்தலை அவருடைய நூல்கள் அளித்தன என்பதுதான் இதன் அர்த்தம். உரைவிளக்க ஆய்வுகளைப்போல (ஆனால் வரலாற்று, பகுப்பாய்வு சார்ந்த அறிவுடன்), அவை இசையின் அனுபவத்தை விளக்க முற்பட்டன. இந்த வகையில் மரபு சார்ந்த இலக்கியத் திறனாய்வு போலவே இவையும் திறனாய்வுகளாக அமைந்திருந்தன. (இசை ஆராய்ச்சியியலுக்கு இலக்கியம், வரலாறு போன்ற நன்கு நிறுவப்பட்ட மானிடத் துறை அறிவுகளைப் போன்ற அறிவார்த்தமான அந்தஸ்தை அளிப்பது கெர்மனின் நோக்கங்களில் முக்கியமான ஒன்று.) இசையைச் சிந்தித்தல் என்னும் நூல் வெளிவந்த அந்தப் பத்தாண்டு களில் இசை ஆராய்ச்சியாளர்கள் இசைபற்றிய விமர்சன பூர்வமான நயத்தலுக்குச் செவிகொடுத்தார்கள். ஆனால் அவர்கள் அதனைச் செய்தமுறை, கெர்மன் விதித்த வழியில் அவ்வளவாக அமையவில்லை. இசைத்துறை யின் மூன்றாவதும் இறுதியானதுமான துணைத்துறை யாகிய இன இசையியலில் ஏற்பட்ட வளர்ச்சிக்குத் தக்கவாறே அவை அமைந்தன.

தாங்கள் படிக்காத ஒரு துறையாகவே இனஇசை யியலை இசை ஆராய்ச்சியாளர்களும், இசைக் கொள்கை யாளர்களும் நினைக்கிறார்கள். இனஇசையியலாளர்கள், தங்கள் துறையை அதன் சமூக, கலாச்சாரச் சூழலில், இசை உற்பத்தி, ஏற்றல், குறித்தல் ஆகியவற்றைத் தழுவிய ஒன்றாகக் காண்கிறார்கள். (ஆகவேதான், ஜனரஞ்சக இசை, இசை ஆராய்ச்சியையோ இசைக் கோட்பாட் டையோ அணுகுவதற்கு முன்னாலேயே இனஇசை யியல் துறையில் ஏற்கப்பட்டுவிட்டது.) குறிப்பாக மானிடவியல் போன்ற மானிட அறிவுத்துறைகளுடன் தனக்கு உள்ள தொடர்பினால், இனஇசையியல், இசை ஆராய்ச்சி, இசைக்கோட்பாடு போன்ற துறைகளை

161

விடத் தனக்கு வெளியேயுள்ள துறைகளில் அதிக ஈடுபாடு காட்டுவதாக இருந்தது. உலகப் போருக்குப் பிந்திய ஆண்டுகளில், நான் முன்னரே கூறிய துல்லியமான அறிவியல் நோக்கு என்பதால் அது கவரப்பட்டது மட்டுமல்ல, 1970களில் ஐரோப்பாவிலிருந்து வந்த பல்வேறு வகையான அமைப்புவாத நோக்கிலான அணுகு முறைகளையும் ஏற்றுக்கொண்டது. ஆனால் 1980களில் அது ஒரு புதிய பாதையை வகுத்துக்கொண்டது. இதன் அடிப்படை, நீங்கள் மேற்கத்தியமல்லாத ஒரு நாட்டிற்குச் செல்கின்ற ஒரு மேற்கத்திய இன இசையியலாளர். ஆனால், ஒரு மேற்குநாட்டுக்காரர் என்ற முறையில் உங்கள் அந்தஸ்து, நீங்கள் நோக்குகின்ற சமூகத்தில் ஒரு தனித்த வகையான பார்வையை அளித்தது. அதே போல அந்தச் சமூகத்தைச் சார்ந்தவர்களும் உங்களுக்குத் தங்கள் எதிர்வினைகளை வழக்கமான முறையிலன்றி, உங்களுக்குச் சார்பான வகையிலேயே அளித்தார்கள். அதாவது அங்கு இருப்பதனாலேயே அங்கிருக்கும் நிகழ்வுகளில் நீங்கள் கலங்கலை - குழப்பத்தை ஏற்படுத்தி விட்டீர்கள். இதனை நீங்கள் பார்த்தவற்றிற்கும் கேட்டவற்றிற்கும் விளக்கமளிக்க முற்படும்போது கணக்கில் கொள்ளவேண்டும்.

இன்னும் ஒரு விஷயமும் இருந்தது. ஒருவேளை மேற்கத்திய மயமாதல் அல்லது தொழில்மயமாதல் காரணமாகத் தங்கள் சொந்தக் கலாச்சார அடையாளத்தை மாற்றிக்கொள்கின்ற நிலையிலிருந்த சமூகங்களுடன் அவ்வப்போது அவர்கள் பணிபுரிய வேண்டியிருந்தது. அப்படிப்பட்ட சூழ்நிலையில், ஒரு பாரம்பரியக் கலாச்சாரத்தைப் பதிவுசெய்தலும் அதற்கான ஆவணங்களைப் பாதுகாத்தலுமான புலமைசார் நோக்கங்கள் இனஇசையியலாளர்களுக்குத் தங்கள் தகவலாளர்களுடனே ஒருவழியில் மோதலை ஏற்படுத்து வதாக இருந்தன. அல்லது இதற்கு மாறாக, தாங்கள்

தங்கள் தகவலாளர்களுடன் சேர்ந்து எந்த அரசாங்கத்தின் ஆதரவுடன் தங்கள் ஆய்வைத் தொடங்கி நடத்தினார்களோ, அந்த அரசாங்கத்தையே எதிர்க்கவேண்டியும் வந்தது. இன்னும் மோசம், தங்களால் பேணிப் பாதுகாக்கப்பட்ட, அரசியல்ரீதியாக முக்கியமான நம்பிக்கைகளுக்கு எதிரான தெளிவான சாட்சியங்களையும் அவர்கள் கண்டறிந்தார்கள். இதற்கு ஒரு முக்கியமான உதாரணம், எத்தியோப்பியாவில் தங்களை இஸ்ரேலியர்களாக நினைத்துக்கொண்ட ஒரு சமுதாயத்துடனான கே காஃப்மன் ஷெலிமேயின் பணி. பீட்டா இஸ்ரேலியர்கள் எனப்படுவோர் தங்களை இஸ்ரேலைப் பிறப்பிடமாகக் கொண்டவர்களாக நினைத்தனர். இதன் அடிப்படையில் அவர்கள் எத்தியோப்பிய உள்நாட்டுப் போரின் அழிவுகளிலிருந்து தப்பி, இஸ்ரேலுக்குத் திரும்புவதற்கு ஏற்பாடுகளைச் செய்யவும் முடிந்தது. ஆனால் பீட்டா இஸ்ரேலியர்களின் வழிபாட்டுச் சடங்கு முறைகளை ஆராய்ந்த ஷெலிமே, அவற்றின் ஆதாரங்கள் கிறித்துவ முறையிலானவை, யூத மதத்தைச் சேர்ந்தவை அல்ல என்பதைத் தெளிவாக விளக்கினார். அதாவது பீட்டா இஸ்ரேலியர்கள், இஸ்ரேலியர்களே அல்ல. ஷெலிமே தமது முடிவுகளை வெளியிடுவதா இல்லையா? வெளியிடுவது, பீட்டா இஸ்ரேலியர்கள், இஸ்ரேல் நாட்டோடு வைத்திருந்த தொடர்பு உறவுகளை அழியச் செய்து விடும். வெளியிடாமல் இருப்பது, ஓர் ஆராய்ச்சியாளர் என்ற முறையில் அவருடைய சொந்த நேர்மையைக் கேள்விக்குள்ளாக்கும்.

இந்த மாதிரிச் சூழ்நிலைகள், இன இசையியலாளர்களைத் தங்கள் சொந்த நிலையைப் பற்றியே சிந்திக்கவும் மதிப்பிடவும் வைத்தன. விமர்சனபூர்வமாக ஆக்குவது மட்டுமல்ல, சுயவிமர்சனபூர்வமாக ஆக்கின. இம்மாதிரிச் சூழலில் இசையியல், *என்கோசி சிகலெலி' ஆஃப்ரிகா* பாடுவது போன்ற, ஒருவகை அரசியல் செய்கையாக

163

மாறியது. இதில் முன்னணியிலிருந்தவர்கள் இனஇசை யியலாளர்கள். அவர்களது அனுபவங்கள் ஒரு வகையில், 1970 வாக்கில் குறிப்பாக அமெரிக்காவின் பட்டப் படிப்பு நிறுவனங்களிலிருந்து பயிற்சி பெற்றுவந்த இசையியலாளர்களின் தலைமுறையோடு ஒத்ததிர்வு கொண்டவையாக இருந்தன. அப்போது வியட்நாம் போர்க்காலம். மாணவர்கள் பலரும் சேர்ந்திருந்த எதிர்ப்பு இயக்கத் திற்கு நாட்டார் இசையும், ராக் இசையும் மையமாக இருந்தன. ஆகவே நீங்கள் பகலில் இசையியல் ஆராய்ச்சி யில் ஈடுபடலாம், பிறகு அரசியல் பேசிக்கொண்டு, *ஆர்லோ குத்ரீ* அல்லது *ஜெஃபர்சன் ஏர்பிளேனை* இரவில் கேட்டுக்கொண்டிருக்கலாம். இசை பற்றிய உங்கள் புலமைசார்ந்த கல்வி, இசை அருவ மானது, எல்லா வற்றுக்கும் அப்பாற்பட்டது, நாபாமும் உடல் குண்டுகளும் சேர்ந்த உலகிற்கும் அதற்கும் தொடர் பில்லை என்று கூறியது. ஆனால் உங்கள் வாழ்க்கை யின் மீதிப் பகுதி, தனிப்பட்ட மற்றும் அரசியல் பார்வைகளின் உருவாக்கத்திலும் வெளியீட்டிலும் அன்றாட அனுபவங்களுடன் இசை மிக நெருக்கமாகத் தொடர்புடையது என்பதை உணர்த்தியது. இந்தச் சூழலில் வளர்ந்த சில இசைஆராய்ச்சியாளர்கள் தங்கள் தொழில்ரீதியான வாழ்க்கையையும் தனிப்பட்ட வாழ்க்கையையும் பிரித்து வைத்துக்கொள்வதில் திருப்தி அடைந்தார்கள். ஆனால் மற்றவர்கள் அப்படியில்லை.

கெர்மனின் நூல் வெளிவந்த சமயத்தில், இந்த இசை ஆராய்ச்சியாளர்களுக்கு வயது நாற்பதை எட்டியிருந்தது. அவர்கள் அந்தத் துறையில் எழுகின்ற ஒரு சக்தியாக இருந்தார்கள். எனவே கெர்மனிடமிருந்து விமர்சனத் திற்கான குரல் கேட்டதும், அதற்கு எதிர்வினையாக, இவர்களிடமிருந்து விமர்சனம் எழுந்தது – ஆனால் கெர்மன் மனத்திலிருந்த வகையான விமர்சனம் அல்ல, மிகவும் வேறுபட்ட தன்மைகொண்ட விமர்சனம்.

இயல் 7

இசையும் பாலினமும்

பார்வைக்குப் புலப்படாத பாலியல்பு

தாட்சர்/ரீகன் ஆட்சிக் காலத்தின்போது, அடுத்த ஆளின் (நம்முடையது அல்ல) சிந்தனைதான் கருத்தியல் என்பது கேள்விஞானம் ஆகும். முதலாளித்துவ ஜனநாயகம் என்பது 'கருத்தியல்' கிடையாது. அது இயல்பாக இருப்பது. ரஷ்யர்களுக்குத்தான் கருத்தியல் உண்டு. அவர்களுக்கு என்ன ஆயிற்று, பாருங்கள்! (இதேபோல, கறுப்பர்களுக்குத்தான் 'இனம்' உண்டு, வெள்ளையர் களுக்குக் கிடையாது; பெண்களுக்குத்தான் 'பாலியல்பு' உண்டு, ஆண்களுக்கு இல்லை; இப்படி.) ஆனால் கருத்தியல் என்பது நம்பிக்கைகளின் ஒரு தொகுதி; அது கண்ணுக்குப் புலப்படுவதில்லை. இப்படித்தான் விஷயங்கள் இயல்பாக இருக்கும் என்று நம்மை நம்ப வைக்கும். ஆக இப்படிப்பட்ட இயல்பான தோற்றம் என்பதில்தான் முதலாளித்துவ ஜனநாயகம் தன் கருத்தியல் நிலைப்பாட்டைப் புலப்படுத்திக்கொள் கிறது. 1930கள் முதலாகச் சமூகவியல் துறையின் ஒரு புரட்சிகரமான உள்துறையாக 'விமர்சனக் கோட்பாடு' உருவாயிற்று. தினசரி வாழ்க்கையில் விமர்சனமின்றி ஏற்றுக்கொள்ளப்பட்ட நம்பிக்கைகள் வாயிலாக

எவ்விதம் கருத்தியல் செயல்படுகிறது, தனிமனிதர்கள் தங்கள் நம்பிக்கைகள் இயல்பானவை என்று முடிவு செய்ய எவ்விதம் இடமளிக்கிறது, கருத்தியல்கள் எவ்விதம் மாற்றுகளின் இருப்பை ஒடுக்குகின்றன என்பதை வெளிப்படுத்தியது அக்கோட்பாடு.

விமர்சனக் கோட்பாடு மார்க்சியத்திலிருந்துதான் உருவாயிற்று. அதுவே கலாச்சார விமர்சனத்தின் மிகச் செறிவான வாயிலாக வளர்ச்சியடைந்ததால், அதன் தாக்கம் இலக்கியக் கல்வி, திரைப்படம், ஊடக ஆய்வு, கலை வரலாறு, வெகு அண்மையில் இசையியலிலும்கூட பாதிப்பை ஏற்படுத்தியது. விமர்சனக் கோட்பாட்டை உருவாக்கியவர்களில் ஒருவரான தியோடர் அடார்னோ, சமூகவியலாளர் மட்டுமல்ல, ஒரு திறன்வாய்ந்த இசைக் கலைஞரும்கூட. (அவர் இசையமைப்பினை ஷோன்பெர்கின் மிகப் புகழ்பெற்ற மாணவர் ஆல்பன் பெர்கிடம் கற்றார்.) சமூகவியல் பற்றி எழுதிய அளவுக்கு இசை பற்றியும் எழுதினார். அவர் நூல்கள் படிக்க எளிதானவை அல்ல. (அவர் நூல்களை எத்தனை பேர் வாசித்தார்களோ, அத்தனைவிதமான விளக்கங்கள் இருக்கின்றன.) ஆனால் கடந்த இருபதாண்டுகளாக அவரது நூல்கள் மொழிபெயர்ப்புகளில் வெளிவந்த வாறே இருக்கின்றன. கெர்மன் வலியுறுத்திய விமர்சன நோக்கு எழுவதில் குறிப்பிடத்தக்க அளவு பங்களிப்புச் செய்தவண்ணமாகவும் உள்ளன. ஆனால் கெர்மன் நினைத்ததற்கு முற்றிலும் வேறான திசையில், இந்த விமர்சன நோக்கு நுழைந்தபோது, ஓர் அரசியல் குறுக்கீட்டுத் தன்மை கொண்டதாகவும் இருந்தது. (கடந்த இயலில் நான் விவரித்த இன இசையியலின் வளர்ச்சிக்கான பின்னணியாகவும் அது அமைந்தது.)

விமர்சனக் கோட்பாடு, அடிப்படையில் ஆதிக்கத்தை விளக்கும் ஒரு கோட்பாடு. அதிகாரம் திசைப்படுத்தப் படும் நிறுவனங்களின் வாயிலாக அதை நோக்குகிறது.

அதிகார அமைப்புகளை இயல்பானவையாகக் காட்டுவதில் நிறுவனங்கள் மிக முக்கியமானவை. அதிகாரம் வெவ்வேறு சமமற்ற அளவுகளில் உலகெங்கும் பகிர்ந்து கொள்ளப்படுவது, இயல்பாகவே அப்படித்தான் என்ற எண்ணத்தை உருவாக்குகின்றது. இசையியலில், எவ்விதம் புனிதத் தொகுதிகள் உருவாயின, இந்தப் புனிதத் தொகுதிகளை உருவாக்குவதிலும் பாதுகாப்பதிலும், அவற்றை இயற்கைப்படுத்துவதிலும் இசை நிறுவனங்களின் பங்களிப்பு என்ன என்னும் வரலாற்று ஆய்வை இந்த அணுகுமுறை தூண்டிவிட்டுள்ளது. (புனிதத் தொகுதிகள் என்பன, இசை அருங்காட்சியகத்தில் சேமித்து வைக்கப்பட்டுள்ள சிறந்த படைப்புகளின் தொகுப்பு.) இப்படிப்பட்ட நிறுவனங்களில் – இசை கற்பிக்கப்படுவனவற்றில் – பள்ளிகள், தனித்த இசைப்பள்ளிகள், பல்கலைக்கழகங்கள் போன்றவற்றில் மிக முக்கியமானவற்றில் இந்தச் செயல்முறை இன்றும் செயல்படுவதைக் காணலாம்.

நான் இதை எழுதிக் கொண்டிருக்கும் போதே ராக் இசையின் இடத்தை மீளமைப்புச் செய்வதில் ஈடுபட்டுக் கொண்டிருக்கும் நிறுவனங்களில் இது எளிதாக வெளிப்படக்கூடியது. குறுவட்டுகளின் வளர்ச்சி எப்படி பதிவுக் கம்பெனிகள் தங்கள் பழைய ராக் இசைப் பட்டியல்களைத் திரும்ப வெளியிடுவதில் ஈடுபடுத்தின என்பதைத் தொடக்க இயலில் நான் வெளிப்படுத்தினேன். எல்லா இசையையுமே மீள் வெளிப்பாடு செய்ய இயலாது என்பது உண்மைதான். ஆகவே ஒரு தேர்வுச் செயல்முறை உருவாகியது. எந்த வகை ராக் இசை புனிதத் தொகுதியில் சேர்க்கப்படவேண்டும் என்பதைத் தீர்மானிப்பதில் இது முதல் படி. செவ்வியல் மரபின் இசையைக் கற்றுக் கொடுக்கின்ற கல்விச் செயல்முறைக்குள் ராக் இசையையும் கற்றுக்கொடுக்க முடியும் என்பது தெரிந்ததால், இந்தத் தெரிவுச் செயல்முறை பல்கலைக்கழகங்களிலும்

செயல்பட்டது. கல்வித்திட்டத்திற்குள் பீட்டில்ஸ்களை யும் கொண்டுவர முடிந்த நிலை, நீங்கள் இப்போது *பிகாஸ்* அல்லது *ஹியர் கம்ஸ் தி சன்* போன்ற இசைகளைப் பற்றியும், ஷூபர்ட்டின் பாட்டுகளைப் பற்றிப் பேசும் அதே கலைச் சொற்களைப் பயன்படுத்திப் பேசமுடியும் என்பதையும், *ரோலிங் ஸ்டோன்ஸ்* பாட்டை இப்படிச் செய்யமுடியாது என்பதையும் ஓரளவு விளக்குகிறது. (இதற்கு ஒரு காரணம், பீட்டில்ஸ் பாட்டுகளின் சிறப்புத் தன்மைகள், அவற்றின் இசையமைப்புக்குள் - அவற்றின் *மெலடி*களிலும் *ஹார்மனி*களிலும் கொண்டுவரப்பட்டு விடுகின்றன.) ஆனால் ஸ்டோன்ஸின் பாட்டுகள் வேறுவிதத்தில் நிகழ்த்தப்பட்டதால், அவை வேறு வகையாக உள்ளன. ஆகவே நீங்கள் லிஃப்ட்டுகளிலும், விமானதள அமருமிடங்களிலும் எளிய வாத்திய இசை யாக பீட்டில்ஸ் இசையின் வடிவங்களைக் கேட்க முடியும், ஆனால் ஸ்டோன்ஸைக் கேட்க இயலாது.

கல்வி நிறுவனங்கள் எவ்விதம் இசைக் கலாச்சாரத் தைக் கட்டமைத்து இயற்கையாக்குகின்றன என்பதற்கு இன்னும் ஓர் அடிப்படையான உதாரணத்தைக் கேட்புப் பயிற்சி அல்லது காதுப்பழக்கம் என்று வெளிப்படை யாகவே பெயரிடப்பட்டுள்ள நிலைப்படுத்தல் பயிற்சி தெளிவுபடுத்துகிறது. இசைப் பள்ளிகளிலோ பல்கலைக் கழகங்களிலோ தொடக்க நிலையில் மாணவர்கள், ஒரு ஸ்தாயியில் உள்ள ஸ்வரங்களை அறிதல், பொதுப் பயிற்சியில் 'கார்டு'களை அல்லது இராகங்களின் ஒருங்கிசைவை அறிதல், செவ்வியல் மரபின் அடிப்படை வடிவ அமைப்புகளான *பைனரி* (இரு ஸ்வர இணைவுகள்), *டெர்னரி* (மூன்று ஸ்வர இணைவுகள்), *சொனாடா* (வாய்ப்பாட்டு ஸ்வரங்கள்) போன்றவற்றைக் கண்டறி வதாகிய இசைப் பொருள்களில் பயிற்றுவிக்கப் படுகிறார்கள். பொருள்கள் என்ற சொல் அதன் எளிய அர்த்தத்திலேயே இங்கு ஆளப்படுகிறது. மேற்கத்திய

இசைக் கலைத் தொழில் உலகத்தில் மாணவர்கள் புகுத்தப்படுகிறார்கள். அந்த உலகத்தில் இசை கேட்கப் படுவதாகிய பொருள்களைக் கொண்டிருக்கிறது. அவை ஸ்வரங்களால் ஆக்கப்பட்டிருக்கின்றன. எப்படி வீடுகள் செங்கற்களால் கட்டப்பட்டுள்ளனவோ அப்படி. இதற்கு இரண்டு விளைவுகள் உள்ளன. இசை என்பது நீங்கள் அடிப்படையாகச் செய்கின்ற ஏதோ ஒன்று (ஆனால் எப்படிச் செய்வது என்பது உங்களுக்குத் தெரிந்திருக்க வேண்டியதில்லை) என்பதிலிருந்து நீங்கள் அறிகின்ற ஏதோ ஒன்று (கட்டாயம் அதை நீங்கள் செய்தாக வேண்டியதில்லை) என்பதாக மாற்றம் பெறுகிறது. அதாவது அது அறிவுத் தொழிற்சாலையின் அமைப்பு களுக்குள்ளும், செயல்முறையைவிடக் கோட்பாட்டை அதிகமாக மதிக்கின்ற ஒரு *சமூக அமைப்புக்குள்ளும்* தழுவிக்கொள்ளப்பட்டுவிட்டது. இரண்டாவது, இசை வேறு பலவகைகளிலும் இயங்கலாம் என்பதைச் சிந்திப்பதோ, அன்றி அவ்வாறு இயங்கும்போது அதைக் கேட்பதோ கடினமாக ஆக்கப்பட்டுவிட்டது.

உதாரணமாக இசையைக் கஷ்டப்பட்டுக் கேட்கும் போது மேற்கத்திய இசைமரபின் வடிவ அமைப்பு களான ஸ்வரங்கள், கார்டுகள் ஆகியவற்றைத் தான் கேட்கிறீர்கள். அதன் பண்பு, இழைவமைதி என்ற முறையில் அதைக்கேட்க உங்களால் முடிவதில்லை. இதைத்தான் நான் *ஹாங்காங் டாக்சிப் பிரச்சினை* என்று சொல்வது வழக்கம். கேண்டனீஸ் (சீன மொழியின் ஒரு வகை) ஒரு தொனியடிப்படை மொழி. உதாரண மாக, ஃபூ என்றால் கணவன், தந்தை, பெண் என்பன வற்றில் ஏதாவதொன்றை எந்தத் தொனியில் நீங்கள் சொல்கிறீர்கள் என்பதைப் பொறுத்து உணர வேண்டும். நீங்கள் என்ன சொல்கிறீர்கள் என்பதைக் கேண்டன் காரர்கள் முதலில் உணரமுடியாதபோது உங்கள் தொனியை உற்றுக் கேட்கிறார்கள். ஆனால் மேற்கத்திய

நாட்டவர்களுக்கு தொனிகளைச் சரியாகப் பிடிப்பது கடினமாக இருக்கிறது. (இதன் விளைவாக, டாக்சி ஓட்டுநர் முதலிலேயே நீங்கள் எங்கே செல்ல விரும்பு கிறீர்கள் என்பதைச் சரிவரப் புரிந்துகொள்ளவில்லை என்றால் அவர் அங்கே போகமாட்டார். நீங்கள் இறங்கி வேறொரு டாக்சியைப் பிடிக்க வேண்டியதுதான்.)

அப்படியானால், எல்லா நிலைகளிலும், உங்களுக்கு இசை பற்றி என்ன தெரியும் என்பது உங்கள் காதுகளைத் திறந்து விடவோ மூடிவிடவோ செய்யும். சிலவித இசை களை இயல்பானவை என்று கேட்கத்தூண்டும். பிற வற்றை மனத்திற்குள் கொண்டுவர இயலாமல் செய்யும் அல்லது காதுக்குக் கேட்காமலே செய்துவிடும். ஆகவே அட்லாண்டிக்கின் இரு கரைகளிலும் இசை ஓர் அரசியல் போர்க்களமாக ஆகிவிட்டதில் வியப்பில்லை. நான் ஏற்கனவே தேசியக் கல்வித்திட்டம் அல்லது ஜிசிஎஸ்இ பற்றிச் சொல்லியிருக்கிறேன். அவற்றின் இலட்சியம், மாணவர்களுக்கு இசையைப் படைப்பதிலும், புரிந்து கொள்வதிலும் பயிற்சியளிப்பதுதான். அவர்களுக்குப் பழைய செவ்வியல் மேதைகளின் இசைமரபை அறிமுகப் படுத்துவது அல்ல. நிச்சயமாக, பாஹ், பீத்தோவன் எல்லாம் பாடத்திட்டத்தில் இருக்கிறார்கள். ஆனால் தங்கள் இடத்தை பீட்டில்ஸுகளுடனும் பாலினீஸ் இசையுடனும் பகிர்ந்துகொள்ளவேண்டிய நிலையில் இருக்கிறார்கள் (ஒருவேளை ஸ்டோன்ஸ் இல்லாமல் இருக்கலாம்). 1989இல் கல்லூரி இசைக் கழகத்தின் ஒரு செயற்குழு – அமெரிக்கப் பல்கலைக்கழக இசை ஆசிரியர்களின் சங்கம் – இதேபோன்ற பரிந்துரை களைப் பட்டப்படிப்புக்கான கல்வித்திட்டத்திற்கும் வழங்கினார்கள். அமெரிக்கச் சமூகத்தின் இனவேற்றுமை களை இசை அங்கீகரிக்க வேண்டும், அதன் விளைவாக நிகழும் கலைச் செல்வத்தையும் ஜனரஞ்சக மரபை யும் கொண்டாடவேண்டும் என்றார்கள் அவர்கள்.

பிரிட்டன், அமெரிக்கா இரண்டிலுமே, செவ்வியல் இசை மரபைக் கலாச்சாரத்துடன் (நான் 3ஆம் இயலில் கூறிய நாகரிகம்) இணைத்துப் பார்த்தவர்களுக்கு எதிரான போக்குதான் செயல்படுகிறது. ஆனால் அவர்கள், கல்வித் திட்டத்தில் பலவிதக் கலாச்சாரப் போக்குகளுக்கும் இடம் தருவதைத் தரம் வீழ்ச்சியடைந்துவிட்டது என்று தான் நோக்குகிறார்கள். அவர்கள் பாஹ், போவீ பற்றிப் பேசுகிறார்கள்; ஆனால் சமூக, அரசியல் நிலைகளில் மாற்றமின்றி அப்படியே காப்பாற்றுவதில் ஒரு மேட்டிமைக் கலாச்சாரத்தின் பங்கினை அவர்கள் ஆதரிக்கிறார்கள் என்பதுதான் உண்மையான பிரச்சினை.

கெர்மனின் எதிர்பார்ப்புக்கு ஏற்பச் சற்றே வளைந்து இசையியலில் வளர்ச்சிபெற்ற விமர்சனபூர்வ திசைப் பாட்டில், விமர்சனக் கொள்கையின் அரசியல் நிலைப் பாடு ஓரளவு இருந்தது. அதனால், இந்த வளர்ச்சியின் ஒரு முக்கியப் பகுதியாகப் பாலின ஆய்வு நிகழ்வது இயல்பானதே. இசையின் வரலாற்றில் எடுப்பாகத் தெரியக்கூடியது பெண்களே அதில் இல்லை என்ற நிலைதான். இதற்குப் பெண்கள் இசையில் ஈடுபட வில்லை என்பதைவிட வரலாறு சொல்லப்பட்ட முறை தான் முக்கியக் காரணம். ஜேன் ஆஸ்டின் நாவல்களில் எல்லாப் பெண்களுமே பியானோ வாசிக்கிறார்கள். அந்தக் காலத்தில் உயர்மத்தியதர வகுப்புகளில் அது ஏற்றுக்கொள்ளப்பட்ட சமூகச் சாதனையாக இருந்தது. அந்தப் பெண்ணின் காதலனோ கணவனோ இசை தெரிந்தவனாக இருந்தால், அவன் ஒருவேளை புல்லாங் குழல் அல்லது வயலின் போன்ற இன்னிசைக் கருவியை வாசிப்பான். அதன் விளைவாக, இருவரும் சேர்ந்து சொனாடாக்களை வாசிக்கும்போது, வாழ்க்கையின் பிறநிலைகளில் எப்படியோ அப்படியே, அவனை அவள் பின்பற்றுவாள். அதாவது, பெண்கள் இசை வாசிக்க வில்லை என்று அர்த்தம் அல்ல. அவர்கள் இல்லங்களில்

அதை வாசித்தார்கள். ஆபரா அரங்கம் ஒன்றைத் தவிரப் பிற சமயங்களில் அவர்கள் தொழில் ரீதியாக வாசிக்காத வர்களாக இருந்தார்கள். பணத்துக்காக வாசிக்க வில்லை, நண்பர்களுக்காக வாசித்தார்கள். பெரும் பாலும் அவர்கள் இசையமைக்கவேயில்லை. ஃபெலிக்ஸ் மேண்டல்ஸனின் மேதைமை பெற்ற சகோதரி ஃபேனி ஹென்ஸல் கூட, சில பாடல்களின் இசையமைப்பை மட்டுமே வெளியிட்டார் (அவையும் அவர் சகோதரரின் பெயரில் வெளிவந்தன). அவர்களிடையே எழுதப் பட்டு இன்று கிடைக்கவரும் கடிதங்கள், அன்றைய சமூக நிர்பந்தத்திற்கு (அதில் பெண்கள் இசையமைப்பு ஏற்றதல்ல) அவர் எவ்வளவு தூரம் பணிய வேண்டி யிருந்தது என்பதைக் காட்டுகின்றன.

இவையெல்லாம் ஒரு விஷச்சுழலை உருவாக்கின. பெண்கள் இசையமைப்பதில்லை ஆதலினால், அவர்கள் உடலமைப்பு, அல்லது உயிரியல் தன்மை காரணமாக இசையமைப்பைச் செய்ய இயலாதவர்கள் என்ற யூகம் உருவாக்கப்பட்டது. எனவே, இசையமைப்பைச் செய்த சில பெண்மணிகள், ஆண்களின் புனைபெயரை ஏற்றனர். ஏனென்றால் அப்படிச் செய்வதால் தாங்கள் நிகழ்த்தல்களையாவது பெறமுடியும். தங்கள் உண்மைப் பெயரில் இசையமைத்தால் அதனையும் பெறமுடியாது. ஆனால் இந்த நிலை அந்த விஷச்சுழலை இறுக்கமாக்கவே செய்தது. வெளிப்படையாகவே இசையமைத்த சில பெண்களும் வெற்றியடைகின்ற நிலையில் இல்லை. பிரெஞ்சுப் பெண் இசையமைப்பாளர் செசில் ஷாமினேட் (இவருடைய வாழ்நாள் பத்தொன்பதாம் நூற்றாண்டு, இருபதாம் நூற்றாண்டு இரண்டிலும் நீடித்தது) என்பவர் இசையை மதிப்பிட்ட மதிப்புரை யாளர்கள், மாறிமாறி அவருடைய இசையில் ஆண் களின் இசையில் காணப்படும் வலிமை இல்லை, அப்படிப்பட்ட வலிமை பெண்களுக்கு வராது என்று

குறைகூறினார்கள். இசையமைக்கும் தொழிலில் இல்லாமல், நிகழ்த்துவோர்களாக (நிகழ்த்தல்கள், குறிப்பாகத் தொழில்ரீதியற்ற நிகழ்த்தல்கள், வரலாற்று நூல்களில் புறக்கணிக்கப்படுபவை) இருந்த பெண்கள் வரலாற்றில் இடம்பெறாமல் போனார்கள். வரலாற்று நூல்கள் ஏற்றுக்கொண்ட இசையமைப்புத் தொழிலில் ஈடுபட்ட பெண்கள் தங்கள் முயற்சிகளில் முறியடிக்கப் பட்டார்கள்.

நிலைமை மாறிவருகிறது. இப்போது பத்தொன்பதாம் நூற்றாண்டின் இரண்டாம் பாதியிலும், இருபதாம் நூற்றாண்டின் முதற்பாதியிலும் பெண்கள் தொழில் ரீதியான நிகழ்த்துநர்களாகச் செயல்பட்டு வெற்றி பெற்றார்கள். இருபதாம் நூற்றாண்டில் குறிப்பிடத் தக்க எண்ணிக்கையிலான பெண் இசையமைப்பாளர்கள் – அவர்களில் ஒருவரும் வீடுகளில் புழங்கும் பெயர்களாக ஆகவில்லை என்றாலும் – சர்வதேச நிலையில் ஏற்கப் படும் அந்தஸ்தையும் அடைந்தார்கள். உதாரணமாக, ஆமி பீச், ரூத் கிராஃபோர்டு ஸீகர், எலிசபெத் லட்யன்ஸ், நிகோலா லெஃபானு. ஆனால் பிரச்சினை இன்னும் தீரவில்லை. மாறாக, இசைத்தொழிலில் பாலின வேறுபாடு எங்கும் பரவியிருக்கின்றது. ஜனரஞ்சக இசையில் பெண்கள் பெற்ற பெரு வெற்றிக்குப் பின்னரும், ஜனரஞ்சக இசைபற்றிய ஊடகங்கள், பெண்கள் தங்கள் சொந்த இசையைத் தாங்களே அமைப்பதோ சிந்திப்பதோ கிடையாது என்றே சொல்லி வருகின்றன. மடோனாவுடன் இணைந்த டிஸ்கோ-பிம்போ படிமம் காரணமாக, அவர் பெரும்பாலும் தன் பாடல்களின் உடன் ஆசிரியராக இருந்த நிலையை (இது நன்கு ஆவணப்படுத்தப்பட்ட விஷயம்) மறைத்தே வந்திருக்கின்றன. (ஆனால் பலபேர் சொல்வதுபோல *மெடீரியல் கேர்ல்*-ஐ அவர் எழுதவில்லை.) ஆனால் மிக வெளிப்படையான உதாரணம், வியன்னா

ஃபில்ஹார்மோனிக் இசைக்குழு, 1997இல், பொது எதிர்ப்பு வலுத்துவந்த போதிலும், ஹார்ப் வாசிப்பதற்குத் தவிர எந்தப் பெண்ணையும் சேர்த்துக்கொள்வதில்லை என்ற தனது கொள்கையை உறுதிப்படுத்தியது (ஆண் ஹார்ப் வாசிப்பாளர்கள் ஆபத்துக்குள்ளான அருகிவிட்ட இனம்). அதாவது, அதன் மிகப் புகழ் பெற்ற நடத்துநரான ஹெர்பர்ட் வான் கராஜனின் கொள்கைக்கு மிக உண்மையாக நடந்துகொண்டது. 'ஒரு பெண்ணின் இடம் சமையலறைதான், சிம்ஃபனி இசைக் குழுவில் அல்ல' என்பதுதான் அவர் கொள்கை.

இந்த நிலைமைக்கு விமர்சன இசையியல் எவ்விதம் எதிர்வினை அளிக்கமுடியும்? வெளிப்படையான ஒரு வழி, இசையில் பெண்களின் இடத்தை ஆதரிப்பது தான். பெண்களின் இசையமைப்பு, நிகழ்த்துதல் ஆகியவற்றை ஆதரிப்பதால் மட்டும் அல்ல, (இன்று பெண் இசையமைப்பாளர்கள் பட்டியலைத் தருகின்ற அகராதிகள் உள்ளன. பெண்களின் இசையமைப்பை வெளியிடும் கூட்டுறவு அமைப்புகள், பதிவுத் தலைப்புகள் முதலியவை உள்ளன.) பெண்களின் செயல்பாட்டை அறிந்தேற்கும் தன்மை கொண்ட வரலாற்றை எழுதும் புதிய வழிகளைக் காணவேண்டும். இந்த இரண்டுமே ஒன்றாக மேற்செல்லவேண்டியவை. பொதுவாகவே பெண்கள் ஆய்வில் எதிர்கொள்ள வேண்டிய அடிப்படைச் சிக்கல் இதிலும் உண்டு. பெண்கள் இசையைப் பொதுஇசையின் இடையில் வைக்கப்போகிறீர்களா? (அப்படியானால் பெரும்பான்மை ஆண் இசைக் கலைஞர்கள் பாரம்பரியத்திற்கிடையே அது கவனியாது அடித்துச்செல்லப்படும் வாய்ப்பு உள்ளது.) அல்லது தனித்த, தனக்கான பாரம்பரியம் கொண்ட – பெண் களின் இசையாக – அதனை மேம்படுத்தப் போகிறீர்களா? (அப்படியானால் ஓர் ஆண் ஆதிக்கக் கலாச்சாரத்தில் அது விளிம்புக்குத் தள்ளப்படும் நிலை ஏற்படலாம்.)

எனவே நடைமுறையில் இரண்டையுமே செய்ய வேண்டும் என்பதுதான் விடை. ஆனால் வேறொரு அணுகுமுறையும் இருக்கிறது. செவ்வியல் படைப்பு களை ஆராய்வதற்குப் பெண்ணியம், பாலின ஆய்வுகள் ஆகியவற்றிலிருந்து பெறப்பட்ட ஆழ்நோக்குகளைப் பயன்படுத்துவது என்பதுதான் அது. (செவ்வியல் படைப்புகளை என்பதை நினைவில்கொள்ளவும்.) புதிய வகையில் இசையுடன் விமர்சனபூர்வத் தொடர்பு கொள்வதற்கு இதுதான் முன்மாதிரியாக இருப்பதால் இசையியல் ஆராய்ச்சி நோக்கிலிருந்து இதுதான் மிகவும் முக்கியம் நிறைந்தது ஆகும்.

இசையை வெளிக்கொணர்தல்

இசைக்கும் பாலுறவுக்கும் பொதுவான தன்மைகள் இருக்கின்றன என்பதில் சந்தேகத்திற்கிடமில்லை. (இசையியலாளர் சூஸான் கியூசிக் சொல்வதுபோல, அவை மனத்துக்குள் அடுத்தடுத்த அறைகளில் உள்ளன.) இசையை வருணிக்கப் பயன்படும் சொற்கள் இதைக் காட்டும். இசை 'கவர்ச்சியாக' இருக்கிறது (ஆங்கிலத்தில் ravishing music – நேர்ப்பொருளில் 'கற்பழிக்கின்ற' இசை.) எனவே இசையை ஒரு பாலியல் செய்கையின் உடனாளியாகவே பார்க்கிறோம். அதிலும் செயலூக்க மான ஒன்று (ஏனெனில் இசையை நீங்கள் 'கற்பழிப் பதில்லை', அது உங்களைக் 'கற்பழிக்கிறது'). இசைக்குப் பாலியல்பின் என்னென்ன தன்மைகள் இருக்கக்கூடும் என்று கேட்பது, எவ்விதம் இசையமைப்பாளர்கள் பிரக்ஞையுடனோ பிரக்ஞையின்றியோ அதற்குப் பாலியல் தன்மைகளை வழங்கியிருக்கிறார்கள் என்று கேட்பது இதன் அடுத்த படிநிலைதான். இயல் 2இல் நான் கூறியதுபோல, பூர்ஷ்வா அகநிலையைக் கட்டமைப்பதில் மிக முக்கியமான ஒன்று இச்சிந்தனை. பீத்தோவனின் இரசிகர்கள், உரையாளர்கள் முதலியோர் எவ்விதம்

ஒரு மிக வித்தியாசமான, அவருக்குள்ளேயே அடையாளப்படுத்தப்படுகின்ற ஒரு தனிநபரின் இசையாக அதனைக் கண்டிருக்கிறார்கள் என்பதை விளக்கியிருக்கிறேன். இந்தச் சித்திரிப்பில் என்ன வகையான பாலியல்புகள் பங்கு வகிக்கின்றன என்று கேட்பது தவறாகாது. சூஸன் மெக்கிளேரியைப் பொறுத்த அளவில் – இந்தத் திசையில் பணியாற்றிய முதல் பெண்மணி அல்ல இவர்; ஆனால் இதில் செல்வாக்கு மிகப்பெற்றவர் – இந்தக் கேள்விக்கான விடையை பீத்தோவனின் இசை உரத்துக் கத்தியே வெளியிடுகிறது.

அடிப்படைக் கருத்து மிக எளியது. பீத்தோவான் இசையின் ஆதிக்கமான, வீரத் தலைமைப் பண்புகளைப் பற்றி யாவரும் விளக்கியிருக்கிறார்கள். சில சமயங்களில், குறிப்பாக அவரது சிம்ஃபனியின் உச்சநிலைகளில், வெறியாட்டத் தன்மை ஒன்று காணப்படுகிறது (பீட்டர் வான் டென் டூர்ன் இதைப் 'பித்துப்பிடித்த' என்று வர்ணிக்கிறார்) – தொடர்ந்த, நிறுத்தவியலாத, ஆரம்பத் தாள அடிகள் – தொடர்ச்சியான சம்மட்டி அடிகளைப் போல. டாங், டாங், டாங் என்று அந்த இசை செல்கிறது. சிலசமயங்களில் பீத்தோவன் ஏன் இப்படி அடித்துத் தள்ளுகிறார் என்று கேட்கிறீர்கள். மெக் கிளாரி, அந்த இசை பாங்க் (bonk), பாங்க், பாங்க் என்று ஒலிப்பதாகப் பார்க்கிறார் (bonk என்பதற்கு வலுவாகப் பாலுறவில் ஈடுபடுதல் என்று அர்த்தம்). ஆக விஷயம் உங்களுக்குப் புரிகிறது. இந்தச் சொல்லாக்கம் கொஞ்சம் வித்தியாசமாக இருப்பது உண்மைதான். மெக் கிளாரி அடித்தல், பாலுறவில் இடுப்பின் அசைவு, கற்பழிப்பு பற்றிக் கூடப் பேசுகிறார். பீத்தோவனின் ஒன்பதாம் சிம்ஃபனியின் முதல் இயக்கத்தின் கடைசிப் பகுதி பற்றிப் பேசும்போது, 'கொலைத்தனமான வெறியும் பூர்த்தியடையும் நிலையில் இருக்கின்ற இன்பமும் சேர்ந்த இணையற்ற சேர்க்கை இது...

(கடைசியாக, சிம்ஃபனியின் இறுதியில்) பீத்தோவன் தடியால் அடிப்பதுபோல அந்தப் பகுதியை மரணத் திற்கு... அடித்து முடிக்கிறார்' என்கிறார். என்றாலும், 1980களின் இசையியல் உலகத்தில் கெடுதலான விளைவு களின்றி, பீத்தோவனின் ஒன்பதாம் சிம்ஃபனி இசையை ஒரு பாலியல் கொலைகாரனின் பகற்கனவோடு ஒப்பிட இயலாது. அதிகாரபூர்வ இயக்கத்தைப் போலவே மெக்கிளாரியின் அணுகுமுறை ஒரு பெரிய சண்டை யைத் தோற்றுவித்துவிட்டது. பெரிய அளவில் எழுதப் பட்டு மிக அமிலத்தன்மையோடு விமரிசனங்கள் வெளிப்பட்டாலும், அவற்றைப் 'பாலியலோடு ஏன் ஒப்பீடு?' 'கையை எடு' என்ற இரு தொடர்களில் முக்கிய ஆட்சேபணைகளைக் கூறிவிடலாம்.

இரண்டாவது ஆட்சேபணைக்கு நான் சற்றுப் பின்னால் வருகிறேன். முதலாவதைப் பொறுத்தவரை, ஓர் இசை வடிவத்தைப் பற்றிய வருணனைகளில் – மரபாக, தீவிர, அருவ இசையை விரும்புபவர்களின் தேர்வான சொனாடா இசையில், பாலியல் சொற் களைப் பயன்படுத்துவதற்கும், வன்முறை அடியோட்ட மாக இருப்பதற்கும் நீண்ட வரலாறு உண்டு. உதாரண மாக, பிரெஞ்சு இசையமைப்பாளரான வின்சென்ட் டி'இண்டி ஒரு சொனாடாவின் முதல் சிந்தனை (அல்லது கருப்பொருள்) விசையும் ஆற்றலும், திட்பமும் தெளிவும் போன்ற ஆண்மை இயல்புகளைப் பெற்றிருக்க வேண்டும் என்று 1909இல் எழுதினார். அதைத் தொடர்கிறார்:

> இரண்டாவது சிந்தனை, மாறாக, முழுதும் மென்மை யாகவும், இனிமையான நளினத்துடனும், தனது மிகைத்தன்மையாலும், ஸ்வரபேதத்தின் தெளி வின்மையாலும் மிகவும் சிறப்பாகப் பெண்தன்மை யோடு இருக்கிறது: வளைவு, அழகு, தனது அலங் காரமான இனிமையின் வளைவுக்குத் தானாக முன்னேறிப் பரவுகிறது.

ஒருபுறம், ஆண்மைக்கான விசையும் ஆற்றலும், திட்பமும் தெளிவும்; மறுபுறம், நளினம், அழகு, மிகைத்தன்மை, நெகிழ்ச்சி (உடலின் வளைவுகளைக் குறிக்கின்ற ஒரு கவர்ச்சியான குறிப்பும் இதில் உண்டு) போன்ற பெண்மை இயல்புகளும் வேண்டும். பாலியல் சொற்களை வகைமாதிரியான முறையில் பயன்படுத்து வதற்கு இதனைவிடச் சிறந்த உதாரணத்தைத் தர இயலாது. ஒரு மரபான சொனாடா இயக்கத்தில் ஒவ்வொரு ஆதாரக் கார்டும் தொடக்கத்தில் ஒரு வேறான நிலையில் தொடங்கினாலும், இறுதிப் பகுதியில் இரண்டு விஷயங்களும் முதல் ஆதாரக் கார்டுக்கே வந்துவிடு கின்றன என்பதையும், முதல் விஷயம் தன் ஆதாரக் கார்டை இரண்டாவதன்மீது சுமத்தி விடுகிறது என்பதை யும் கவனியுங்கள். அல்லது வின்சென்ட் டி'இண்டி சொல்வதுபோல, 'வளர்ச்சியின் தீவிரமான போராட்டத் திற்குப் பிறகு (சொனாடா வடிவத்தின் மத்தியப்பகுதி) மென்மையும் பலவீனமும் கொண்ட அசைவு வன்முறை யினாலோ, தூண்டுதலினாலோ விசையும் ஆற்றலும் கொண்ட அசைவுக்குப் பணியவேண்டும்.'

அவ்வாறாயின் வின்சென்ட் டி'இண்டிக்கு மெக் கிளாரி என்ன சொல்கிறார் என்பது மிக நன்றாகப் புரிந் திருக்கும். அவருடைய சொற்களில் கூறினால், மெக் கிளாரி கூறுவது, ஒன்பதாம் சிம்ஃபனியில் பீத்தோவன் தூண்டுதலைவிட வன்முறையையே அதிகம் பயன் படுத்துகிறார் என்பதுதான். இவ்வாறு சொல்லும் போது பிறர் உணர்ந்ததையும்தான் மெக் கிளாரி வெளிப் படுத்துகிறார். உதாரணமாக, கியூசிக், 'பீத்தோவனின் விடாப்பிடியான லயங்கள், எனக்குப் பிடித்த தேர்வினை (இசையிலோ, அன்றிப் பாலியல்பிலோ) எனக்கு அளிக்க வில்லை' என்கிறார். (பீத்தோவன், எப்போதும் 'மேலேயே' இருக்கவேண்டும் என்று நினைப்பதாக அவர் கூறுகிறார்.) கியூசிக்கின் விடுதலை பெற்ற,

இருபதாம் நூற்றாண்டின் இறுதிப்பகுதியிலான சொற்கள், ஓர் உறுதியான விக்டோரியாக் காலத்தவர், சர் ஜார்ஜ் குரூவின் சொற்களை எதிரொலிப்பதாக அமைவது வியப்பாக இருக்கலாம். குரூவ், 1882இல் தமது *இசை, இசைக்கலைஞர்கள் பற்றிய அகராதி*யின் முதல் பதிப்பைக் கொண்டுவரும்போது, 'வலிமை யான, கடுமையான, இரக்கமற்ற பலாத்காரத்தினால் பீத்தோவன் தமது இசையில் உங்களை விசையாகச் செலுத்தி, தமது விருப்பத்திற்கேற்ப உங்களைப் பணி யவும் வளைக்கவும் வைக்கிறார்' என்று எழுதுகிறார். ஒரே ஒரு வித்தியாசம். இந்த வலிமை, விசை, பணிய வைத்தல், வளைத்தல் ஆகியவற்றைக் கியூசிக் விரும்ப வில்லை; ஆனால் குரூவ் விரும்புகிறார் என்று தோன்று கிறது. ஏனென்றால் அவர் இந்த மாதிரிச் சொற்களைப் பயன்படுத்தும்போது அவரிடம் எவ்வித எதிர்ப்பின் தடயமும் இல்லை.

குரூவ் மேற்கண்ட சொற்களை, பீத்தோவனையும் ஷூபர்ட்டையும் ஒப்பிடும்போது சொல்கிறார். அதுவே பாலினப் பிரச்சினைகளைக் கொண்டுவருவதாக அமைகிறது. 'பீத்தோவனோடு ஒப்பிடும்போது, ஷூபர்ட், ஆணுக்கேற்ற ஒரு பெண் போலத் தோன்று கிறார். ஏனென்றால் அவர் இசையை ஒருவர் அணுகும் போது பரிவுணர்ச்சி, கவர்ச்சி, அன்பு இவற்றுடன் தான் அணுகமுடியும்' என்கிறார் குரூவ். பீத்தோவன் மறைவுக்கு ஓராண்டு கழித்து, 1828இல் மறைந்துவிட்ட ஷூபர்ட்டை குரூவ் ஒருபோதும் சந்தித்ததில்லை. இந்தப் பெண்மைக்கான குணங்களை அவர் அளிப்பது மனிதருக்கல்ல – அவருடைய இசைக்குத்தான். குரூவ் குறிப்பாகச் சொல்லும் விஷயத்தை மெக் கிளாரி விரிவாக ஆராய்கிறார். குறைந்தபட்சம், அவர் பீத்தோவனின் ஒன்பதாம் சிம்ஃபனியில் கண்டவற்றிற்கு மாறாக, ஷூபர்ட்டின் இசையில் வேறான பண்புகளை அவர்

3

(குறிப்பாக, அவருடைய முடிவடையாத சிம்ஃபனியின் இரண்டாவது இயக்கத்தில்) காண்கிறார். 'நிஜமாகவே, அவருடைய சிம்ஃபனியில் சாகசமான நிலைகள் உள்ளன; ஆனால் ஷூபர்ட் அவற்றை வேரறுத்து, அவை செல்லாதவை என்ற நிலைக்கு மாற்றி விடுகிறார். சிம்ஃபனியின் தொடக்கம், ஒரு மையமான, நிலைத்த தொனித்தன்மையின் பாதுகாப்பைக் கைவிடுமாறு நம்மை அழைக்கிறது. மாறாக, ஒரு நெகிழ்ச்சியான சுயத்தின் உணர்வை அனுபவிக்க – கேட்டுமகிழ வாய்ப்பளிக்கிறது' என்று அவர் கூறுகிறார். ஆனால் பீத்தோவனின் சிம்ஃபனிகளில் சுயமானது,

> முனைப்பின் எல்லைகளை நிர்ணயித்து, அடையாளத்தை வரையறைப் படுத்திக்கொள்ள முயற்சி செய்கிறது... ஷூபர்ட், ஒரு நீடித்த இன்பம், நெகிழ்ச்சியான சுயத்தின் உணர்வு ஆகியவற்றின் பிம்பத்திற்காக இலட்சியத்தை நோக்கிய ஆசையை அவமதித்து ஒதுக்குகிறார். இவை இரண்டுமே அன்றைக்கு இயல்பாக எண்ணப்பட்ட ஆண்மைத் தனத்திற்கும், இசை வடிவத்திற்கும் முற்றிலும் அந்நியமானவை.

பிறகு சொல்கிறார்: 'இதில், ஷூபர்ட்டின் இயக்கம், ஆண் ஒருபாலுறவு (gay) எழுத்தாளர்களும் விமர்சகர்களும் இன்று ஆராய முனைகின்ற கதையமைப்புகளில் சிலவற்றை மர்மமான முறையில் ஒத்திருக்கிறது.' ஆக இப்போது விஷயம் தெரிகிறது. ஷூபர்ட்டைப் பற்றி குரூவ் பெண்மைத் தன்மை கொண்டவர் என்று பேசினார். ஆனால் அவர் நினைத்தது வேறொன்று. அவருடைய விக்டோரியாக் காலக் கூருணர்வு உரக்க எடுத்துச்சொல்லமுடியாத ஒன்று அது.

ஷூபர்ட் தன் இசையினால் ஆண் அகவயத்தன்மையின் மாற்று மாதிரி ஒன்றை உருவாக்க முனைந்ததாக

மெக் கிளாரி விளக்கம் அளித்தது அதனைப் பிரபலப் படுத்தவில்லை. மாறாக, 1988இல் அமெரிக்க இசையியல் ஆராய்ச்சிக் கழகத்தில் பீத்தோவனுடைய மிகப் புகழ் வாய்ந்த நவீன வாழ்க்கை வரலாற்றாசிரியர் மேனார்டு சாலமன் படித்த ஓர் ஆராய்ச்சிக் கட்டுரைதான் அந்த விளைவை ஏற்படுத்தியது. ஷூபர்ட் அடிக்கடி சென்ற வியன்னா நகரச் சுற்றிடங்கள் ஆண் ஒருபாலுறவுக்குப் பெயர்போனவை என்பதற்கு சந்தர்ப்ப சாட்சிய விளக்கங்கள் பலவற்றை அவர் அளித்தார். அதனால் அவரும் ஒருவேளை ஆண் ஒருபாலுறவில் நாட்டம் கொண்டவராக இருக்கலாம் என்ற கருத்தையும் முன்வைத்தார். சாலமனுடைய வாதங்கள் தக்கவாறு எதிர்கொள்ளப்பட்டன. மேலும் இருபுறமும் வெறுப்புமிழும் வாதப் பிரதிவாதம் ஒன்று அக்கால முக்கியப் பத்திரிகைகளிலும், இசைக்கென வெளிவரும் ஆய்வு இதழ்களிலும் உருவாகியது. வாதங்களும் எதிர்வாதங்களும் எந்த முடிவுக்கும் வரவில்லை. அக்காலத்தில் வியன்னா சுற்று வட்டாரத்தில் பாலியல் பிறழ்வு எனக் கருதத்தக்க ஒன்றில் ஈடுபட முனைவோர் நிச்சயம் அதற்கான சான்று களை வெளிப்படையாக விட்டுச் செல்லமாட்டார்கள் என்பதால் அப்படித்தான் நிகழவும் முடியும். இதில் சாலமனின் வாதங்களை ஏற்கத் தயாராக இருந்தவர் களுக்கும், அவற்றை மறுக்க எந்த எல்லைக்கும் செல்ல எதிர்முனையில் தயாராக இருந்தவர்களுக்கும் இடையே இந்தப் பகைமைவாதம் எப்படி நடந்தது என்பதுதான் முக்கியமானது.

ஆனால் இது எதைக் காட்டுகிறது? படம் 20இல் உள்ள விளம்பரம் (இதில் ஷூபர்ட்டின் பெயர் இயல் பாகவே தோன்றுகிறது) விடையின் ஒரு பகுதியை அளிக்கிறது. அதன் தலைப்பு 'செவ்வியல் படைப்புகளை வெளிப்படுத்து' (Out Classics). இது மறைமுகமாக, 1980களில் பரவலாக நிகழ்ந்த ஒரு நடைமுறையைக்

20. *அவுட் கிளாசிக்ஸ்* விளம்பரம். (இன்டிபென்டென்ட் ஆன் சன்டே)

குறிக்கிறது. அறைக்குள்ளாக மறைவாக இருந்த ஒருபாலுறவுச் செய்கையாளர்களை வெளிப்படுத்துவது. (அதாவது பிரபலமான மனிதர்கள் தங்கள் ஒருபாலுறவு களை இரகசியமாக வைத்துக்கொண்டு, ஆனால் வெளிப்படையாக அதை எதிர்ப்பதான நிலைப்பாட்டை மேற்கொள்ளும்போது அவர்களின் இரகசியத்தை வெளிப்படுத்துவது.) சாலமனின் கூற்று சரியானது என்றால், முதன்முதலாகப் புனிதத் தொகுதிகளை அளித்த ஒருவர் ஒருபாலுறவுக் கலாச்சாரத்திற்கு மையமான பிம்பமாகக் கிடைப்பார் என்று நோக்கலாம். (Out Classics விளம்பரத்திற்குப் பயன்படுத்தப்பட்ட மற்றவர்கள் புனிதத்தொகுதிகளின் விளிம்பில் இருப்பவர்கள் - சைகாவ்ஸ்கி, சோப்பின் தவிர. சோப்பின் ஜார்ஜ் சேண்ட் என்ற ஆண் புனைபெயர்கொண்ட பெண் நாவலாசிரிய ருடன் வாழ்ந்தவர். அவரை ஆண் என்று கருதி இந்தப் பட்டியலில் சேர்த்துவிட்டார்கள் போலும்.) எதிர்த் தரப்பின் விவகாரம் என்ன? ஷூபர்ட் இருபாலியல்புள் ளவர் என்றோ, பிரம்மச்சாரி என்றோ அவர்கள் வாதாட வில்லை. மாறாக, அவருடைய இசைக்கும், எல்லா இசையையும் போலவே, எந்தவிதமான பாலியல்புடனும் தொடர்பில்லை என்றுதான் வலியுறுத்தினார்கள்.

இசை பாலியல்பை மீறியது; ஆகவே தனக்கே உரிய சொந்தமான உலகை அது கொண்டிருக்கிறது. எனவே 'கையை எடு' என்ற அணுகு முறை. இது இயல் 2இல் நான் பேசிய சிந்தனைமுறையைப் பிரதிபலிக்கிறது. பீத்தோவன் தொன்மத்துடன் இது இணைந்திருக்கிறது. ஆனால் இப்போது, பாலின அரசியலின் நோக்கிலிருந்து, அந்தத் தொன்மத்தை நாம் சற்றே வேறுவகையாகப் பார்க்கலாம். மெக் கிளாரியின் கூற்று சரியானால், ஒரு புனிதத்தொகுதியில் முனைப்பாக உள்ள இசைப்படைப்பு ஆணின் தன்மைகளை வெளிப்படுத்தினால், அது இருபாலுறவு அகவயத் தன்மையைக் காட்டுகிறது.

அப்போது அந்த இசை, ஆணினுடைய, இருபால்தன்மை கொண்ட மதிப்புகளை உலகப் பொதுவானதாக முன் வைக்கிறது. ஆனால் பாலியல்பு அதற்குள் வராதது போல் நடிக்கிறது. கருத்தியல் எவ்விதம் செயல்படுகிறது என்பதற்கு இது ஒரு சிறந்த எடுத்துக்காட்டு.

இங்கே, பாலினம் குறித்த சில பிரச்சினைகளை விட்டு, நாம் 'புதிய' இசையியலின் இதயப்பகுதிக்கு (கெர்மனுக்குப் பிந்திய விமர்சன அணுகுமுறையை வலியுறுத்தியவர்கள் அப்படித்தான் சொல்லிக்கொண் டார்கள்) வருகிறோம். இந்தப் பெயர் தவிர்க்க இயலாமல் சிறிதுகாலம் அலமாரிப் பெயருக்கு உரியதாக இருந்தது. வெளிப்படுவதற்கு முந்தியே அது தன் சிறந்த நாட்களை இழந்துவிட்டது, இப்போது முக்கிய இசை யின் பகுதியாக புதிய இசையியல் மாறிவிட்டது. 1990இல் லாரன்ஸ் கிரேமரால் இந்தச் சொல் உருவாக்கப் பட்டது. வேறெவரையும்விட அவர் சிறப்பாக அதன் திட்டத்தை முன்வைத்தார். தன்னைச் சுற்றியுள்ள உலகத்திற்கும் இசைக்கும் சம்பந்தமில்லை, இசை நேரடியாக உண்மை, அழகு போன்ற முழுமை மதிப்பு களுக்கு இடையீடற்ற நேரடியான தொடர்பை ஏற்படுத்து கிறது போன்ற கூற்றுகளைப் புறக்கணிப்பது அந்தத் திட்டத்தில் முக்கியமானது. இதற்கு இரண்டு அடிப் படைகள். ஒன்று, முழுமையான மதிப்புகள் என்று எவையும் இல்லை என்பது (எல்லா மதிப்புகளுமே சமூகத்தால் கட்டமைக்கப் பட்டவை, மாறக்கூடியவை). இரண்டு, இடையீடற்ற நேரடியான தொடர்பு என்பது இயலாதது. நமது கருத்தாக்கங்கள், நம்பிக்கைகள், முந்திய அனுபவங்கள் எல்லாமே நமது புலனுணர்வுகள் வாயிலாக ஏற்படுபவை. எனவே புலனுணர்வுகளின் தொடர்பின்றி முழுமையான மதிப்புகள் நேராகத் தொடர்பு கொள்கின்றன என்ற கூற்று கருத்தியல் சார்ந்த ஒன்று, இசையைத் தனக்குப் பணியச் செய்வது.

விமர்சனக் கொள்கையின் அடிப்படையிலான ஓர் இசையியல், விமர்சனத்தோடு நோக்குவது, உள்பொதிந்துள்ள கருத்தியலை வெளிப்படுத்துவதில் கவனம் செலுத்துகிறது. எனவே இசையில் சமூக, அரசியல் அர்த்தங்கள் பொதிந்துள்ளன என்பதை அது காட்ட வேண்டும். அதாவது எவ்விதத்திலும் மறுக்கமுடியாத அளவில் இசை (கிரேமருக்குப் பிடித்தமான சொல்லில் கூறவேண்டுமானால்) உலகியல் சார்ந்தது, லோகாயதமானது.

இந்த நோக்கிலிருந்து பார்த்தால் மெக் கிளாரியின் சொந்த அணுகுமுறையில் ஒரு பிரச்சினை இருப்பது போலத் தோன்றுகிறது. ஏனென்றால் காலங்காலமாக விமர்சகர்கள் இசையைப் பற்றி எவ்விதம் எழுதிவந்தார்களோ அதே தொனியில்தான் மெக் கிளாரியின் எழுத்தும் உள்ளது. அது எப்படியிருக்கிறது என்று அவர் சொல்கிறார்: ஏதோ தனக்குத்தான் இசையின் அர்த்தத்தைக் கண்டறிவதில் சிறப்பு வாயில் இருப்பதைப் போலப் பாரம்பரியமாகக் கட்டமைக்கப்பட்ட ஓர் ஆசிரியத் தன்மையோடு கூடிய நிலைப்பாட்டிலிருந்துதான் அவர் எழுதுகிறார். ஆனால் கிரேமர் தொடர்ந்து வலியுறுத்துவதைப் போல, உண்மையாகவே விமர்சனபூர்வ - அதாவது, சுயவிமர்சனபூர்வ இசையியல், அதிகாரபூர்வக் கூற்றுகளின் உறுதிப்பாடான தன்மையைக் கைவிட வேண்டும். தனது தற்காலிகமான, மாறக்கூடிய இயல்பை, தனது சமூகக் கட்டமைப்புத் தன்மையை அறிந்திருக்கவேண்டும். (கிரேமருடைய இன்னொரு பிரியமான தொடரில், அது விளக்கவியல் இயங்கு தன்மையை தக்கவைத்துக்கொள்ளவேண்டும்.) கிரேமர் பிறகு இதே நிலைப்பாடுகளின் அடிப்படையில் கேரி டாம்லின்சன் என்ற ‘புதிய’ இசையியலாளர்கூட தன்னைக் தாக்குவதை அவரே கண்டறிய நேரிட்டது என்பது முரண்நகை. இப்படி நடந்த விவாதங்கள் மூலம்

இருதரப்புகளிலிருந்தும் அந்தந்தத் தரப்பின் அடிப்படை யூகங்களை நன்கு அறிய முடிந்தது. கிரேமர், கொஞ்சம் புதிய சொல்லாட்சியைக் கையாளுகின்ற பழைய மாதிரியான விமர்சகர்தான் என்பது டாம்லின்சனின் குற்றச்சாட்டு. இசை பற்றி கிரேமர் பேசவரும் போது, 'அவருடைய அறிவின் அசைக்கமுடியாத உறுதிப்பாடு பழைய இசையியலின் பாஷையையே பேசுகிறது' என்பது டாம்லின்சன் கூற்று. இவ்வாறாக கிரேமர், இசைக்குத் தம் சொந்த அர்த்தங்களைப் புகுத்தி (ஆனால் அவற்றை இசையினுடையவை என்று கூறி) அதை வசதியாக அடக்கி, இசையைப் புரிந்துகொள்வதற்கு மிக எளிதாக்கி விடுகிறார்.

டாம்லின்சன் முன்வைக்கும் நோக்குதான் இன்று இசையியலில் விவாதப்படி மிகத் தெளிவற்றது (புகை மூட்டமானது). எந்த வகையான விமர்சனமாக இருந் தாலும், வேறு எதிர் மாதிரியாகத் தென்பட்டாலும், விமர்சனம் என்பது வரலாற்றுப் பின்னணியிலிருந்து இசையை விடுவித்து அதைப் புரிந்துகொள்ள முயற்சி செய்வது என்று சொல்கிறார். ஆனால் இசைக்கு வன்முறை இழைக்காமல் அதை அதன் வரலாற்றுப் பின்னணியிலிருந்து விடுவிக்கமுடியாது. இசையை இசையாகவே படிக்கக்கூடிய நுண்மையான வாசிப்பில் நாம் மேலும்மேலும் ஈடுபடும்போது, நாம் நமது சொந்த மதிப்புகளை அதில் புகுத்திவிடுகிறோம். நமது வாசிப்பு முறை ஒன்றேதான் சரியான வாசிப்புமுறை என்று கூறும் அழகியல் காலனியத்திற்குள் புகுந்துவிடுகிறோம். இசையைப் பற்றிப் பேசுவதுகூட ஒரு கள்ளத்தனமான நெருக்கத்தை நமக்கும், வரலாற்று அல்லது புவியியல் மற்றதற்கும் உருவாக்கக்கூடியது என்று டாம்லின்சன் முடிவுரைக்கிறார். அவருடைய வாதங்களில் ஒரு கடுமையான தர்க்கம் இருக்கிறது. ஆனால் அவை ஒரு முட்டுச்சந்திற்கே கொண்டுசெல்கின்றன. குளிக்கும்

தொட்டியிலிருந்து நீரை வெளியே ஊற்றும்போது குழந்தையையும் சேர்த்து வீசிவிடுவதான போக்கு இது. ஏனென்றால், கிரேமர் பதிலிறுப்பதுபோல, ‘நாம் இசை என்று எதை இன்று கருதுகிறோமோ, அதன் மரணத்துடன் விமர்சனத்தின் மரணமும் விரைவில் நேரும்.’ இன்னும் கூர்மையாக, ‘நம்மில் சிலருக்கு, தருவதற்கு இது மிகப்பெரிய விலையாக இருக்கும்’ என்றும் எச்சரிக்கிறார்.

ஆனால், இசையற்றதோர் இசையியல் என்று டாம்லின்சன் கூறுவதற்கு (இந்தத் தொடர் கிரேமருடையது) ஒரு பாரம்பரியம் இருக்கிறது. விமர்சனக் கொள்கையில் ஒரு வலிமையான துயர்நோக்குணர்வு இருக்கிறது. கருத்தியலை எப்போதுமே அழிக்க முடியாது என்பதிலிருந்து அது ஏற்படுகிறது. டாம்லின்சனையும் புதிய இசையியலாளர்களையும் பொறுத்தவரை, அது குறைந்தபட்சம், முன்னர் நான் கூறியது போல, அமெரிக்காவிலேனும் செவ்வியல் இசை மறைந்து கொண்டிருக்கிறது என்ற பரவலான உணர்வு வலுப் படுத்தப்படுவதால் ஏற்படுகிறது. ஆனால், டாம்லின்சனின் பிரச்சினையில் ஒரு பகுதி, அவர் இசையின் லோகாயதத் தன்மையை வலியுறுத்துவதால் ஏற்படுகிறது என்று நான் நினைக்கிறேன். அதாவது, தனிப்பட்ட மற்றும் சமூகத்தின் மாற்றங்களுக்குத் தான் உதவுவதற்கு மாறாக, சமூக அரசியல் அமைப்புகளுக்குள் இசை கட்டுண்டு கிடக்கும் தன்மை. இந்த நூலின் தொடக்கத்திலேயே கூறியது போல, நாம் யாராக இருக்கிறோம் என்று நம்மை ஆக்கிக் கொள்வதற்கான கருவிகளில் இசை ஒன்று. தேர்ந்தெடுப்பது முழுமையாக நம்மிடம் இல்லை என்பது, நாம் கொண்டிருக்கும் சுதந்திரத்தின்மீது மதிப்புக்கொள்ள மறுப்பதற்குக் காரணமாகாது. இந்த இயலின் மீதிப் பகுதியிலும், முடிவுரையிலும் நான் இந்த எச்சரிக்கையான மகிழ்நோக்கினை இன்னும்

விரிவாக விளக்க முனைகிறேன். அதனை, இசையும் பாலினமும் பற்றிய பிரச்சினைகளுக்குத் திரும்பி வருவதன் மூலம் தொடங்குகிறேன்.

நாம் செய்யக்கூடியது

இனஇசையியலாளர்கள் தங்கள் நிலைப்பாடுகளைக் கோட்பாடாக்க முனைந்ததன் அவசியத்தை நான் முன்னரே சொல்லி இருக்கிறேன். பாலினம் தொடர்பான (பெண்ணியவாதி, ஆண் ஒருபாலுறவுக்காரர், பெண் ஒருபாலுறவுக்காரர்) இசையியலுக்கு இதே விஷயம் தான் இப்போது தேவைப்படுகிறது. அதாவது குறிப் பிட்ட பாலின நோக்கிலிருந்து இசை பற்றி எழுதுவது. குறிப்பாக, ஆண் ஒருபாலுறவு (கே), பெண் ஒருபாலுறவு (லெஸ்பியன்) நோக்கில் இசையியல் என்பது வெளிப் படையாகவே அப்படிப்பட்ட நிலைப்பாடுகள் எடுத்து எழுதுவதாகும். இது ஒருவகையான தொழில்ரீதி யான வெளிப்படுதலை உள்ளடக்கியுள்ளது. ஆனால் இந்த நிலைப்பாடு 1990 வரை தொழில்ரீதியான தற்கொலையாக முடிந்திருக்கும். அப்போதுதான் 'இசை யுடன் ஒரு லெஸ்பியன் உறவு: நேர்ப்பாலியல்பைச் சிந்திக்காமலிருக்க ஒரு தீவிர முயற்சி' (சூஸான் கியூசிக்), 'நாட்டுப்புற இசை, கே.டி. லாங் பற்றிய ஆண் ஒரு பாலுறவுச் சிந்தனைகள்' (மார்த்தா மோக்கஸ்) போன்ற தலைப்புகளில் கருத்தரங்கக் கட்டுரைகள் வெளியாகத் தொடங்கின. மோக்கஸின் கட்டுரைகளில் வெளிப் படுதல் ஒரு தலைப்பாகவே இருந்தது. 1992இல், பல ஆண்டுகளாக இருமனப்போக்குக் கொண்டிருந்த அமெரிக்க நாட்டுப்புற/ராக் பெண் பாடகர் கே.டி. லாங், தான் ஒரு லெஸ்பியன் என்று அறிவித்துக் கொண்டார். ஒருவேளை இப்படிச் செய்த முக்கிய மையநிலைப் பாடகர் அவராகவே இருக்கலாம் (படம் 21). அறையிலிருந்து இசையியல் வெளிப்பட்டது,

21. கே. டி. லாங், தன் நிகழ்ச்சியில்.

பரந்த கலாச்சாரச் செயல் முறையின் ஒரு பகுதியே எனலாம்.

வெளிப்படுதல் பற்றிய அறிக்கை, பாடகரோ அன்றி இசை ஆராய்ச்சியாளரோ செய்வதென்பது ஒரு நிகழ்த்து செயல்தான். ஒரு வாக்குறுதிபோல. ஏற்கனவே எங்கோ செய்த ஒரு செயலின் அறிக்கை அல்ல அது. *அதைச் செய்வது.* இதைத்தான் இசை பற்றிய தன் கட்டுரையில் கியூசிக் சொல்கிறார்: 'மனிதர்கள் என்ற முறையில், விளக்கமளிக்கின்ற முறையில், படியெடுக்கின்ற முறையில், உலகத்தோடு நமக்குள்ள உறவை வலுப்படுத்திக் கொள்கின்ற முறையில், அல்லது எவ்வித சாத்தியமான

உறவு முறைகள் இருக்கக்கூடும் என்ற நமது கற்பனை யான எண்ணங்களில், இசை என்பது (பாலுறவு போல) முதலில், நாம் செய்கின்ற ஒரு செயல் என்பதை எப்போதுமே மறக்க முற்பட்டுக் கொண்டேயிருக் கிறோம்.' இசையைப் பற்றி கியூசிக் சொல்வது அவரு டைய சொந்த இசை ஆராய்ச்சிக்கும் பொருந்தும். பதினேழாம் நூற்றாண்டு இத்தாலிய இசை பற்றி அவர் எழுதிய நேரான வெளியீடுகளைப் போலன்றி, மிகவும் தனிப்பட்ட முறையில் எழுதப்பட்ட இந்தக் கட்டுரை, இசையும் பாலியலும் அடுத்தடுத்த அறைகள் போலன்றிப் பிரிக்க முடியாதவை என்ற நிலைப்பாட்டில், இரண்டை யும் பற்றிய அவருடைய அனுபவங்களை விளக்கிக் காட்ட, பிரதியெடுக்க, வலுப்படுத்த முனைகிறது. அல்லது மெக் கிளாரி பீத்தோவன், ஷூபர்ட் இசை களை ஆண் பாலியல் தன்மைகளை வெவ்வேறான முறைகளில் கட்டமைப்பவை என்று வாசித்தது போலவே, இசையையும் பாலியலையும் பற்றி கியூசிக்கினுடைய அனுபவங்களைக் கட்டமைக்கிறது என்று சொல்வது சரியாக இருக்கும்.

ஆனாலும் ஒரு வித்தியாசம் இருக்கிறது. நான் சென்ற இயலில் கூறியதுபோன்ற விமர்சனம் சார்ந்த சுய மதிப்பீடு, கியூசிக்கின் கட்டுரையில் காணப்படுவது. இதற்கு முரணாக, மெக் கிளாரி, தன் சுயநிலைப் பாட்டைக் கொள்கையாக்குவது போலத் தென்பட வில்லை. அவர் பாரம்பரியமாகக் கட்டமைக்கப்பட்ட அதிகார நிலைப்பாட்டிலிருந்து எழுதுகிறார் என்று கிரேமரை எதிரொலிப்பதுபோல நான் கூறியதன் அர்த்தம் இதுதான். 'ஆனால் இசை என்பது பாலியலி லிருந்து பிரிக்க முடியாத ஒன்றா?' என்ற கேள்வியை எழுப்பக் கியூசிக்கின் கட்டுரை இட்டுச்செல்லாது. ஏனென்றால் அவரது கட்டுரை, இது இப்படியிருக்குமா, அது அப்படியிருக்குமா என்று கேட்கக்கூடிய ஒரு புற

22: ஜோசப் டெஷ்சர், *ஃப்ரான்ஸ் ஷுபர்ட்,* 1826, கல்லச்சுமுறை.

யதார்த்தத்தை அடிப்படையாகக் கொண்டதல்ல. மாறாக, அது ஒரு தரிசனத்தை அளிக்கிறது; உலகத்தை அனுபவிக்கின்ற ஒரு வழியை அளிக்கிறது; அதில் பாலியல்பிலிருந்து இசை விடுபட்டதல்ல. (இந்த தரிசனம் உங்களுக்குப் பிடிக்காமல் இருக்கலாம். ஆட்சேபணைக் குரியதாகவும் இருக்கலாம். ஆனால் ஒரு நாவலைப் போலவே, இது நிஜமாக இல்லை என்று சொல்வது பொருத்தமாக இருக்காது.) இதற்கு எதிர்நிலையில், மெக் கிளாரி, இசை நிஜமாகவே எப்படியிருக்கிறது என்று, மெய்யாகவே இசையிலேயே அதன் அர்த்தம் தங்கியிருப்பதுபோல, அதனை நாம் கண்டுபிடிக்க அது

காத்திருப்பதுபோல எழுதுகிறார். பீத்தோவனும் ஷூபர்ட்டும் நிஜமாகவே எப்படியிருந்தார்கள் என்பதை அறிந்துகொள்ள அவர் வாசிக்கவும் படுகிறார். 'இசை யமைப்பாளர்களின் கற்பனை செய்யப்பட்ட கூருணர்வு களும் இசைக் களஞ்சியங்களில் காணப்படும் பண்பு களும் ஆகிய இவற்றிற்கிடையில் மெக் கிளாரி தரும் இணைப்புகள், சாராம்சவயச் சிந்தனையின்பாற் பட்டவை' என்று ஜேம்ஸ் வெப்ஸ்டர் வேதனைப் படுகிறார். உதாரணமாக, ஷூபர்ட் பற்றி ஒருபாலுறவுத் தன்மைகள் என்று எவற்றை மெக் கிளாரி குறிப் பிடுகிறாரோ அதே தன்மைகளை பீத்தோவனும் சிலசமயங்களில் ஆராய்கிறார் என்று எடுத்துக்காட்டு கிறார். மூன்றாம் உறவுள்ள ஒருங்கிசைவுகளுக்கும், பைத்தியக்கார விதமான வடிவ அமைப்புகளுக்கும் ஒருபாலுறவுத் தன்மை என்பது இருக்குமானால், பீத்தோவன் மாதிரியான சற்றும் வேறுவித விளக்கத் துக்கு இடந்தராத, நேரான இசையமைப்பாளரின் இசையில் அவற்றை எப்படி நாம் காணமுடிகிறது? (இதே கேள்வியைத்தான் மெக் கிளாரியின் விமர்சகர்கள் பலரும் கேட்டிருக்கிறார்கள்.)

ஆனால் இந்தக் கேள்வி, வெப்ஸ்டர் ஆட்சேபிக்கும் சாராம்சச் சிந்தனைத் தளத்தில்தான் அர்த்தமுள்ளது. அதாவது ஒருபாலுறவு இசையமைப்பாளர்கள் ஒருபாலுறவு இசையை எழுதுகிறார்கள்; நேரான பாலுற வுள்ளவர்கள், நேரான இசையை எழுதுகிறார்கள்; ஏனென்றால் அதுதான் அவர்கள் இயல்பு என்பது சாராம்சச் சிந்தனைமுறை. (படங்கள் 22-23 ஒரேவித மாதிரிகளை நீங்கள் எப்படி இரு இசையமைப்பாளர் களின் பத்தொன்பதாம் நூற்றாண்டு மீளாக்கங்களாகக் காணமுடியும் என்பதைக் காட்டுகின்றன.) எதிர் நிலையில், மெக் கிளாரி, தான் பேசும் பாலியல் அக நிலையின் கட்டமைப்புகள் கொள்கையளவில் எந்த

இசையமைப்பாளருக்கும் பொருந்தும் என எச்சரிக்கை யாகவே விளக்குகிறார். அப்படியானால், பீத்தோவனின் இசை சிலவற்றில், ஒருபாலுறவுத் தன்மைகள் இருந்தால், தமது சொந்த உளவியல் அமைப்பின் ஒருபாலுறவுப் பக்கத்தை அவர் ஆராய்ந்தார் என்று கொள்ளலாமா? நாம் இசையைப் பயன்படுத்தும், மதிக்கும் ஒரு காரணம் இது அல்லவா? (இதைத்தானே குரூவ், அறிந்தோ அறியாமலோ செய்துகொண்டிருந்தார்?) அவ்வாறாயின், கறுப்பு-வெள்ளை போன்ற வித்தியாசங்களுக்கு அப்பால் நாம் செல்லக் கற்றுக்கொள்ள – ஒருபாலுறவு, நேரான உறவு போன்ற சாராம்ச வகைப்படுத்தல்களுக்கு அப்பால் செல்ல – இசை உதவுகின்ற வழிகளில் ஒன்றாக இருக்கலாகாதா? அதாவது உண்மையான மனித மனத்தின் பாலியல்புகளின் சிக்கல்கள், தற்காலிக நிலைகள், ஒளிவீசும்- நிழலான பகுதிகள் ஆகியவற்றை அறிய இசை ஒரு வழியாக உதவலாம் அல்லவா?

மெய்யாகவே, மெக் கிளாரி பீத்தோவன், ஷூபர்ட், மாண்டிவெர்டி, லாரி ஆண்டர்சன், மடோனா பற்றித் தந்த வாசிப்புகள், கியூசிக் தம் கட்டுரையில் கொடுத்த நிகழ்த்துதல் செய்கையின் வகை அல்லவா? இதைச் சொல்வது, மெக் கிளாரி கட்டுரையின் மதிப்பு, அதன் உண்மையில் (புற யதார்த்தத்துடன் நேரடித் தொடர்பு கொண்டது என்ற அர்த்தத்தில்) இல்லை, அதன் செயல் தூண்டு தன்மையில் நாமும் எவ்வளவுதூரம் தூண்டப்பட ஒப்புக்கொள்கிறோம் என்ற தன்மையில், உள்ளது என்பதைக் காட்டவே. பாலின அரசியலின் ஒரு மேடை என இசை செயல்படுகின்ற முறை நமக்கு எப்படி உவப்பானது என்பதற்காகவே. இசை – பாலியல் பற்றி உடன்பாடாகவோ, எதிராகவோ எழுதுவதனால் பெறுகின்ற உணர்ச்சியின் பலம், இருபத்தொன்றாம் நூற்றாண்டின் தொடக்கத்தில் நமக்கு மிகவும் பாதிப் புள்ள விஷயம் என்பது புலப்படுகிறது.

நாம் அதன் விளைவுகளை நம்புகிறோமோ இல்லையோ, புலமைக்கு இன்னும் வேறுவித மதிப்பு வேண்டும். மெக் கிளாரியின் வாசிப்புகளில் உள்ள பிரச்சினைகளில் ஒன்று, இசையின் பலவிதமான அர்த்தப் படும் தன்மைகளை விவரிக்கப் பாலியல் சார்பான சொற்களை மட்டுமே பயன்படுத்துகிறார் என்று நான் பார்க்கிறேன். இசையைப் பலவிதங்களில் புரிந்து கொள்ளமுடியும், அவற்றில் பாலியல்பும் ஒருவகை. பீத்தோவன் தொன்மங்களை உருவாக்கியவர்களில் ஒருவரான லுட்விக் டீக், கருவி இசையை, 'முன்னோக்கிச் செல்லவும் தன்மீதே திரும்பவுமான நிறைவடைய இயலாத ஆசை' என்று வர்ணித்தார். இந்த உருவகம் பொருத்தமானதுதான். (செவ்வியல் இசை எவ்விதமாக இலட்சியங்களை நிறுவுகிறது, பிறகு அவற்றின் பூர்த்தி யினைத் தொடர்ந்து பின்னுக்குத் தள்ளி, எவ்விதம் உங்களை அலைக்கழிக்கிறது என்று நினைத்துப் பாருங்கள்.) ஆனால் அந்த ஆசை, பாலியல் சார்புள்ளது தான் என்று நினைக்கத் தேவையில்லை. அதேபோல, பீத்தோவன் சில சமயங்களில் தாக்குவது, அடிப்பது, பிறகு இறுதியாக அவருடைய இசைப் பொருள்களை அழிப்பது என்பவை, இசையில் ஏதோ இருக்கிறது – அது அவ்வளவாக அழகானதல்ல – என்பது பத்தொன்பதாம் நூற்றாண்டின் ஆதிக்கம் – அடிமைத்தனக் கோட்பாடுகள் வாயிலாகத் தெரியவருவது. ஆனால் இதனை வெளிப் படுத்துவதற்கு மெக் கிளாரியின் கலவி உருவகங்கள் மட்டுமே ஒரே வழியல்ல.

இன்னும் பொதுவாக, பீத்தோவன், ஷூபர்ட் இசைகளில் இருக்கும் பிரச்சினை, வேற்றுமை என்பது தான். நியம அளவு × மற்றது. எந்தக் கலாச்சாரத்திலும், நியம அளவு × மற்றது என்பதற்கு ஆண்-பெண் வேற்றுமை எடுத்துக்காட்டு. ஆனால் அப்படி இருக்கத் தேவையில்லை என்கிறார் ஐரா கெர்ஷ்வின். இனமும்

23. கஸ்பார் கிளெமென்ஸ் ஜம்புஷ், *வியன்னா பீத்தோவன் நினைவுச்சின்னத்திற்கான பீத்தோவன் உருவம்*, 1878, வெண்கலம், வியன்னா.

மதமும்கூட இதை விளக்கப் போதுமான நல்ல உதாரணங்கள். (மெக் கிளாரிக்கு உரிய பங்கைத் தரவேண்டுமென்றால், அவரும் இதுபோலவே சிந்தித் திருக்கிறார், ஆனால் வழக்கமான, எல்லோருக்கும் நினைவிருக்கின்ற, தாக்குதல், அடித்தல், இடுப்பு அசைவுகள், கற்பழிப்பு பற்றிய பேச்சுதான்.)

இசையில் ஒப்புமை-வேற்றுமை, விரிதல்-குவிதல், முரண்பாடு- தீர்வு ஆகிய பாணிகள் பொதுவாகக் காணப்படுகின்றன. ஆனால் நாம் விரிவுபடுத்தும் எந்தத் தனிவித உருவகத்தாலும் இசையின் பொதுத் தன்மை பிறழ்ச்சி அடைகிறது. உருவகங்கள் இசையைக் குவியப்படுத்துகின்றன. அதன் உள்ளார்ந்த பண்பு களுக்கு அவை குறித்த வெளிப்பாடுகளை அளிக்கின்றன. ஆனால் இந்த உள்ளார்ந்த பண்புகள் முதலில் இசை யில், அதன் ஒப்புமை, விரிவு போன்ற பாணிகளில் இருக்கவேண்டும். இல்லாவிட்டால் பயன்படுத்தும் உருவகம் சற்றும் மனத்தைத் தூண்டுவதாக இருக்காது. (பீத்தோவனின் ஒன்பதாம் சிம்ஃபனியின் முதல் இயக்கத்தின் இறுதிப் பகுதியை ஆஸ்திரேலியப் புதர்க் காட்டுப் பகுதியினூடாக விமானத்தில் பயணம் செய்வதாக எண்ணிப் பாருங்கள். நான் சொல்வது உங்களுக்குப் புரியும்.)

ஆகவே மெக் கிளாரியின் விளக்கங்கள் அகவய மானவையாக இருந்தாலும்கூட, அவை வெறுமனே அகவயமானவையாகவே மட்டும் இருக்கமுடியாது. இயல் 2இன் இறுதியில் நான் முன்வைத்த முரணுரைக் கான விடையைக் குறிப்பிட்ட உருவகம், இசைக்குத் தரும் வெளிப்பாடு கொண்டிருக்கவேண்டும். அதாவது, (ஸ்காட் பர்ன்ஹாமின் வார்த்தைகளில்) 'வார்த்தை களே தேவைப்படாத இசைக்கு முன் எப்போதையும் விட இன்று வார்த்தைகள் அதிகம் தேவைப்படுகின்றன.' இசை அர்த்தத்தால் கருக்கொண்டிருக்கிறது. அது

மொழியின் அர்த்தத்தை மட்டும் பிரதிபலிப்பதல்ல. ஆனால் வார்த்தைகள், இசையின் பேற்றுச்செவிலியாகப் பணிபுரிகின்றன. வார்த்தைகள் உள்ளார்ந்த அர்த்தத்தை வெளிப்படையான அர்த்தமாக மாற்றுகின்றன. அவை படைப்புக்கும் உலகிற்குமான இணைப்பை உருவாக்கு கின்றன. கிரேமரின் சொற்களில் கூறினால், 'அவை இசையின் லோகாயதத்தன்மையின் முகவர்கள்.'

இப்படியாக, மெக் கிளாரியின் (மேலும் கியூசிக், மற்றும் பலர் அளிக்கும்) இசைக்கான விளக்கங்கள், பாலியல் அரசியலைப் பற்றிப் (வேறுபிற தனித்த, அல்லது பொதுவான மதிப்புகளைப் பற்றியும்) பேசும் மேடையாக அது இயங்குவதற்கான திறனைத் திறந்து விடுகின்றன. ஃபிலிப் பிரெட், 'நமது சமூகத்தில் இசை தனித்த நிகழரங்கு – அன்பர்களின் இடையீடற்ற தொடர்பு வடிவத்தினால் – முழுமையற்ற ஒப்புமையால் உணர்ச்சிக்கான மொழி (உணர்ச்சியை வெளிப்படுத்தும் ஒரே மொழி) எனக் கருதப்படுகின்ற இசை அன்பர் களாகிய சகோதர/சகோதரியர் வட்டத்தின் தொடர்பு' என்கிறார். வெளியுலகில் நீடிக்க இயலாத ஒரு தனி யுரிமைப் பகுதியைப் பாலின அடையாளங்களைக் கட்டமைக்க இசை அளிக்கவல்லது என்பதற்கு முன்னமே பதிவுகள் உள்ளன. லிட்டில் ரிச்சர்டு அல்லது மைக்கேல் ஜான்சனை நினைத்துப் பாருங்கள். இந்தப் பின்னணி சில காலத்துக்கு முன்னாலும் செல்கிறது. நான் காஸ்ட்ராடோக்களைப் பற்றி மட்டும் பேசவில்லை. பதினெட்டாம் நூற்றாண்டின் பிற்பகுதி யிலும் பத்தொன்பதாம் நூற்றாண்டின் முற்பகுதியிலும் இசை ஓர் உள்ளார்ந்த பெண்மைப் பண்புகொண்ட செயல்பாடாகவே கருதப்பட்டது. குறிப்பாக இது நெருக்கமான அல்லது குடும்பச் சந்தர்ப்பங்களில் பியானோவுடன் சேர்ந்து பாடக்கூடிய வகைகளுக்கு முற்றிலும் பொருந்தியது. இந்தப் பகுதியில் காலடி

எடுத்துவைத்த ஆண்கள், தங்கள் பாலின அடையாளத் துக்கு ஊறுவிளைவித்துக் கொண்டனர். பீத்தோவன் மரபிலான மிகைப்படுத்தப்பட்ட ஆண்தன்மைகளைக் கொண்ட இசை, மேற்கண்ட தன்மையைச் சமன் செய்யும் வகையிலேயே – ஒரு விதமான ஒருபாலுறவு பயத்தினால் – அமைந்தது என்று சிலர் விளக்குவர். பத்தொன்பதாம் நூற்றாண்டின் தொடக்கத்தில் உருவாகிய கலைப்பாடல் வகை, வலுவாகப் பாலின அரசியலால் பாதிக்கப்படும் களமாக அமைந்தது. ஒருபுறம், ஆண்கள் தங்கள் எல்லைகளுக்கு அப்பாற் பட்ட பண்பியற்கையின் ஒரு புறத்தை ஆராய ஓர் அரிய சந்தர்ப்பத்தை அது அளித்தது. அதே சமயம், அவர் களது அடையாளம் பயமுறுத்தலுக்குள்ளாகியது. எவருமற்ற ஒருவித நிலப்பகுதியாக அது அமைந்தது.

இம்மாதிரிக் களத்தில் ஃப்ராவென்லீப் ஊண்ட் லெபன் (ஒரு பெண்ணின் காதலும் வாழ்க்கையும்) போன்ற பாடற் சுழல் வட்டங்களின் விளைவைக் கற்பனை செய்து பாருங்கள். அடல்பர்ட் வான் ஷாமிஸோவின் பாடல்களுக்கு இசையமைத்தவர் ராபர்ட் ஷூமன். பாடற்சொற்கள் ஒருவித புனைகதை வடிவத்திலான சுயசரிதையைக் கட்டமைக்கின்றன. ஒரு பெண்ணின் கதை. அவள் ஓர் இலட்சிய மனிதனைக் காதலிக்கிறாள், திருமணம் செய்துகொள்கிறாள், பிள்ளை பெறுகிறாள். அவன் இறந்ததும் தன் வாழ்க்கையைத் தொடர முடியாது என்று அறிவிக்கிறாள். கூர்த்த நோக்குள்ள ஒரு கட்டுரை யில், ரூத் சோலி இதை ஓர் ஆணின் பகற்கனவு என்று வர்ணிக்கிறார். ஆண்கள் கலாச்சாரத்தின் குரல்களுக்குப் பெண் வடிவம் தரப்பட்டுள்ளது. இந்தப் பாடல்களின் பத்தொன்பதாம் நூற்றாண்டு நிகழ்த்துதல்களின் வகை மாதிரி ஒன்றை வர்ணிக்கிறார் அவர்.

உண்மையில் ஆண்களின் உணர்ச்சிகளை மட்டுமே பிரதிபலித்தாலும், அவற்றை இன்னொருவர் வீட்டில்,

ஒரு சிறிய நெருக்கமான அறையில், தனக்குத் தெரிந்த மனிதர்கள் முன்னால், ஒரு பெண்தான் நிகழ்த்த வேண்டியிருக்கிறது. அவர்களில் சிலர் ஒருவேளை அவளுக்கு மணமகனாக வரும் வாய்ப்புப் பெற்றவர்கள். நிகழ்த்தும் பெண் தொழில்முறைப் பாடகி அல்ல. யாரோ ஒருவரின் மகள், அண்ணன் மகள் அல்லது மாமன் மகள்... ஆணின் நேர்ப்பார்வைக்குள் பணிவிணக்கமாக, இயக்கமின்றி வைக்கப்படும் பெண் என்னும் பரிச்சயமான, கலாச்சார அலங்கார வடிவம் தவிர்க்கவியலாமல் நம் மனத்தில் வருகிறது. மேலும் ஆண் கற்பனையின் முக்கியமான பகுதியின் திறன், அவளே அப்படித் தன்னை வெளிப்படுத்துவதாக, தனக்காகப் பேசுவதாக அமைவது.

ஒரு கடுப்போடு கூறப்படும் நிகழ்த்துதல் அர்த்தம் இது. நிகழ்த்தும் பெண், அவ்வாறு மாறும்போது ஒரு தந்தைவழிப் பெண்படிமத்தை உணர்த்துவதாக அறிவதில்லை. (ஒரு வேளை, அவளுடைய எதிர்காலக் கணவன் பார்வையாளர் குழுவில் இருந்தால், இந்த நிகழ்த்துதல், ஒரு வாக்குறுதிபோலச் செயல்படும்.) இந்த வகையில், *ஃப்ராவென்லீப்* பாடலைப் பாடுவது, *என்கோசி சிகலெலி* ஆஃப்ரிகா பாடலைப் பாடுவது போன்றதொரு அரசியல் செயலாக மாறுகிறது.

இந்த அரசியல் உள்ளடக்கத்தை வெளிப்படுத்துவதுதான் உண்மையான விமர்சன இசையியலின் பங்கு. ஷூமன் சுழற்பாடல்கள் போன்ற, வெளிப்படையாகத் தீங்கற்றதாக, கள்ளம் கபடமற்றதாகத் தோன்றக்கூடிய ஒரு செய்கையின் உள்பொதிந்திருக்கும் கருத்தியலை எடுத்துக்காட்டுவது. ஆனால் இசையிலிருந்து துயர் நோக்கோடு பின்வாங்குவதால் இதனைச் சாதிக்க இயலாது. மாறாக, அதனுடன் தொடர்ந்த ஊடாட்டம் தேவை. ஆனால் இந்த ஊடாட்டம், இசையின் லோகாயதத் தன்மையை அறிந்தேற்று, அதற்கேற்பத்

தன்னை நிலைப்படுத்திக்கொண்ட ஒரு விளக்கவுரை யாளரின் நோக்கிலிருந்து வரவேண்டும். விளக்கவுரை யாளர் என்று நான் சொல்லும்போது, வழக்கமாக, அது ஆளப்படுகின்ற அர்த்தமாகிய நிகழ்த்துநர் என்பதை யும் உள்ளடக்கியே பேசுகிறேன். ஒரு மரபார்ந்த ஃப்ராவென்லீப் நிகழ்த்துதல் ஒரு பாடகியை/முதன்மைப் பாத்திரத்தை அடையாளப்படுத்துகிறது. அதன் வாயிலாக அந்தப் பாடகி/முதன்மைப் பாத்திரம் ஆணின் நோக்கினை செயலற்றமுறையில் ஏற்பவளாகக் கட்டமைக்கிறது. அப்படியானால் இந்த இசைக்கு எதிரான முறையிலும் இதனை நிகழ்த்தமுடியும். விதிக்கப் பட்ட அடையாளத்தைக் கேள்விக்குட்படுத்தவும் முடியும். குறைந்தபட்சம், கே.டி. லாங், இதனைத்தான் *ஜானி கெட் ஆங்ரி* என்னும் பாதியரங்கு நிகழ்த்துதலில் செய்கிறார். அதில் குற்றவுணர்ச்சி கொண்ட முதன்மைப் பாத்திரம், தன் ஆடவனைத் தன்னை அடிக்குமாறு சொல்கிறாள். முதன்மைப் பாத்திரத்துக்கும் நிகழ்த் துநருக்குமான உறவைத் தலைகீழாக்கும் லாங், வெற்றி கரமாக அந்தப் பாடலில் பொதிந்திருக்கும் பாலின அரசியலைப் பிரச்சினைப்படுத்துவதில் வெற்றிபெறு கிறார். இதேமாதிரி, சோலியின் மற்றும் லாங்கின் நிகழ்த்தற் செயற்பாடுகள், அவற்றைப் பற்றிய பெண்ணிய விமர்சனம் மட்டுமல்ல, பெண்ணிய நிகழ்த்தலும் இருந்தால் இசையின் பாலியல்சார்ந்த உள்ளடக்கத் துடன் முழுமையாக நாம் அரசியல்ரீதியாக ஈடுபடு வதைச் சாதிக்கமுடியும் என்பதை உணர்த்துகின்றன.

முடிவுரை

இந்த நூலில் இசைபற்றி எனது எச்சரிக்கையுடன் கூடிய மகிழ் நோக்கைச் சொல்லியிருக்கிறேன்: இசை பற்றி மட்டுமல்ல, அதைப் புரிந்துகொள்ளக்கூடிய நமது திறன், அதைத் தனிப்பட்ட, மற்றும் சமூக மாற்றத் திற்குப் பயன்படுத்தக்கூடிய விதம் பற்றியும்தான். நம்மி லிருந்து காலத்தாலோ, இடத்தாலோ, இரண்டாலுமோ பிரிக்கப்பட்ட கலாச்சாரங்களின் உலக நோக்குகளை யும் வாழ்க்கை நோக்குகளையும் இசை வெளிப்படுத்து கிறது என்று கருதுவதுதான் நீங்கள் துயர்நோக்குக் கொண்டவர்கள் ஆவதற்குக் காரணம் என்று நான் நினைக்கிறேன். பலர் விவாதிக்கும் விதப்படி, நாம் அந்தக் கலாச்சாரங்களிலிருந்து பிரிக்கப்பட்டுவிட்டோம். அதனால் அக்கால இசையின் பின்னணியை நம்மால் மீள்அமைக்க முடியாது. அந்தப் பின்னணியின்றி அக்கால இசையையும் நாம் புரிந்துகொள்ள முடியாது. அதனால் அக்கால இசையை நாம் அறிந்துகொண்டதாக மேலும் மேலும் நினைக்கும் போதெல்லாம், உண்மை யில் அதிலிருந்து விலகியே செல்கிறோம். ஆனால் இது *சொலிப்சிஸம்* என்னும் தத்துவ நிலைப்பாட்டை நினைவுக்குக் கொண்டுவருகிறது. அதன்படி, நமது அகவய அனுபவங்கள் வாயிலாகத்தான் உலகத்தை

நாம் புரிந்துகொள்ளமுடியும்; அதனால் நீங்கள் எனது கற்பனையின் கட்டுக்கதை (நானும் உங்களுக்கு அப்படியே). அதனால் நாம் யாவரும் தனித்தனியே இணை கோடான ஒருவருக்கொருவர் சம்பந்தமற்ற வாழ்க்கைகளை நடத்திக்கொண்டிருக்கிறோம் என்றா கிறது. உங்கள் அகவய அனுபவத்தின் வாயிலாகத்தான் உலகத்தைப் புரிந்துகொள்ளமுடியும் என்பதை நீங்கள் ஒப்புக்கொண்டால், *சொலிப்சிஸம்* கண்டிப்பான தவிர்க்கவியலாத விளைவாகிறது. அதைத் தவிர்க்க வேண்டுமென்றால் அகவய வாதத்தை விட்டு, மாறாக, மானிடப் பிரக்ஞை என்பது குறுக்கவியலாத பொதுத் தன்மை கொண்ட ஒன்று (லாரன்ஸ் கிரேமரின் வார்த்தைகளை மீண்டும் நினைவுக்குக் கொண்டு வந்தால், லோகாயதமானது) என்பதை ஏற்கத்தான் வேண்டும். இப்படி நோக்கும்போது, *சொலிப்சிஸம்* சொல்லும் அடிப்படை ஆகிய தனிப்பட்ட அகவய அனுபவம் என்பதே ஒரு சமூகக் கட்டமைப்பு – நான் திரும்பத் திரும்பக் கூறி வருகின்ற நமது பூர்ஷ்வா தன்வயநிலைப்பாடு என்பதன் ஒரு கூறு என்றாகிறது. இசையியலின் துயர்நோக்குக்கு எதிரான எனது வாதம் இதைப் போன்ற வாதங்களின் அடிப்படையிலேயே அமைகிறது.

இசையும் இசையியலும் வெறும் மீளாக்க வழிகள் அல்ல; அர்த்தத்தை உருவாக்கும் வழிகள் என்றால், கலாச்சார அல்லது வரலாற்று மற்றது என்பதற்குள் ஓர் உள்ஞானத்தைச் சிறப்பாக அடையக்கூடிய வழியாக இசையைக் காணலாம். சொலிப்சிஸம் போன்ற துயர் நோக்குடைய இசையியல் இதனை அடையமுடியாது என்றே சொல்லும். முன் இயலில் எப்படி இசையும், இசை பற்றி எழுதுவதும், பாலின உறவுகளைப் பற்றிப் பேசுவதற்கான களங்களைக் கட்டமைக்கும் வழிகளாக அமையக்கூடும் என்பதை விவரித்தேன். ஆனால்

கொள்கை என்னவோ இன்னும் பொதுநிலைப்பட்ட ஒன்றுதான். பாலின வேறுபாடுகளுக்கிடையில் உள்ள தடைகளை ஊடுருவக்கூடிய தொடர்புத்திறன் இசைக்கு இருக்குமானால், பிற தடைகளின் ஊடாகவும் அது இயங்க முடியும். ஓர் உதாரணம் இசைச் சிகிச்சை. அங்கு மனநோயின் தடைகளை இசை ஊடுருவிச் செல்கிறது. ஆனால் மிக வெளிப்படையான உதாரணம், நாம் பிற கலாச்சாரங்களின் இசைகளைக் கேட்கும் முறை. (அல்லது இன்னும் குறிப்பாக, நமது சொந்தப் பரந்துபட்ட கலாச்சாரத்திற்குள்ளாகவே இருக்கக்கூடிய துணைக் கலாச்சாரங்களின் இசைகளை நாம் கேட்கக் கூடிய தன்மை.) இவற்றை ஏதோ நல்ல ஒலி எழுகிறது என்பதற்காக மட்டும் நாம் கேட்பதில்லை (அதுவும் இருக்கிறது), பிற (உப) கலாச்சாரங்களின் தன்மை பற்றிக் கொஞ்சம் ஆழ்நோக்குப் பெறலாம் என்பதால் தான் கேட்கிறோம். 'இசை இடையீடற்ற தொடர்பின் ஒரு வடிவம். அதை-அந்த ''மொழியுணர்வை'' மொழி யென்று கூறுவது ஒரு முழுமையற்ற உவமை' என்ற ஃபிலிப் பிரெட்டின் இசை பற்றிய வருணனையை முன்பே உங்களுக்குத் தந்திருக்கிறேன். மேலோட்ட மான இந்த இடையீடற்ற தன்மைதான் – நிஜமான மொழிகளில் காணப்படும் (பிற மொழியினருக்குப் புரியாத) சொற்கள் போன்றவை இல்லாத தன்மைதான் – சிலர் அதை உலகப் பொதுவான மொழி என வருணிப் பதற்குக் காரணம்.

பிற கலாச்சாரங்களுக்குள் ஓர் ஆழ்நோக்குத் தருவதற் காக இசையைப் பயன்படுத்தினால், கலாச்சார அடை யாளங்களைப் பேசிக்கொள்வதற்கான ஒரு வழியாக அதை எளிதில் காண இயலும். இதனை நாம் *என்கோசி சிகலெலி' ஆஃப்ரிகா* விஷயத்தில் கண்டோம். இன்னும் சுருக்கமான ஓர் உதாரணம், போருக்குப் பிந்திய ஆஸ்திரேலிய இசை. பீட்டர் ஸ்கல்ட்ஹார்ப் போன்ற

இசையமைப்பாளர்கள் ஆஸ்திரேலியப் பழங்குடி இசை, கிழக்காசிய இசை ஆகியவற்றை மிகச் சரிவரப் பயன் படுத்தி ஒரு தனித்த இசையை உருவாக்கியுள்ளனர். உலகத்தின் தவறான (எதிர்) பக்கத்தில் அமைந்துவிட்ட ஐரோப்பியக் கலாச்சாரம் என்ற நிலைக்கு மாறாக, அந்த இசை, பசிபிக் வளையத்தின் எழுச்சியடைகின்ற பிரதேசங்களின் ஓர் இணைந்த பகுதியாக ஆஸ்திரேலி யாவின் இடத்தை மறுஆக்கம் செய்துள்ளது. இதே போன்ற, ஆனால் இன்னும் சற்றே சிக்கலான உதாரண மாகப் போருக்குப் பிந்திய ஹாங்காங் பற்றிச் சொல்ல லாம். சீனாவுடனும் பிற கிழக்கிந்தியத் தன்மை களோடும் ஒத்தும் மாறுபட்டும் சர்வதேசப் பாணி களையும் இணைத்துக்கொண்டு அதன் இசை உருவாகி யுள்ளது. தன் சொந்தப்பாணியிலோ அல்லது 1997 முதலாக வேறொரு பரந்த நிலப்பரப்பின் ஒரு பகுதி யாகவோ தன் கலாச்சார அடையாளத்தை அந்தப் பழைய காலனிநாடு இசையின் வாயிலாகத் தேடுகிறது. (தன் தேடுதலை அது மறுஆக்கம் செய்யவில்லை – அதன் பகுதியாகவே அது இருக்கிறது.) கலாச்சாரங் களுக்கு ஊடான ஒருவிதத் தொடர்பை இசை ஆக்க முடியவில்லை என்றால் இப்படி அதனைப் பயன் படுத்த முடியாது. கலாச்சாரத்தில் 'மற்றதை' உணர்ந்து கொள்ள இசை வழியமைப்பதோடு, அந்தச் செயல் முறையில் உங்கள் அடையாளத்தை மாற்றிக்கொள்ள வும், கட்டமைக்கவும், மீளாக்கம் செய்யவும் வழி செய்கிறது. அதாவது கலாச்சாரத் துயர்நோக்கிலிருந்து விடுபட இசை வழி செய்கிறது.

இருந்தாலும், துயர்நோக்குடையவர்களும் ஒரு விதத்தில் சரிதான் (நான் எச்சரிக்கையுடன்கூடிய மகிழ் நோக்குப் பற்றித்தான் பேசினேன் என்பதை ஞாபகத்தில் வைக்கவும்). குழப்பமான மகிழ்நோக்கும், நவீனத்துவ உடோபியாக்களும் தங்கள் இடர்ப்பாடுகளிலேயே

சிக்கிக்கொள்கின்றன. கலாச்சாரங்களுக்கு ஊடான புரிந்துகொள்ளலுக்கு இசை வழிவகுக்கும் என்றால், அவற்றினிடையே புரிந்துகொள்ளல் இன்மைக்கும் அதுவே வழிவகுக்கலாம். கேரி டாம்லின்சன் கூறியது போல, வேறு காலங்கள், இடங்களின் இசையை நாம் மிக எளிதாகக் கேட்க இயலும் என்றால், நமது புரிந்து கொள்ளல், இன்பம் ஆகியவற்றின் வழிகளைத் தக அமைத்துக்கொள்ள முடியும் என்றால், அதனை நமது மதிப்புகளில் உள்வாங்கிக் கொள்ளும் வாய்ப்பு இருக் கிறது. இது தங்களுக்கு அடிமைப்பட்ட மக்கள் என்ன சொல்கிறார்கள் என்பதைக் கேட்கப் பொறுப்பான முயற்சிகளில் ஈடுபடாமலே அவர்களைத் தாங்கள் புரிந்து கொண்டதாக நினைத்த காலனியாதிக்கவாதி களின் செயல்போலத்தான்.

பீத்தோவன் தமது *மிஸ்ஸா சாலம் னிஸ்* படைப்பின் குறிப்பில் 'இதயத்திலிருந்து... இதயத்திற்கு' என்று எழுதியதுபோல, இசை நேரடியாக ஊடுருவிச் செல்லும் உணர்வை ஏற்படுத்தவல்லது. ஆனால் ஒருவருக்கு அற்புதச் செயல், இன்னொருவருக்கு மாயத்தோற்றம். வெற்றிடத்தில் ஓர் இசை எழ முடியாது என்பது பௌதிக அர்த்தத்தில் மட்டுமல்ல, கலாச்சார அர்த்தத் திலும் உண்மைதான். ஆனால் கலாச்சாரங்களுக்கு ஊடாக ஒரு தொடர்பை இசை ஏற்படுத்த இயலும் என்பது உண்மைதான். ஆனால் ஒரே அடியில், அது கலாச்சார வேற்றுமைகளை இல்லாமற்போக்கிவிடாது. உண்மையில், ஒற்றுமையின் பின்னணியில்தான் வேற்றுமைகள் துலக்கமாகத் தெரிகின்றன. பெர்னாட் ஷா, பிரிட்டனும் அமெரிக்காவும் ஒரு பொதுமொழி யால் பிரிக்கப்பட்டிருக்கின்றன என்று கூறியது இசைக்கும் பொருந்தும்.

'ஒரு கலாச்சார அமைப்பாக இசையின் சாராம்சம் என்பது இயற்கை உலகின் நிகழ்வு அல்ல, இருந்தாலும்

அப்படிப்பட்ட நோக்கில்தான் அனுபவிக்கப்படுகிறது' என்று இன இசையியலாளர் புரூனோ நெட்டில் கூறினார். அதனால்தான், மகிழ்நோக்கு, துயர்நோக்கு இரண்டின் நிலைப்பாடுகளும் சரியானவை என்று நான் காண்கிறேன் (இருந்தாலும் பின்னதைவிட முன்னது இன்னும் சரியானது, அல்லது முக்கியமான வகையில் சரியானது என்பது என் கருத்து). இயற்கை உலகின் ஒரு நிகழ்வுபோல இசையை நாம் அனுபவிக்க முடியவில்லை என்றால், அதாவது இசையை இசையாக உணரமுடிய வில்லை என்றால், எதிர்வகையான மேலோங்கிய வேற்றுமையை – அது எவ்வளவுதான் குறைவாக, அளவுபட்டதாக இருப்பினும், நாம் புரிந்துகொள்ளவும் முடியாது. புரிந்துகொள்வதற்கே சிக்கலானதோர் உலகில் நாம் இசை நமக்கு என்ன வழங்குகிறது என்பதைப் புறந்தள்ள முடியாது. ஆகவே திருப்தியற்ற, சோகமான முறையில் விலகிச் செல்வதைவிட அதில் ஆழ்ந்து ஈடுபட வேண்டும் என்பதுதான் பொருள். அதே சமயத்தில், இசை இயற்கை உலகின் ஒரு நிகழ்வு அல்ல, அது மனிதக் கட்டமைப்புதான் என்பதை நாம் புரிந்துகொள்வது மட்டுமன்றி, நமக்கு நாமே சொல்லிக்கொண்டே இருக்கவும் வேண்டும். இயற்கை நிகழ்வு போலவே வேடம் கொண்டிருக்கின்ற மிகச் சிறந்த மானிடக் கட்டமைப்பு இசை. அதனால்தான் அது உணர்வின்பத்தை அளிக்கவல்லதாகவும், அறிவார்த்த ஆய்வுக்கு உட்படு கின்றதாகவும், அதேசமயம், மறைந்திருந்து செயல்படச் செய்கின்ற தூண்டுகோலாகவும் இருக்கிறது.

ஆக, நாம் இப்போது நூலின் தொடக்கத்துக்கே – இன்றைய சமூகத்தில் மறைந்திருந்து செயல்படுகின்ற திறனாளர்கள் – விளம்பரக்காரர்களுக்கு வருகிறோம். புரூடென்ஷியல் விளம்பரத்தில் காட்டப்பட்ட இசை, நான் தொடக்க இயலில் விவாதித்தது, ஒவ்வொரு கேட்பாளருக்கும்/பார்வையாளருக்கும் அந்தரங்கமான

முறையில் அவரவர்க்கேற்ற முறையில் பேசுவதுபோல் தோன்றுகிறது. அதிகாரபூர்வத்தன்மை, அதிநம்பிக்கை ஆகிய பேசப்படாத மதிப்புகளின் அடிப்படையில், புரூடென்ஷியலோடு இணைந்தால் நீங்கள் விரும்புகின்ற வண்ணமாகவே இருக்கலாம் என்ற செய்தியை இரகசியமாகத் தருகிறது. அப்படிச் செய்யும்போதே தன்னை மறைத்துக்கொள்ளவும் செய்கிறது. நீங்கள் விளம்பரக்காரரின் செய்தியைக் கேட்கிறீர்கள், ஆனால் அதில் எவ்வளவு பகுதி இசையிலிருந்து வருகிறது என்பதை உணர்வதில்லை. இவ்வாறாக, விளம்பரத்தை இயற்கைப்படுத்துகிறது இசை. 7ஆம் இயலில் நான் சொன்னதுபோல, இப்படி இருப்பதுதான் உலக இயற்கை என்கிற விதமாக அதை ஆக்குகிறது. ஆகவே தான் இசை உங்கள் மனத்தில் புகுந்து தன் விருப்புறுதிக்கு ஏற்ற விதமாக ஆக்கிக் கொள்ளும் என்று பல கதைகள் எழுந்துள்ளன. ஹேம்லின் நகரத்துக் குழல் இசைப்பவன் கதையைச் சிந்தித்துப் பாருங்கள். அவனுடைய இசை நகரத்துக் குழந்தைகளை வீட்டிலிருந்து அவன் பின்னால் ஓடச்செய்து, கண்காணாமல் அவர்களைப் போகச் செய்தது. கடற்கன்னிகளின் கதைகள், கிரேக்க சைரன் கன்னியர் கதைகள் ஆகியவை உலகெங்கும் நிறைந்திருக்கின்றன. அவர்களது இசை மாலுமிகளை ஈர்த்து மயக்க நிலையில் ஆழ்த்திப் பாறைகளில் கப்பல்களை மோதச் செய்தது. அல்லது டோல்கினின் லார்டு ஆஃப் தி ரிங்ஸ் கதையில் வரும் சாருமானின் இசைநிறைந்த குரலைச் சிந்தியுங்கள். தங்களைச் செவிமடுப்பவர்களை மயக்கி, தாங்கள் கூறுவதைப் புறக்கணிக்க முடியாமல் தவிக்கச் செய்யும் வகைதெரிந்த தேனூறப் பேசும் அரசியல் தலைவர்களின் எடுத்துக்காட்டு அவன்.

அதனால்தான், இசையியலாளர்களுக்கு மட்டும் திறனாய்வுத் தன்மை இருந்தால் போதாது, எல்லோருக்கும் தேவை. அடார்னோ தெளிவாகப் புரிந்து

கொண்டதுபோல, இசையை விலக்கினால் விமர்சனக் கோட்பாடு இடர்ப்பாட்டுக்கு உள்ளாகும். கருத்தியலை முன்வைக்கும் கர்த்தா என்ற முறையில் இசைக்குத் தனித்த ஆற்றல் உள்ளது. அது எப்படிச் செயல்படுகிறது, அதன் கவர்ச்சி ஆகியவற்றை நாம் உணரவேண்டும். நம்மைக் கருத்தியல்களிலிருந்து பாதுகாத்துக்கொள்ளவும், அதேசமயம் இசையை இரசிக்கவும் வேண்டும். இப்படிச் செய்ய, நாம் இசையைக் கேட்டால் போதாது, அதை வாசிக்கவும் புரிந்துகொள்ளவும் வேண்டும். நேரடிப் பொருளில், இசைக்குறிப்பை வாசித்தல் அல்ல – கலாச்சாரத்தின், சமூகத்தின், உங்களின், என் ஒரு பகுதியாக அதன் உள்ளார்ந்த முக்கியத்துவத்தை வாசிக்கத் தெரியவேண்டும்.

பார்வை நூல்கள்

முன்னுரை

எல்விஸ் காஸ்டெல்லோ ஒரு நேர்காணலில், இசை பற்றி எழுதுவதைக் கட்டடக் கலையை நடனமிட்டுக் காட்டுவது போல என்று ஒப்பிட்டது மட்டுமல்ல, ‘அப்படிச் செய்வது முட்டாள்தனம்’ என்றும் குறிப்பிட்டார். ஆனால் இக்கருத்தைத் தியலோனியஸ் மங்க் (ஒரு துறவி) முதலில் கூறினார் என்று தோன்றுகிறது. ராபர்ட் வால்சர் எழுதிய The Body in the Music: Epistemology and Musical Semiotics, *College Music Symposium,* 31 (1991), *117-26* என்பதை நோக்கவும்.

இயல் 1

நான் புருடென்ஷியல் விளம்பரத்தைப் பற்றி (நிகழ்த்துதல்) விரிவாக *Analysing Musical Multimedia* (Oxford: Clarendon Press, 1998) என்பதில் எழுதியிருக்கிறேன். வட அமெரிக்காவின் புலம்பெயர்ந்தோர் இசை உயிர்தரித்திருப்பதைப் பற்றி பிலிப் போல்மன் எழுதிய Old World Cultures in North America கட்டுரையில் காணலாம். இது புருனோ நெட்டில் முதலியோர் எழுதிய *Excursions in World Music* (Englewood Cliffs, NJ: Prentice Hall, 1992) நூலில்

(278-324) உள்ளது. ஹெவிமெட்டல் குழு எப்படி செவ்வியல் இசையைப் பயன்படுத்தினர் என்பதற்கு ராபர்ட் வால்சர் எழுதிய Running with the Devil: Power, Gender, and Madness in Heavy Metal Music (Hanover NH: University Press of New England, 1993) நூலைப் பார்க்கவும். ராக் இசை பற்றிய புதிய முறையிலான விமரிசன எழுத்துக்கு உதாரணமாக நான் உதாரணம் கூறுவது டேவ் ஹெட்லாம் எழுதிய Does the song remain the same? கட்டுரை. லெட் ஜெப்பலின் இசையில் ஆசிரியத் துவம், அடையாளம் பற்றிய வினாக்களுக்குக் காண்க- மார்வின், ரிச்சர்டு ஹெர்மன் தொகுத்த, Concert, Music, Rock and Jazz since 1945: Essays and Analytical Studies (Rochester, NY: University of Rochester Press, 1955), 313-63. ஜனரஞ்சக இசையில் மதிப்புகள் பற்றி அதிகாரபூர்வ மாக அண்மையில் வெளியிடப்பட்ட விவாதம் சைமன் ஃபிர்த் எழுதிய Performing Rites: On the Value of Popular Music (Oxford: Oxford University Press, 1996) நூலில் உள்ளது. இசையரங்கு எரிக்கப்பட்டது பற்றி ழான் பால் சார்த்த ரின் குறிப்புரையை Psychology of the Imagination (London: Methuen, 1972) 224இல் காணலாம்.

இயல் 2

ஓர் அரக்கன் நடப்பதைக் கேட்டது பற்றி பிராம்ஸின் குறிப்பை நடத்துநர் ஹெர்மன் லெவி கூறியதாகச் சொல்லப்பட்டிருக்கிறது. பார்க்க, பீட்டர் கிரே, Freud, Jews and Other Germans: Masters and Victims in Modernist Culture (New York: Oxford University Press, 1978), 236. பார்வைக் கலைகள் பற்றிச் சொல்லப்படும் பீத்தோவன் தொன்மத்திற்கு Alessandra Comini எழுதிய The Changing Image of Beethoven: A Study of Mythmaking (New York: Rizzoli, 1987) நூலைப் பார்க்கவும். பீத்தோவன் இசையின் ஏற்பு பற்றி அறிய ராபின் வாலஸ் இயற்றிய Beethoven's Critic: Aesthetic Dilemmas and Resolutions during the Composer's

Lieftime (Cambridge: Cambridge University Pres, 1986) நூலைப் பார்க்கவும். ஒன்பதாம் சிம்ஃபனியின் ஏற்பு பற்றிய விவரங்கள், *Beethoven: Symphony No. 9* (Cambridge: Cambridge University Press, 1993)இல் உள்ளன. அல்லது டேவிட் லெவி எழுதிய *Beethoven: The ninth symphony* (New York: Schrimer, 1995)யிலும் காணலாம். மேனார்டு சாலமன் எழுதிய திட்டமான நவீன வாழ்க்கை வரலாறாக பீத்தோவன் என்ற நூல் உள்ளது. அதை வெளியிட்டவர் Schirmer (New York: 1977). காம்பினியின் மேற்கோள்கள் லியோ ஷ்ரேட் எழுதிய *Beethoven in France: The Growth of an Idea* (New Haven: Yale University Press, 1942), *3*இல் உள்ளன. எர்டோடி துரைசானிக்கு 1815 அக்டோபர் 19 அன்று எழுதிய கடிதத்தில் 'நம்மில் சிறந்தவர்கள் துன்பப்படுவதன் வாயிலாகவே இன்பத்தைப் பெறு கிறோம்' என்று எழுதினார். (*The Letters of Beethoven, ed. and trans. Emily Anderson* (London: Macmillan, 1961) no. 63). உக்வுக்குள் ஓட்டு ஜாய்-க்கு இருக்கும் ஈரடி யான அந்தஸ்தை காரில் கிளார்க் எழுதிய *Forging Identity: Bethoven's Ode as European Anthem* என்ற நூலில் காணலாம்: *Critical Inquiry*, 23 (1997), 789-807. இசைப் படைப்புகளின் கற்பனை அருங்காட்சியகம் என்ற தொடரை நான் லிடியா கோஹர் எழுதிய புத்தகமான *The Imaginary Museum of Musical Works: An Essay in the Philosophy of Music* (Oxford: Clarendon Press, 1992)இல் காணலாம். ஷெங்கரின் மேற்கோள்கள் *Mozart: Symphony in G Minor*இல் உள்ளன. இது Heinrich Schenker எழுதிய *The Masterwork in Music: A Yearbook, Vol.2* (1926)இல் உள்ளது. இதைத் தொகுத்தவர் William Drabkin (Cambridge: Cambridge University Press, 1996) 59-96 (p.60), *Harmony*, ed. Oswald Jonas, trans.Elizabeth Mann Borgese (Chicago: Chicago University Press, 1954) 69, 60. Free Composition (New York: Longman, 1929) டி. *160*இலும் உண்டு. இசை பற்றி ஸ்காட் பர்ன்ஹாமின் கருத்துரையும்

211

சொற்களும் அவருடைய இயலான How Music Matters: Poetic Content Revisitedஇல் உள்ளன. இது நிகோலஸ் கூக், மார்க் எவரிஸ்ட் தொகுத்த *Rethinking Music* நூலில் ஓர் இயல் (Oxford: Oxford University Press, 1998) 193-216 (p.194).

இயல் 3

இரசிகர்கள் பற்றிப் பர்ட்விசிலினுடைய குறிப்பு 1996 மார்ச் 30 சனிக்கிழமை *The Daily Telegraph* பத்திரிகையின் They Said It பத்தியில், 3 கலைப்பகுதியில் வெளி வந்தது. ராக் அரவுண் தி வேர்ல்ட் (RATW) என்பது லாஸ் ஏஞ்சல்ஸைத் தளமாகக் கொண்ட வலைத் தளக்களம். இதேபெயருடைய ஒருங்கமைத்த ரேடியோ நேர்காணல் காட்சி அதில் 1970களிலிருந்து வெளியாயிற்று. அதில் புதிய இசைவெளியீடுகளுடைய மாதிரிக்கேட்புகளும், பொதுவாக இசை பற்றிய மதிப்புரைகள், நிழற்படங்கள், வரலாற்றுப்பொருள் தொகுப்புகள் ஆகியவையும் இடம்பெற்றன. அதன் யுஆர்எல் http://www.ratw.com. (இதை நான் எழுதும் சமயத்திலேயே அந்த வலைத்தளம், புதிய, பழைய இசைகளைக் கண்டுபிடிப்பதற்கான வழியாக மாறியிருக்கிறது. தனிப்பட்ட இசைக்கலைஞர் களுடைய தளங்கள், தேடினால் கிடைக்கக்கூடிய சிடி பட்டியல்கள், பால் மெக்கார்ட்னியின் *Standing Stones* போன்ற உயர்தரப்பணிகள் கொண்ட அவரவர் வலைத் தளங்கள் உட்பட வலையிறக்கம் செய்யக்கூடிய இசைப்பதிவுகள், காட்சிப்பதிவுகள், நேர்காணல்கள் போன்றவை அதில் உண்டு.) நான் பார்க்கச் சொல்லக் கூடிய வகையான பாராட்டு முறை/வரலாற்றுப் பாடப் புத்தகத்திற்கு ஓர் எடுத்துக்காட்டான உதாரணம் ஜோசஃப் ஹெர்மன் (விவியன் கெர்மனுடன் சேர்ந்து) எழுதிய *Listen* என்ற நூல். மூன்றாம் பதிப்பு (New York. Worth Publishers Inc.,1980). ஷோன்பெர்கின் இசைக்குப் பொதுவாகவும் Society for Private Performancesக்குச்

சிறப்பாகவும் ஒரு வசதியான அறிமுகம், சார்லஸ் ரோஸன் எழுதிய Shoenberg (London: Fontana, 1976); ஜெர்மன் இசையின் ஆதிக்கத்தை உறுதிப்படுத்தக்கூடிய ஷோன்பெர்கின் சீரியலிசம் பற்றிய கருத்து ப.79இல் இடம்பெற்றுள்ளது. ஆனால் அதன் மூலம் ஜோசஃப் ரூஃபஸ் நூல், அதை மொழிபெயர்த்தவர் டிகா நெல்வின். *The Works of Shoenberg: A Catalogue of his Compositions, Writings and Paintings* (London: Faber, 1962), 45. செவ்வியல் இசையின் நிலையை வருணிக்கும் பீடடர் செல்லர்ஸின் கட்டுரை லாஸ் ஏஞ்சல்ஸ் டைம்ஸில் *(1996 டிசம்பர் 26)* முதன்முதல் வெளியாயிற்று. அது பிலிப் பிரெட் எழுதிய Round Table VIII: Cultural Politics, Acta Musicologia, 59 (1997)இல் மேற்கோள் காட்டப்பட்டுள்ளது, 48. லாரன்ஸ் கிரேமரின் மேற்கோள் அவருடைய நூல் *Classical Music and Postmodern Knowledge* (Berkley and Los Angeles: University of California Press, 1995)3-4 இல் உள்ளது.

இயல் 4

இந்த இயலில் காணப்படும் பல விஷயங்களை நான் எனது *Music, Imagination and Culture* (Oxford: Clarendon Press, 1990) நூலில் விவாதித்துள்ளேன். அதில் படம் 16 இசைக் குறிப்பின் விளக்கத்தைக் காணலாம் (p.221). கோனோடின் ஆவே மரியா பாடலை அலசாண்ட்ரோ மோரெஸ்கி செய்த பதிவு Moreschi - The Last Castrato Pearl Opal CD 9823இல் கிடைக்கும். கின் இசை, அதன் குறிப்பெழுதல் பற்றிய சுருக்கமான அறிமுகத்திற்கு (David)Liang Minguyue, *Music of the Billion: An Introduction to Chinese Musical Culture* (New York: Heinrichshofen edition, 1985) நூலைக் காணவும். மோசார்ட் எழுதிய கடிதமாகச் சொல்லப்படுவதை (Allgemeine musikalische Zietungஇல் முதலில் பிரசுரமானது) ஜே.ஆர். ஷூல்ட்ஸ் மொழிபெயர்த்த *An Unpublished Letter of Mozart,* Harmonican, 3, (1825) 198-200இல் காணமுடியும். பீத்தோவனுடன்

சந்திப்பை விவரிக்கும் ஷ்க்ளாஸரின் விவரணையை எலியட் ஃபோர்ப்ஸ் தொகுத்த *Thayer's Life of Beethoven* (Princeton University Press, 1964) 851இல் காணலாம். இந்த இரண்டு மூலங்களின் ஆசிரியத்துவம் பற்றிய அதிகார பூர்வமான விவாதத்திற்கு மேனார்டு சாலமன் இயற்றிய *Beethoven Essays* (Cambridge Mass.: Harvard University Pres, 1993)126-138 நூலிலுள்ள Beethoven's Creative Process: A Two-Part Invention கட்டுரையில் காணலாம். இறையியல் சார்ந்த படைப்புப்பற்றிய கருத்துகளோடான தொடர்பிற்கு பீட்டர் கிவியின் Mozart and Monotheism காண்க. இது *The Fine Art of Repetition: Essays in the Philosophy of Music* (Cambridge: Cambridge University Pres, 1993) 189-99இல் உள்ளது. குஸ்தாவ் நோட்டேபாமுடைய மேற்கோள் Two Beethoven Sketch Books: A Description with Musical Extracts (London: Gollancz, 1979) 98இல் இருந்து எடுக்கப் பட்டது. முதலில் 1880இல் பிரசுரிக்கப்பட்ட நூல் இது. சான்பிரான்சிஸ்கோ பாலிஃபனி பற்றிய லிகெட்டியின் விவரணம் அதன் கிராமபோன் பிர்மா BIS பதிவின்போதும் அவருடைய பிற பணிகளின்போதும் தோன்றியது (BISLP-53, c.1976). இசை இயக்கம், பொதுவாக உட்பதிவுற்ற இசை உருவகம் பற்றி, ரோஜர் ஸ்க்ரூடனின் *The Aesthetics of Music* (Oxford: Oxford University Press, 1997)ஐக் காண்க. மரபணுக்களின் ஆறு என்னும் தமது சிந்தனையை ரிச்சர்டு டாக்கின்ஸ் *River out of Eden: A Darwinian View of Life* (London: Phoenix, 1995)இல் விளக்கியுள்ளார்.

இயல் 5

ஜோன்னா ஹாட்ஜ் கூறும் கலையின் கன்ஸ்ட்ரக்டிவிஸ்டு நோக்கு – இதில் விட்ஜன்ஸ்டீனின் எழுத்துகள் பற்றிய சுட்டுகள் உள்ளன – Aesthetic Decomposition: Music, Identity, and Time என்ற கட்டுரையாக Michel Krausz (ed), *The Interpretation of Music: Philosophical Essays* (Oxford:

Clarendon Press, 1993) 247-58 நூலில் உள்ளது. சமூக வளர்ச்சியின் முன்னறிகுறியாக இசை உள்ளது என்ற சிந்தனையை ழாக் அட்டாலி, *Noise: The Political Economy of Music* (Manchester: Manchester University Press, 1985) நூலில் உரைத்துள்ளார். நிகழ்த்துபவர்கள் பற்றி ஷோன்பெர்கின் கருத்துரைகள், டிகா நியூலின் நூலான *Schoenberg Remembered: Diaried and Recollections* (1938-76) (New York: Pendragon, 1980)164இல் உள்ளன.

இயல் 6

கெர்மனின் புத்தகம் *Contemplating Music* (Cambridge: Mass: Harvard University Press, 1985). *Musicology* (London: Fontana, 1985) என்ற நூல்களாகப் பிரசுரிக்கப்பட்டது. How we got into Analysis, and How to get out என்ற கட்டுரை, *Critical Inquiry,* 7 (1980)311-31இல் வெளியாயிற்று. பீத்தோவன் ஒன்பதாம் சிம்பனியின் ஜானதன் டெல் மார் செம்மையாக்கம் Barenreiter (BA9009) ஆகப் பிரசுரமாயிற்று. அது ஹனோவர் பேண்டினால் (அதன் நடத்துநர் ராய் குட்மன்) நிம்பஸ் NI5134ஆகப் பதிவு செய்யப்பட்டது. ஆசிரியத்துவம் பற்றிய விவாதத்திற்கு, நிகோலஸ் கென்யன் தொகுத்த *Authenticity and Eary Music: A Symposium* (Oxford: Oxford University Press, 1988)ஐக் காண்க. குறிப்பாக ரிச்சர்ட் டாருஸ்கினின் கட்டுரையை (The Pastness of the Present and the Presence of the Past, pp.137-210)க் காண்க. பீட்டா இஸ்ரேல் கம்யூனிட்டியோடு தனது பணிபற்றி கே கௌஃப்மன் ஷேலமே *A Song of Longing: An Ethiopian Journey* (Urbana: Ill: University of Illinois Press, 1991)இல் வருணித்துள்ளார். கடைசி வாக்கியத்துக்கு முந்திய வாக்கியத்தில் நான் பிலிப் போல்மனின் Musicology as a Political Act, *Journal of Musicology,* 11 (1993) 411-36க்கு மறைமுகமான மேற்சுட்டினைத் தந்துள்ளேன். 1970ஐ ஒட்டிய காலத்தில் ஒரு இளங்கலை மாணவனாக எனது அனுபவங்கள் பற்றிய

விவரிப்பு, ரிச்சர்டு லெப்பெர்ட்டிடம் விவாதித்தன் அடிப்படையில் பெரும்பாலும் அமைந்துள்ளது.

இயல் 7

இசை பற்றி அடார்னோவின் சிந்தனை, அவருடைய மிக விரிவான வெளியீடுகள், ஆகியவற்றைப் பற்றிய அறிமுகத்திற்கு Max Paddision, *Adorno's Aesthetics of Music* (Cambridge: Cambridge University Press, 1993) நூலைப் பார்க்கவும். The College Music Society அறிக்கை *Music in the Undergraduate Curriculum: A Reassessment* (Boulder, Colo: The College Music Society, Inc.1989) என வெளி வந்துள்ளது. இசையை முக்கியப் பாடமாகக் கொள்ளாத, அதாவது தங்கள் முக்கியப்பாடத்துடன் இசையை ஒரு துணைப்பாடமாகக் கொண்ட மாணவர்களுக்கான கல்வித்திட்டத்தைக் குறிப்பாக அது விவாக்கிறது. செசில் ஷாமினேட் பற்றியும், பொதுவாக இசையில் பாலியல் பிரச்சினைகள் பற்றிய சமநிலைப்பட்ட விளக்கத்திற்கும் Marcia J. Citron, *Gender and the Musicl Canon* (Cambridge: Cambridge University Press, 1993) நூலைக் காணவும். வின்செண்ட் டி இண்டியின் *Course de composition musicale*இல் இருந்து நான் காட்டிய மேற்கோள் களை ப.136இல் காணலாம். நான் குறிப்பிடும் பிற மூலங்களை அகரவரிசையில் பிலிப் பிரெட்டின் Musicality, Essentialism and the Closet கட்டுரையில் Philip Brett, Elizabeth Wood, and Gary C.Thomas (eds) *Queering the Pitch: The New Gay and Lesbian Musicology* (New York: Routledge, 1994) 9-26; Suzanne Cusick, On a Lesbian Relationship with Music: A serious Effort Not to think Straight in Brett et al, (eds) *Queering the Pitch*, 67-83; Susan McClary, *Feminine Endings: Music, Gender and Sexuality* (Minneapolis: Minnesota University Press, 1991), மேலும் Constructions of Subjectivity in Schubert's Music, in Brett et al (eds) *Queering the Pitch*, 205-53; Martha Mockus, Queer thoughts on Country Music and k.d.Lang in Brett et al (eds) *Queering the Pitch*, 257-71;

Maynord Solomon, Franz Schubert and the Peacocks of Benvenuto Cellini, *19th Century Music*, 12 (1989), 193-206; Pieter van den Toorn, *Music, Politics and the Academy* (Berkeley and Los Angeles: University of Califor nia Press, 1995), 37; James Webster, Music, Pathology, Sexuality, Beethoven, Schubert, *19th century Music*, 17 (1994), 89-93; (19th Century Music vol.17, no.1 இதழ் முழுவதும் ஷூபர்ட்டின் ஓரினச் சேர்க்கை பற்றி விவாதிப்பதற்காகவே ஒதுக்கப் பட்டது); ஆகிய நூல்களில் காணலாம். லாரன்ஸ் கிரேமர், கேரி டாம்லின்சன் ஆகியோருக்கிடையே விவாதம், The Musicality of the Future என்ற கிரேமருடைய கட்டுரையுடன் 1992இல் தொடங்கியது. அந்தக் கட்டுரை, *repercussions* (1/1, 1992, 5-18) தொடக்க இதழில் வெளியாயிற்று. பிறகு அவருடைய *Classical Music and Postmodern Knowledge* (Berkeley and Los Angeles: California University Press, 1995) நூலில் முதல் இயலாகச் சேர்த்துக் கொள்ளப்பட்டது. அதன் தொடர்ச்சி, *Current Musicology*, 53 (1993), 18-40இல் வெளியாயிற்று. (Tomlinson, Musical Pasts and Postmodern Musicologies: A Response to Lawrence Kramer, 18-24; Kramer, Music Criticism at the Postmodern Turn: In contrary Motion with Gary Tomlinson, 25-35; Tomlinson, Tomlinson Responds, 36-40). ஃப்ராவென்லீப் பற்றி ரூத் சோலீயின் வாசிப்பு, Whose Life? The Gendered Self in Schumann's Frauenliebe Songs கட்டுரையாக, Stephen Paul Scher (ed) *Music and Text: Critical Inquiries* (Cambridge: Cambridge University Press, 1992) 219-40இல் வெளியாயிற்று. ஜானி கெட்ஸ் ஆங்ரியின் கே.டி.லாங் நிகழ்த்தல், k.d.lang: Harvest of Seven Years (Cropped and Chronicled) Warner 7599 38234-3 (PAL), 38234 (NTSC) என்ற குறுவட்டாக வெளியானது. இது பற்றிய விளக்கத்திற்கு, Lori Burns, Joanie Get Angry: k.d.lang's Feminist Revision (John Covach and Graeme Boone (eds) *Analysing Rock Music* (New York: Oxford University Press, 1997) 93-112) கட்டுரையைக் காண்க. இறுதியாக, லுட்விக் டீக் கின் மேற்கோள், சூசன் மெக்கிளாரியின் Narrative Agendas in Absolute Musicலிருந்து எடுக்கப்பட்டது. இது Ruth Solie (ed) *Musicology and Difference: Gender and Sexuality in Music Scholarship* (Berkeley and Los Angeles: University of California Press, 1993) 326-44இல் இடம்பெற்றுள்ளது. கராஜனின் கருத்துரை, Sally Morris and Katie Price, Calling the Tune, *Spare Rib* (Nov.1986)யிலிருந்து எடுக்கப் பட்டது. சோபி ஃபுல்லருக்கு இந்த மேற்சுட்டு தந்ததற் காக நன்றி.

முடிவுரை

புரூனோ நெட்டிலின் மேற்கோள் அவருடைய *Heart-land Excursions: Ethnomusicological Reflections on Schools of Music* (Urbana, Ill: Illinois University Press, 1995) 181இலிருந்து எடுக்கப்பட்டது.

*Musicae Scientiae*வின் சிறப்பிதழ் ஒன்று இந்த நூலின் கட்டுரைகளை விவாதிக்குமுகமாக இருபது கட்டுரை களைக் கொண்டு வெளிவந்தது. அதற்கு நிகோலஸ் கூக்கின் எதிர்வினையும் (On Qualifiying Relativism) pp.167-89 அதில் இடம்பெற்றது. *Musicae Scientiae* Discussion Forum, 2, 2001.

சுட்டி

அடல்பர்ட் வான்
ஷாமிஸோ 198
அதிகாரபூர்வம் 37, 38, 45,
73, 140, 144, 145, 155,
156, 158, 177, 207, 210
அமெரிக்க இசை ஆராய்ச்சி
யியல் கழகம், 181
அர்த்தத்தின் சித்திரக்
கொள்கை 117
அலெக்சாண்டர்
மோரெஸ்கி 84, 157
அவங்-கார்டு இயக்கம் 68
ஆசிரியத்துவம், அதிகாரத்
துவம், 18, 37, 41, 61,
214, 215
ஆசிரியர்கள் 17
ஆண்டன் வெபெர்ன் 33
ஆட்டோ ஹார்ப் 90
ஆர்க்கெஸ்ட்ரா 159
ஆமி பீச் 173
ஆல்பன் பெர்க் 166
ஆஸ்டின், ஜேன் 171

இசை 113
இசை (வரையறை) 4, 14-5,
71
இசை நிறுவனங்கள் 156
இசைக்கலைஞன் (இசைக்
கலைஞன் அல்லாதவன்)
1, 3, 9, 17, 19, 20, 27, 40, 46,
47, 55, 56, 62, 77, 90, 95,
102, 104, 126, 132, 146, 147,
153, 157, 166, 174, 179, 212
இசைக்காட்சியகம் 46-48, 61
இசைக்குழு 124, 125, 153
இசைக் குறியீடு 83, 87
இசைநலம் பாராட்டல்
40, 57, 65
இசைநாடகம், 10, 56, 57,
75, 160
இசைநிகழ்ச்சிக் குறிப்பு 3,
27, 37-39, 93, 125
இசைப்பகுப்பாய்வு 48
இசையியல் (வரையறை)
67, 91, 93, 94, 139, 161-

167, 171, 174-177, 181, 184-188, 199, 202, 206, 207
இசையில் இயக்கம் 70
இந்திய இசை 91, 92
இருபாலுறவு, 183
இன இசை ஆய்வியல், 91, 93, 139, 154, 161-163, 166, 206
இழிகலை 65, 90, 134
ஈஸாக் சொன்டோங்கா 129
உடை 7, 9, 18, 39, 43, 54, 61, 64, 77, 84, 87, 91, 131, 132, 149, 153
உணர்ச்சி விளைவு 119
உயர் கலை 64, 65, 90, 134
உருவகம், 46, 105, 109-111, 123, 130, 148, 150, 194, 196, 214
உரைவிளக்கவியல் 55, 123, 151, 161
உற்பத்தி 24
எச்சரிக்கையான மகிழ் நோக்கு 187
எட வான் ஹேலன் 12
எமர்சன், லேக், பாமர் 12
எலிசபெத் லட்யன்ஸ் 173
எல்கர் 156, 159
எல்டன், ஜான் v
எல்விஸ் கேஸ்டெல்லோ v, 13, 159
எல்விஸ் பிரெஸ்லி 13
எவலின் கிளௌன்னீ 42
என்கோசி சிகலெலி' ஆஃப்ரிகா 127-129, 131, 163, 199, 203
ஏழாவது சிம்ஃபனி 25
ஜிரா கெர்ஷ்வின் 194
ஐரோப்பிய யூனியன் 36
ஒன்பதாம் சிம்ஃபனி, 34-36, 44, 45, 69, 131, 143, 148, 176-179, 196
ஒருபாலுறவு 175, 177, 181, 183, 188, 192, 193, 198
ஓபஸ் எண் 45
ஓல்டும்ஃபீல்டு, மைக் 133
ஃபிராங்க் ஜாப்பா vi
ஃபிலிப் பிரெட் 197, 203
ஃபெரியார், கேத்லீன் 52
ஃபெலிக்ஸ் மேண்டல்ஸன் 172
ஃபேனி ஹென்ஸல் 172
ஃபோர்த் 145
ஃப்ரான்ஸ் ஜோசப் ஃப்ராலிக் 34, 35, 40, 148
ஃப்ரான்ஸ் லிஸ்ட் 46
ஃப்ரீட்ரிக் ரோஹ்லிட்ஸ் 104
ஃப்ளாட், ராபர்ட் 51
கச்சேரி அரங்கு 53, 54, 57, 61, 62, 67, 71, 136
கடவுள் 49, 98, 102
கருத்தியல் (வரையறை) 70, 165, 166, 184, 185, 187, 199, 208
கல்லூரி இசைக் கழகம் 170

காண்டாடோரியம் 83
காத்லீன் ஃபெரியர் 53
காம்பினி 33
காம்ரா 156
கார்ல் டால்ஹாஸ் 30
கார்ல் ஹைன்ஸ் ஸ்டாக்ஹவுசன் 95
கிடார் இசைக்குறிப்பு 88
கியூசிக் 178, 179, 190, 193, 197
கியோர்கி லிகெட்டி 109
கிளாக்வொர்க் ஆரஞ்சு, 36
கிளாசிக் எஸ்பம், 74, 75
கின் 89, 95, 96, 97, 213
கீசப்பெ காம்பினி 33
குத்ரீ, ஆர்லோ 164
குரெட்ஸ்கி, மூன்றாம் சிம்ஃபனி 73
குஸ்தாவ் நோட்டன்பாம் 103, 214
கூடர் 12
கெர்மன் 164, 166, 171, 184
கென்னடி 73
கே காஃப்மன் ஷெலிமே 163
கேட்டற் பயிற்சி 134
கேப்ரியேல், பீட்டர் 133
கேம்லன் 66
கேரி டாம்லின்சன் 185, 186, 187, 205
கௌனாடி 84
கௌனாடின் ஆவே மரியா 84

சர் ஜார்ஜ் குரூவ் 179, 180, 193
சார்லஸ் ஸீகர் 94
சிகாகோ ஆடிடோரியம் 54, 56
சீன இசை 89, 91, 92
சுவீடு v
சூசன் மெக்கிளேரி 176
சூசான் கியூசிக் 175, 188
செசில் ஷாமினேட் 172, 216
சைகாவ்ஸ்கி 183
சோபின், பிரடெரிக் 108, 143, 144, 145
சோப்பின் ஜார்ஜ் சேண்ட் 93, 108, 183
சோரப்ஜீ 113
டர்னேஜ் v
டிக்கன்ஸ், சார்லஸ் 122
டி புஸ்ஸி, கிளாட் 159
டிஏடி பதிவுக்கருவி 91, 97
டேப் பர்ப்பிள் 12
டேவனர், ஜான் v
டேவிட் போவீ 61
டேவிட் மன்றோ 154
டேவிட் ஹெல்ஃப்காட் 74
டை ஹார்டு 36
ட்வோரக் 64
தி கெமிகல் பிரதர்ஸ் v
தியோடர் அடார்னோ 101, 166
தூய இசை 56-58, 60, 62, 120
தேசியக் கல்வித் திட்டம் 40, 75

நம்பகத்தன்மை 13, 14, 17, 18, 44, 97
நாஃப், ஃபெர்னண்ட், ஷூமனைக் கேட்டல் 31
நாடர்டேம் டி பாரிஸ் 66
நாட்டார் பாடல்கள் 64, 65, 164
நிகழ்த்துபவர்கள், நிகழ்த்துதல் 15, 17-19, 25, 26, 37, 39-41, 44, 54, 59, 94, 97, 98, 102, 124, 127, 130-134, 138, 152-160, 174, 193, 198-200, 215
நிகோலா லெஃப்பானு 173
நியூ ஆக்ஸ்ஃபோர்டு கம்பேனியன்டு மியூசிக் 21
நியூ ஆக்ஸ்போர்டு ஹிஸ்டரி ஆஃப் மியூசிக் 65
நியூ குவீன் ஹால் 156
நியூ குவீன்ஸ் ஹால்ஸ் ஆர்க்கெஸ்டிரா 159
நீல் டெனன்ட் 15
நுகர்தல் 24
நுணுகி வாசித்தல் 186
நைகல் 73
நோயம்ஸ், நியூமேடிக் நோடேஷன் 82, 86
பதிப்பாளர், பதிப்பித்தல் 45, 49, 147
பயங்கரப் படங்கள் 71
பாட் (ஆஸ்வால்டு பாரெட்) 43
பார்தோக் 64, 159

பாலிஃபனி இசை 109, 214
பால், பாலினம் ix, 76, 165-194, 197-203, 216
பால் மெக்கார்ட்னி v, 212
பாஹ், ஜே.எஸ். 23, 30, 47, 64, 150, 153, 155, 171
பிகினினி 11, 12, 71
பிதாகரஸ் 50, 75
பியர் போலெஸி 95
பியானோ 3, 9, 39, 43, 54, 57, 61, 74, 76, 87, 90, 92, 95, 97, 106-108, 132, 143, 144, 153, 155, 159, 171, 197
பிரபஞ்ச இசை 50, 51
பிரிட்டிஷ் தேசிய கீதம் 128
பிரின்ஸ் 71
பிளேசிடோ டொமினிகோ 73
பிளோட்டோ 118
பீட்டா இஸ்ரேல் 163, 215
பீட்டர் கேபரியல் 133
பீட்டர் செல்லர்ஸ் 75
பீட்டர் வான் டென் டூர்ன் 176
பீட்டர் ஸ்கல்ட்ஹார்ப் 203
பீட்டில்ஸ் 14, 168
பீத்தோவன் 19, 21, 23, 25, 30-39, 42-45, 47, 58-61, 64, 68-72, 99, 100-105, 107, 111, 126, 129, 131, 133, 140, 142, 145, 149, 150, 160, 175-181, 183, 190-196, 198, 205

பீத்தோவனின் செவிட்டுத் தன்மை, 35, 42

புதிய இசையியல் (வரையறை) 184, 185, 187

புரூனோ நெட்டில் 206

புனிதத் தொகுதி 60, 197, 183

புரோகுல் ஹாரும் 8

பூச்சினி, கியாகோமோ 73

முடிக்கப்பெறாத பியானோ கான்சர்ட்டோ, (ஹெஸ் 15) 106

பெஞ்சமின் லீ வோர்ஃப் 121

பெட்ஷாப் பாய்ஸ் 15

பெரோடின் 66

பெர்லின் சுவர் 36

பெர்லியோஜ், ஹெக்டர், சிம்ஃபனி ஃபெண்டாஸ்டிக் 72

பெர்னாட் ஷா 140, 205

பொது நடைமுறைப் பாணி 1, 128

பொருளின் ஒருவகை vii

பொருள் 78

போலினி 19

போவீ, டேவிட் 61 71

ப்யூலோ 39

ப்ராம்ஸ், ஜொஹான் 23, 30, 64, 71, 150, 153

புரூடென்ஷியல் விளம்பரம் vii, 1-10, 24, 32, 53, 206-209

ப்ரோகுல் ஹரும் 12

ப்ளூஸ் 7, 10-13, 71

மங்கீ நடனம் 40

மங்கீஸ் 14, 156

மடோனா 18, 74, 173, 193

மனப்பாடம் செய்தல் 55

மப்பெட் ஷோ 11

மாண்டிவெர்டி 193

மாரிஸ் ரேவல் 108

மாரிஸ் வாகன் 108

மார்க் அந்தனி டர்னேஜ் v

மார்செயிலாஸ் 80

மார்த்தா மோக்கஸ் 188

மாலர், குஸ்தாவ் 19, 53, 108, 133

மானோகார்ட்டு 33

மிசா சாலெம்னிஸ் 127

மின்சார கிடார் 92

மில்லி வானிலி 51

முழுமையான மதிப்புகள் 184

மெக் கிளாரி பீத்தோவன் 176, 178, 179, 181, 185, 190-194, 196, 197

மெக்கிளாரி, சூசன் 176-185, 190-194, 196, 197

மெடீரியல் கேர்ல் 18, 173

மெடவல் பேப்ஸ் 135

மெர்க்குரி இசைப் பரிசு v

மெலோகிராஃப் 94

மேதை 44, 48, 49, 59, 60, 63, 119, 150, 170, 172

மேலுறைப் பதிப்புகள் 20, 52

மேனார்டு சாலமன் 43, 104, 181
மைக் ஓல்டுஃபீல்டு 133
மைக்கேல் ஆஞ்சலோ: டேவிட் 118
மைக்கேல் ஜான்சன் 71, 197
மோசார்ட் 48
மோசார்ட், வுல்ஃப்காங் அமேதியஸ் 22, 63-6, 68, 94, 95
மோரெஸ்கி 84, 85
மோஸார்ட் 33, 99, 101, 102, 104, 105, 107, 111, 126, 153, 155
யூஜீன் லூயிஸ் லாமி 32
ராக்பேண்ட் 70
ராட்டிலின் 19
ராபர்ட் ஷுமன் 198
ரிச்சர்ட் டாக்கின்ஸ் 114, 115
ரிச்சர்ட் டாருஸ்கின் 157, 158, 159
ரிச்சர்ட் ஸ்ட்ராஸ் 56
ரூத் கிராஃபோர்டு ஸீகர் 173
ரூத் சோலி 198, 200
ரூஸோ 10, 11
ரெப்ரசான்ட் கலெக்டிவ் V
ரேட்டில், சைமன் 12
ரேண்டி ரோட்ஸ் 12
ரேவல் 108
ரை கூடர் 11, 12
ரொனால்டு சார்ள் 79, 86
ரொமெய்ன் ரோலந்தி 35
ரோஜர் நாரிங்டன் 37
ரோஜர் ஸ்க்ரூடன் 112
ரோனி சைஸ் V
ரோலந்த் 36
ரோஸினி 30, 44
ரோஹ்லிட் ஸூம் ஷ்க்ளாஸர் 11
லாங், கே.டி. 188, 200
லாரன்ஸ் கிரேமர் 74-76, 184-187, 190, 217
லாரி ஆண்டர்சன் 193
லிகெட்டி, கியோர்கி, சான்பிரான்சிஸ்கோ பாலிஃபனி 109
லிடியா கோயர் 46
லிட்டில் ரிச்சர்டு 197
லியோனின் 66
லிஸ்ட், ஃபிரான்ஸ் 56, 144, 145
லுட்விக் டீக் 194
லுட்விக் விட்ஜென்ஸ்டீன் 117
லூசியானோ பாவரோட்டி 73
லூயி ஷ்க்ளாஸர் 100
வரலாற்று நிகழ்த்துதல் 152-160
விமர்சனக் கொள்கை 171, 185, 187
வாகன் வில்லியம்ஸ் 64, 110
வாக்னர் 110
வான் கோ 122
விட்ஜென்ஸ்டீன் 120, 121

இசை

விநியோகம் 24
வின்சென்ட் டி'இண்டி 177, 178
விமர்சனக் கோட்பாடு 166
வியன்னா ஃபில்ஹார்மோனிக் இசைக்குழு 173
விவால்டி 12, 73
வெபர் 33
வெளிக்கொணர்தல் 175-177
ழான் பால் சார்த்தர் 25
ழான் ழாக் ரூஸோ 10
ஜான் பாய்டன் 159
ஜாஸ் 65, 71, 90, 131
ஜிசிஎஸ்இ 25, 27, 40, 41, 75, 170
ஜி மைனர் சிம்ஃபனி 48
ஜிம் ஹென்சன் 11
ஜெஃபர்சன் ஏர்பிளேன் 164
ஜேன் ஆஸ்டின் 171
ஜேம்ஸ் வெப்ஸ்டர் 192
ஜொனாதன் டெல்மார் 143
ஜொஹான் செபஸ்தியான் பாஹ் 12
ஜோசப் கெர்மன் 137-140, 146, 147, 151, 152
ஜோன்னா ஹாட்ஜ் 122
ஜோஸ் கேரிராஸ் 73
ஷில்லர் 35
ஷூபர்ட் 107, 168, 179-181, 183, 190, 192-194
ஷூமன் 199
ஷெலிமே 163
ஷோன் பெர்க் 21, 68-71, 130, 166
ஷ்க்ளாஸர் 102, 104, 105
ஸ்காட் பர்ன்ஹாம் 58, 196
ஸ்டவ் ரேய்க் 133
ஸ்டோன்ஸ் 168
ஸ்ட்ராவின்ஸ்கி 72, 158
ஸ்ட்ரிங் குவார்ட்டெட்டுகள் 160
ஸ்பைஸ் கேர்ல்ஸ் 14, 64, 135
ஸ்மெட்னா 56
ஹாஃப்மன், ஈ.டி.ஏ. 52
ஹாங்காங்கில் இசை 168
ஹான்ஸ் வான் ப்யூலோ 39
ஹாரிசன் பர்ட்விசில் 59, 64, 70, 71
ஹென்ரிக் ஷெங்கர் 48, 49, 63, 102, 148, 150, 151, 152
ஹெர்பர்ட் வான் கராஜன் 174
ஹெவிமெட்டல் 6, 12, 61, 210
ஹேடன், ஃபிரான்ஸ் ஜோசஃப் 30, 31, 33

மான்ஃப்ரட் பி. ஸ்டெகர்

உலகமயமாக்கல்

மிகச் சுருக்கமான அறிமுகம்

தமிழில்

க. பூரணச்சந்திரன்

நமது காலத்தில் அனைவரும் முணுமுணுக்கும் சொல்லாக மாறிவிட்டிருப்பது 'உலகமயமாக்கம்'. கடந்த சில பத்தாண்டு களில் விரைவுபட்டதாகவும், ஆழப்பட்டதாகவும் கூறப்படுகின்ற பொருளாதார, அரசியல் கலாச்சார, கருத்தியல், சுற்றுச்சூழல் செயல்முறைகளை விளக்குகின்றதாக இச்சொல் அமைகிறது.

உலகளாவிய, பிரதேச, வட்டாரச் சமூக வாழ்க்கையின் கூறுகளை உள்ளடக்கிய பன்முகப்பட்டதொரு செயல்முறையாக, புரியக் கூடிய மொழியில் 'உலகமயமாக்க'லை மான்ஃபிரட் பி.ஸ்டெகர் முன்வைக்கிறார். இது ஒரு புதிய நிகழ்வுதானா என்று ஆராயும் அவர், வகுப்பறைகள், அரங்க அமர்வுகள், தெருக்கள் போன்ற இடங்களிலும் உலகமயமாக்கலை நல்லதென்றோ கெட்டதென்றோ வாதித்த – குறிப்பாக, செப்டம்பர் 11ஆம் நாளின் பயங்கரவாதத் தாக்குதலின் பின்னர் ஏற்பட்ட – சூடான விவாதத்தினையும் ஆராய்கிறார்.